బంగారుకలలు

యద్దనపూడి సులోచనారాణి

క్వాలిటీ పబ్లిషర్స్

రామమందిరం వీధి, విజయవాడ - 520 002.

✆ 2433261, Cell : 98484 15560

క్వాలిటీ ప్రచురణ

ముద్రణ

సెప్టెంబర్ 2022

బంగారుకలలు

రచన :

యద్దనపూడి సులోచనారాణి

వెల : `100/-

కవర్ డిజైన్

ఎ.బి.ఎస్

డిటిపి

సహస్ర గ్రాఫిక్స్

ముద్రణ

లావణ్య ఆఫ్ సెట్

విజయవాడ

యద్దనపూడి సులోచనారాణి రచనలు

జీవన సత్యాలు	జ్యోతి
ప్రియసఖి	సంయుక్త
జలపాతం	బంగారుకలలు
ఒంటరి నక్షత్రం (1,2 భాగాలు)	ఆశలశిఖరాలు
ఈ జీవితం నాది	ఆహుతి
పెళ్ళి, పిల్లలు, జీవితం	ఈతరంకథ
జైజవాన్	మీనా (1,2 భాగాలు)
హృదయగానం	జీవనతరంగాలు (1,2 భాగాలు)
మధురస్వప్నం	సహజీవనం
దాంపత్యవనం	నీరాజనం
అనురాగతోరణం	ఈదేశంమాకేమిచ్చింది
స్నేహమయి	ప్రేమసింహాసనం
రాధాకృష్ణ	ప్రేమలేఖలు
కీర్తికిరీటాలు	ఆగమనం
పార్థు	సంసారరథం
సీతాపతి	

మాలతీచందూర్ రచనలు

శతాబ్ది సూరీడు	ఓ మనిషి కథ
శిశిరవసంతం	లావణ్య
హృదయనేత్రి	రెక్కలు చుక్కలు
భూమిపుత్రి	గౌతమీ పుత్రి
మధుర స్మృతులు	సద్యోగం
ఆలోచించు	ఎన్ని మెట్లెక్కినా
ఏమిటీజీవితాలు	జయలక్ష్మి
మనసులోనిమనసు	కృష్ణవేణి
కలలవెలుగు	రాగరక్తిమ
కాంచనమృగం	నన్ను అడగండి
బ్రతక నేర్చిన జాణ	నవలా మంజరి
ఏది గమ్యం? ఏది మార్గం?	(1 నుండి 6 భాగాలు)
మేఘాల మేలి ముసుగు	వంటలు పిండివంటలు
వైశాఖి	

జగతి డైరీ (1960-2010)	యన్నార్ చందూర్

బంగారుకలలు

సూర్యుడు అస్తమిస్తున్నాడు ! కెంజాయ రంగులో సాయంత్రం బహు సుందరంగా వుంది; నారింజ రంగులోకి, మారుతున్న ఆ అందాన్ని చూడలేక, యీర్ష్యపడుతున్నట్లు, నల్లటి చీకటి తెరలు, ముసురుకుంటూ వచ్చి ముట్టడిస్తున్నాయి.

ఆ సాయం వెలుగులో నుంచి, దూరం నుంచి చుక్కలా కదలి యిటే వస్తోంది ఒక అమ్మాయి ! అందమైన తనూలత ! అతి నాజూకైన ముఖం ! కానీ కళ్లు కాంతివంతంగా లేవు. అందమైన ఆ కనుదోయిలో, విషాదం, దైన్యం, తొణికిసలాడుతున్నాయి. దుఃఖాన్ని నిగ్రహించుకుంటున్నట్టుగా పెదవులు కంపిస్తున్నాయి. ఆమె చేతిలో చిన్న బొట్టుపెట్టె వుంది దాంట్లో తనకి ఎంతో ప్రియమైనదేదో వున్నట్టు మాటిమాటికి దాన్ని తడిమిచూసుకుంటోంది. అది చూడగానే, గత జ్ఞాపకాలేవో మనసులో కదలినట్టుగా, కళ్ళల్లో చివ్వున నీళ్లు వూరుతున్నాయి!

బాగా చీకటి పడింది ! దూరంగా కనిపిస్తున్న పల్లెల్లో లైట్లు మినుకు మినుకుమంటున్నాయి ! రాత్రి ప్రొద్దుపోయిన సూచనగా కీచురాళ్ళ రొద ఎక్కువైంది! నడిచి నడిచి అలసినట్టుగా వుంది ఆ అమ్మాయి ముఖం ! చేరువైన ఆ చిన్న పల్లెటూరిలో ప్రవేశించి, వీధులుదాటి, సందు మలుపు తిరిగిన అమ్మాయి, దూరంగా కన్పిస్తున్న పెంకుటింటిని ఆప్యాయంగా చూసింది! ఆ చూపులో ప్రియమైనదాన్ని శాశ్వతంగా వదలుకుంటున్న బాధ తొంగి చూస్తోంది ఆ యింటిని, కళ్లారా,

కరువుతీరా, చూసుకుంటున్నట్టుగా బొమ్మలా నిలబడింది. కళ్ళలో నిండుకుంటున్న నీళ్ళని, మునిపంటితో పెదవి నొక్కిపట్టి నిగ్రహించుకుంది.

తర్వాత - మెల్లగా, చెట్ల నీడలు చాటుచేసుకుంటూ ఆ యింటి దగ్గరగా వచ్చింది. రాత్రి ప్రొద్దుపోయినా, ఆ యింట్లో యింకా లైటు వెలుగుతూనే వుంది. లోపలనుంచి మాటలు, వినిపించటంతో, గతుక్కుమన్నట్టుగా, గుమ్మం ప్రక్క క్రీనీడలో, గోడకి అంటుకుపోయినట్టుగా నిలబడింది ! ఆ కళ్ళలో, తన రాకని, ఎవరైనా గమనిస్తారేమోనని భయం స్పష్టంగా కనిపిస్తోంది.

లోపల, దాదాపు పాతికేళ్లుగల స్ఫురద్రూపి అయిన యువకుడు ఒకడు టేబిల్ దగ్గర కూర్చుని చదువుకుంటున్నాడు. ఎంతో దీక్షగా, సర్వం మరచినట్టుగా, చదువులో, లీనమైవున్న అతను ! గదిలోకి తండ్రి రావటం గమనించనేలేదు ! పురుషోత్తంగారిలో వయసు వార్ధక్యపు ముద్ర వేసినా, స్వతహాగా వచ్చిన హుందాతనం మాత్రం యింకా తల ఒగ్గలేదు, కొడుకుని చూడగానే ఆయన దగ్గరకు వస్తూ- "నాయనా రవీ ! చాలా పొద్దుపోయిందయ్యా!" అంటూ హెచ్చరించారు.

రవి ఉలిక్కిపడ్డట్టుగా తిరిగి చూశాడు.

"మీరింకా నిద్రపోలేదా నాన్నా !" అన్నాడు.

"నాకు యింత త్వరగా ఎక్కడ నిద్ర పడుతుంది ! ఏ తెల్లవారు ఝామున్ కాస్త కునుకులా వస్తుంది ! అంతే ! నువ్వు పడుకో. మళ్ళీ కావాలంటే 5 గం. లకి నేను లేపుతాన్లే"

"పరీక్షలు దగ్గరకు వచ్చేసినాయి నాన్నా! క్లాసు తెచ్చుకోకపోతే చాలా కష్టం."

రవి ఒళ్ళు విరుచుకొని, కాళ్ళు బారచాచుకున్నాడు.

"అవుననుకో ! కానీ, ఆరోగ్యంకూడా ముఖ్యంగదా !"

"ఇదిగో యీ కొంచెం చదవటం పూర్తిచేసి పడుకుంటాను."

ఆయన వెళ్ళబోతూ ఆగారు, ఆయన ముఖం అశాంతికి మారుపేరు అయింది.

"నాకు నీ గురించి ఏం బెంగాలేదు. వున్న భయం అంతా ఆ వేణుగాడితోనే! చూస్తుండు. ఎప్పటికైనా వాడు నా గుండెలమీద కుంపటే అవుతాడు."

"అంతమాట అనకు నాన్నా, తమ్ముడికి చిన్నతనం. కాస్త పెద్దయితే వాడికీ బాధ్యత తెలిసివస్తుంది. నువ్వు వాడిని గురించిన బెంగేం పెట్టుకోకు అంతా నాకు వదిలేయ్." అనునయంగా అన్నాడు రవి.

ఆయన నిట్టూర్పు విడిచారు. "మొక్కగా వంగనిది మానయితే వంగుతుందా! బెంగపట్టుకొని మాత్రం నేనేం చేయగలనులే ! నా చేతుల్లో ఏముంది గనుక ! ఏమీలేదు !" అస్పష్టంగా తనలో తను అనుకుంటూ వెళ్ళి పోయారాయన. రవి మళ్ళీ చదువులో లీనమైపోయాడు.

గుమ్మం ప్రక్కన, క్రీనీడలో, గోడకి అంటుకుపోయినట్టుగా నిలబడిన అమ్మాయి మెల్లగా తొంగి చూసింది ! రవి అటువైపు తిరిగి కూర్చుని చదువు కుంటున్నాడు. అంతటా నిశ్శబ్దంగా వుంది ! ఎక్కడ ఎలాటి అలికిడీ వినిపించలేదు.

ఆ అమ్మాయి కదిలి, మెల్లగా పాదాల శబ్దం కూడా కానివ్వనంత జాగ్రత్తగా వచ్చి, చేతిలో వున్న పెట్టె తలుపు దగ్గరగా పెట్టింది. ఒక్కసారి తనివితీరా అతన్ని చూసింది. మరుక్షణంలో గిరుక్కున, వెనక్కు తిరిగి, చెట్ల నీడల్లోంచి మెరుపులా మాయమైంది.

రవి కళ్ళమీదకి, నిద్రమత్తు రావడంతో, పుస్తకం మూసి, టేబిల్ మీద పెట్టాడు. లేచివచ్చి వీధి తలుపులు మూయబోతుండగా, తలుపులు ఏదో అడ్డుపడ్డట్టు అవటంతో, అతని కళ్ళు క్రిందకు చూసినాయి. అక్కడ పాతకాలపు బొట్టు పెట్టె కనిపించింది. రవి వంగి, దానిని చేతుల్లోకి తీసుకున్నాడు. మూత తెరచి చూడగానే అతని ముఖం ఆశ్చర్యానికి మారు పేరు అయింది. ఆ పెట్టెలో ఒకనాడు పుట్టినరోజు కానుకగా, ఎంతో ఆత్మీయతతో, తను సరోజకి యిచ్చిన నగవుంది. దాన్ని చుట్టుకుని ఒక ఉత్తరం కూడా వుంది. రవి గబగబా అది తెరచి చదివాడు.

రవీ !

ఈ వుత్తరం చూసి ఆశ్చర్యపడకు, వయసులో వున్న ఆడపిల్లకి భవిష్యత్తు పట్ల బంగారు కలలు వుండటం నేరం కాదనుకుంటాను ! జీవితం పట్ల రంగుల కలలతో, స్వర్గం అందుకోబోతున్నానని మురిసిపోయిన నేను మీతో తెగతెంపులు చేసుకుందామని ఆరాటపడ్డానేగాని, ఆడపిల్లకి నా అనే వాళ్ళ అండ కోటగోడలా ఎంత రక్షణో గుర్తించలేకపోయాను! ఆడపిల్ల యిల్లు దాటితే, కాలు జారినట్లేనని తెలియలేదు నాకు ! యిల్లు వదలి వెళ్ళేటప్పుడు నేను కన్న కలలు, ఎండమావులుగా మారి నన్ను వెక్కిరించినాయి ! జీవితంలో చిత్తుగా ఓడిపోయిన మనిషిని అయ్యాను! నేను బ్రతికితే నా జీవితం నవ్వుల పాలు అవుతుంది. నేను చేసిన తప్పుకి లోకం మిమ్మల్ని వెక్కిరిస్తుంది ! మీకు అప్రతిష్టగా బ్రతకలేను. అందుకే నన్ను నేను అంతం చేసుకుంటున్నాను. నన్ను మన్నించి, మర్చిపోండి. నువ్వు నాకు ఎంతో ప్రేమగా, యిచ్చిన యీ నగని నీకు అందచేయటం నా ధర్మంగా భావిస్తున్నాను.

సరోజ.

రవి అది చదవగానే – "నాన్నా" అంటూ కేకపెట్టాడు.

మంచంమీద పడుకోబోతున్న పురుషోత్తంగారు, ఈ పిలుపు వినగానే వులిక్కిపడ్డారు. ఆయన చప్పున లేచి యివతలకి రాబోతుండగా, యింతలో రవే అక్కడికి పరుగున వచ్చాడు ?

"నాన్నా ! సరోజ వచ్చి వెళ్ళింది. ఈ వుత్తరం చూడండి. ఆత్మ హత్యచేసుకుంటున్నానని వ్రాసింది."

"ఆ ! సరోజా !"

"ఎప్పుడు వచ్చిందో మనం చూడనేలేదు. ఈ పెట్టె తలుపు దగ్గర పెట్టి వెళ్ళిపోయింది. యిప్పుడే వచ్చి వుంటుంది ! ఎక్కువసేపు అయివుండదు." రవి చేతిలో నగని, వుత్తరాన్ని తండ్రి చేతుల్లో పెట్టి బైటకి పరుగెత్తాడు.

"ఏమిటి బాబూ ! ఏమైంది ?" అక్కడున్న నౌకరు ఆదుర్దాగా అడిగాడు. అప్పటికే వుత్తరం చదివిన పురుషోత్తంగారి ముఖం పాలిపోయింది.

"సరోజ వచ్చి వెళ్ళింది ! పద ! వెతుదాం !" అంటూ ఆయన కూడా బైలుదేరారు.

✣ ✣ ✣ ✣ ✣

రైలు పట్టాలమీద మసక వెన్నెల కన్పిస్తున్న గుడ్డి వెలుతురులో, దూరంగా బ్రిడ్జిమీద, ఒక యువతి ఆకారం కనిపించింది !

దూరం నుంచి రైలు వస్తోంది !

"సరోజా !" రవి దిక్కులు పిక్కటిల్లేట్టు అరిచాడు.

పురుషోత్తంగారు కూడా పట్టాల ప్రక్కన పరుగెత్తసాగారు.

రవి మెరుపులా ఆ యువతివైపు పరుగెత్తాడు !

"బాబూ ! రైలు వచ్చేస్తోంది !" పురుషోత్తంగారు పెట్టిన కేక రైలు శబ్దంలో కలిసిపోయింది.

ఇంకొక్క నాలుగు నిమిషాలుంటే, రవికి సరోజ అందివుండేదే. కానీ, ధన్ ధన్ మని శబ్దం చేసుకుంటూ, వేగంగా ముందుకు వస్తున్న రైలు పట్టాలమీద నిలబడిన యువతిని ఢీ కొట్టింది.

రవి, పురుషోత్తం యిద్దరూ, ఆ దృశ్యం చూడలేనట్టు "ఆ !!" అంటూ చేసిన ఆర్తనాదం, తన శబ్దంతో మింగేస్తూ రైలు పరుగెత్తింది.

అరగంట అనంతరం.

ఆ ప్రదేశం అంతా జనంతో కిటకిటలాడిపోయింది !

సరోజ శరీరం రూపుతెలియనట్టుగా చితికిపోవడంతో తెల్లటిగుడ్డ కప్పారు.

పురుషోత్తంగారు వుత్తరీయపు కొంగులో ముఖం దాచుకుని, ఏడుపు దిగమింగటానికి వ్యర్థ ప్రయత్నం చేస్తున్నారు.

రవి రైల్వే అధికారులతో మాట్లాడుతున్నాడు ! అతను చూపించిన వుత్తరం చూసి తృప్తిపడిన అధికారులు సరోజది ఆత్మహత్యగా ధృవపరిచారు.

బ్రిడ్జిమీద ఛిన్నాభిన్నం అయిన శరీరం నుంచి, రక్తం కారి, బ్రిడ్జి అంచులనుంచి, బొట్టు బొట్టుగా క్రింద వేగంగా ప్రవహిస్తున్న నీళ్ళలోకి జారుతోంది!

2

దాదాపు నాలుగైదు సంవత్సరాల తర్వాత ఒకనాడు-

అదే పల్లెటూరులో అదే పెంకుటింట్లో పురుషోత్తంగారు, చేతిలో పట్టుకున్న దస్తావేజుని శ్రద్ధగా చదువుతున్నారు. తండ్రి కూర్చున్న కుర్చీ మీద చెయ్యివేసి, పక్కనే నిలబడి రవి చూస్తున్నాడు వాళ్ళిద్దరి కెదురుగా కొయ్యబల్లమీద కూర్చునివున్న ఆ వూరి మునసబు చుట్టకాలుస్తున్నాడు. అక్కడ యింకా, యిద్దరు ముగ్గురు పెద్దమనుష్యులు వున్నారు. మునసబుగారు చుట్టకాలుస్తున్నాడన్న మాటేగాని, ఆయన కళ్ళు రవిమీదనే వున్నాయి. చివరికి నిష్ఠూరంగా అననే అన్నాడు.

"మీ తండ్రి కొడుకులు యిద్దరూ, నేను చెప్పినమాట వింటే, యిట్లా ఈ పొలం అమ్ముకోవాల్సిన బాధ వుండేదికాదు కదా ! రవీ ! మీ నాన్నంటే పెద్దవాడు, ఆయనకి తోచకపోతే నువ్వయినా నచ్చచెప్పకూడదూ ? రత్నంలాంటి కుర్రాడివి ! బి.ఇ. ఫస్టు క్లాసులో పాసయ్యావు. మా బావమరిది, నువ్వు 30 వేలు కట్నం అన్నా ! కళ్ళు మూసుకుని ఊ అనేటట్టున్నాడు, ఆయనకి ఒక్కగా నొక్క పిల్ల ! ఆ ఆస్థి అంతా మీదే అవుతుంది.

"ఏమిటి బాబాయ్ మీరనేది. ఆస్థికోసం యిల్లరికం వెళ్ళి ఆయన అడుగులకి ఘడుగులు వత్తమంటారా నన్ను !" అన్నాడు రవి.

పురుషోత్తంగారు కాగితాలు చదవటం పూర్తిచేసి మునసబుగారి చేతికి యిచ్చారు.

ఆయన అవి అందుకుంటూ "ఊ! ఎప్పుడో మీ తాత ముత్తాతల నాటి పొలం ! ఈనాటికి నీ కొడుకుల చదువుల పుణ్యమా అని దానికీ నీకూ ఋణం తీరిపోయింది" అన్నాడు సానుభూతి ఒలకబోస్తూ.

కానీ, పురుషోత్తంగారి ముఖంలో ఆయన ఆశించిన బాధ ఏదీ కనిపించ లేదు.

"జీవితంలో పొద్దు తిరిగిపోతున్నప్పుడు ఒక్కొక్క ఋణం తీరిపోవటం మంచిదే ! ఈ పొలం అమ్ముతున్నందుకు నాకేబాధా లేదు. పిల్లలిద్దరూ చదువు కున్నారు వాళ్ళెలాగూ ఈ పల్లెటూరులో వుండరు. నేనా ఒక్కపూట బాగుంటే, రెండో పూట బాగుండని వాడిని, ఈ అప్పులు తీరిపోతే అదే చాలు !"

"నాకు తెలుసులే పురుషోత్తం ! నీ పెద్దకొడుకు ఏది చెబితే అది వేదాక్షరం! సరే మీ యిష్టం ! ఈ యిల్లు కూడా అమ్మేట్టుంటే మాత్రం నాకు చెప్పండి" అన్నాడు లేస్తూ.

"అది యిప్పుడప్పుడే కాదు లెండి" అన్నాడు రవి.

ఇంతలో అక్కడికి దాదాపు రవి వయసే వున్న ఒక అతను పేపరు పట్టుకుని వచ్చాడు. పురుషోత్తంగారు, అతని చేతిలో వున్న పేపరు చూడగానే ఆదుర్దాగా "ఏం ప్రసాద్ ! రిజల్ట్సు వచ్చాయా ? వేణు నెంబరు వుందా ?" అని అడిగారు.

"లేదు మామయ్యా పోయింది" అన్నాడతను.

రవి ప్రసాద్ చేతిలో పేపరందుకుని, చూసి "అవును నాన్నా ! తమ్ముడు మళ్ళీ తప్పాడు" అంటూ ధృవపరిచాడు.

పురుషోత్తంగారు నిట్టూర్చాడు. "నేను బ్రతికి వుండగా వాడు ఒక తోవకి రాడనుకుంటా !" అన్నాడు.

"నా మాట విని వెంటనే పెళ్ళి చేసెయ్యండి ! ముక్కుకు తాడుపోస్తే అతనే మారిపోతాడు." మునసబుగారు సలహా యిచ్చాడు.

"ఆ ! ఆ ! అదొక్కటే తక్కువైంది ! యిప్పుడు నేను ఒక్కడినే ఏడుస్తున్నాను. అప్పుడు నాకు యింకోరు తోడు అవుతారు. నాయనా రవీ ! నిన్న బజారులో సూరయ్య నిలదీశాడు నన్ను ! వేణు అతనికేదో డబ్బు యివ్వాలిట ! అది ఎంతో ఏమిటో కనుక్కుని తీర్చేయ్ ! యిక అప్పు యిస్తే ఏట్లో పోసేసినట్టేనని చెప్పు."

"అలాగే నాన్నా!"

"ఏవో పిల్లలు ! చేతి ఐదు వేళ్ళూ సమంగా ఉండవు మరి !" మునసబుగారు సానుభూతిగా అన్నాడు. ఆయన దృష్టి ప్రసాద్‌మీద ప్రశ్నార్థకంగా నిలిచింది.

"అవునూ ! ఈ అబ్బాయి ఎవరూ ?" అంటూ ఆరాతీశాడు.

"మా ప్రసాద్ అండీ!" అన్నాడు రవి.

"అంటే – ఓహో ! ఎవరో తల్లీ తండ్రీ లేని పిల్లాడిని మీ నాన్న దగ్గరకు తీసి చదువు చెప్పిస్తున్నాడని విన్నాను."

"అవును. అతనే ఎమ్.బి., బి.ఎస్. పాసయ్యాడు."

"అబ్బో ! మీ దగ్గర కూతురన్నా లేదే యిచ్చి పెళ్ళి చేసేటందుకు ?" అన్నాడాయన.

రవి ప్రసాద్ యిద్దరు ముఖాలు చూసుకున్నారు.

మునసబుగారు మిగతా మనుష్యులు వెళ్లటానికి లేచారు.

3

చాలా సేపయిన తర్వాత –

రవి టేబిల్ దగ్గర కూర్చుని, దీక్షగా వ్రాసుకుంటున్నాడు. ఎందుకో ఆ గదిలోకి వచ్చిన ప్రసాద్ అతని దగ్గరగా వచ్చి కుర్చీ పక్కగా నిలబడ్డాడు.

"ఏమిటది ? అంత సీరియస్‌గా వ్రాస్తున్నావు ?" అన్నాడు కుతూహలంగా చూస్తూ.

"ఏముంది ? ఉద్యోగం వేటలో మరో బాణం విడుస్తున్నాను. హైద్రాబాదులో స్మాల్ స్కేల్ ఇండస్ట్రీస్‌లో క్లర్క్ పోస్టు ఒకటి ఖాళీగా వుందని పేపర్లో పడింది, దానికి అప్లయి చేస్తున్నాను."

"ఏమిటి ఛీఛీ ! ఇంజనీరింగ్ ఫస్టుక్లాస్‌లో పాసయిన నువ్వు క్లర్క్ పోస్టుకి అప్లయి చేస్తున్నావా ?" అన్నాడు ప్రసాద్.

"ఏం చెయ్యను ! నువ్వు చూస్తూనే వున్నావుగా, తిరిగి తిరిగి చెప్పుల జతలు అరిగిపోతున్నాయే తప్ప ఎక్కడా ఉద్యోగమే దొరకటం లేదు. డిగ్రీకి తగిన ఉద్యోగమే రావాలి అని కూర్చుంటే యింట్లో గడిచేదెలా ? పొలం అమ్మినది కాస్తా అప్పులు తీర్చటానికి బొటాబొటీగా సరిపోయింది. హు ! కాలేజీలో చదివేటప్పుడు భవిష్యత్తు మీద ఎంత నమ్మకం. జీవితంపట్ల ఎన్ని సుందర స్వప్నాలు! ఇటు డిగ్రీలు చేతికి రాగానే అటు ఏదేదో చేసేస్తామని మనమీద మనకి ఎంతో విశ్వాసం. కాలేజీ అవరణ దాటి బయట అడుగు పెడితేగాని అసలు స్వరూపం

తెలియటం లేదు. ఎక్కడ కెళ్ళినా పోటీ మన కంటే ముందుగా వందమంది అక్కడ సిద్ధం. మనం సంపాదించుకున్న డిగ్రీ ఒట్టి కాగితం ముక్కగానే మిగిలి పోతుందేమోననే భయం. క్రమంగా ఉత్సాహం అంతా నీళ్లు కారగా, మనం పేర్చుకున్న ఆశలన్నీ ఎండమావులుగా మారటం కన్న కలలన్నీ వేదనగా మారిపోగా వాస్తవాన్ని భరించలేక, మనసుని పిండి ఆ వ్యధని మూగగా భరిస్తూ, తలవంచుకుని, గొర్రెల మందలో ఒకరుగా ఈ జనంలో కలిసిపోవటం - యిదేగా మనకి మిగులుతోంది."

"రవీ" ప్రసాద్ రవి భుజంమీద చేయి వేసి నొక్కాడు. "రవీ ! సామర్థ్యం అనేది మనిషిలో స్వతఃగా వుంటే, అది నివురుకప్పిన నిప్పులా ఎప్పుడో ఒకసారి ప్రజ్వరిల్లక మానదు. దేనికైనా కాలం కలిసిరావాలి. దాని కోసం వేచిచూడటం ఒకటే మనం చేయగలిగిన పని."

"నిజమే ! కానీ ఎప్పుడో కాలం కలిసివస్తుందని, మనలో శక్తి ఉత్సాహం మనల్ని కనిపెట్టుకుని వుండవేమరి."

"అదీ నిజమే. ఒక విధంగా ఆలోచిస్తే నేనే అదృష్టవంతుడినేమో అనిపిస్తోంది. తల్లీ తండ్రీ లేకపోయినా, సహృదయులైన మామయ్య అండవల్ల చదువు ఇబ్బంది లేకుండా సాగింది. డిగ్రీ చేతికి రాగానే, మా ప్రొఫెసరుగారు హార్టు ఎటాక్‌తో పోవటంతో, ఆయన నర్సింగ్ హోం చేపట్టే భాగ్యం లభించినది. నువ్వు ఇంజనీరింగ్ చదవకుండా, నాతోపాటు మెడిసిన్ చదివినా బాగుండేది, ఇద్దరం కలిసి నర్సింగు హోం చూసుకునేవాళ్లం.

"ఇది మరీ బాగుంది. నీ రోగులకి-బాధలకి ఓ నమస్కారం బాబూ నేనసలు కళ్లతో చూడనుకూడా చూడలేను" రవి నవ్వాడు.

ఇంతలో అక్కడికి పెద్ద పెద్ద గళ్ళతో, ముదురాకుపచ్చ రంగులో బట్టలు ధరించి, మోచెంపలు పెంచుకున్న ఒకతను, తారాజువ్వలా, రయ్‌న "అన్నయ్యా" అంటూ వచ్చాడు.

"అన్నయ్యా! నాకు అర్జంటుగా ఒక వంద రూపాయలు కావాలి" ముఖం సీరియస్‌గా పెట్టి అడిగాడు వేణు.

"ఎందుకురా ?"

"ఎందుకా? నిన్న పరీక్ష తప్పానని తెలిసినప్పటినుంచి, నాన్న ఇచ్చే లెక్చర్లు వినలేక చచ్చిపోతున్నాను బోర్‌కొట్టేస్తుంది. కాస్త ఎటయినా తిరిగి వస్తేగాని నా ప్రాణం నిల్చేట్లులేదు."

రవి ముఖం సీరియస్‌గా అయింది.

"వేణూ ! నాన్న చెప్పేదంతా నీ మంచికోసమే నవే జ్ఞానం నీకెప్పుడు వస్తుందిరా" అన్నాడు.

"నేను బ్రతికి వుండగా రాదు. సరేనా ? డబ్బు యిస్తావా లేదా ? ఆ మాట చెప్పు ముందు."

"ఇవ్వను, పెద్దవారు నాన్న వుండగా నన్ను అడుగుతావేం ?"

"ఆయన ఇవ్వడని తెలిసి నిన్ను దేవిరిస్తున్నాను. నువ్వు కూడా ఇవ్వనంటే నా బాధేదో నేను పడతాను."

"ఏం చేస్తావేమిటి ?"

"చూస్తావుగా నువ్వు!"

"అప్పేగా నువ్వు చేసేది ?"

"అయినవాళ్లు అవసరానికి యివ్వకపోతే అంతకంటే మార్గం యింకే మిటి వుంది?"

వేణు విసురుగా వెళ్లబోయాడు.

రవి చేయిపట్టి ఆపాడు.

"వేణూ ! నాన్నని యెందుకురా యిలా వేధిస్తావు ? నీ మూలంగా ఆయన యెంత వేదన పడుతున్నాడో తెలుసా ?" వేణు ముఖం మాడ్చుకున్నాడు.

"నాకెలా తెలుస్తుంది ? నాకెప్పుడైనా చెబితేగా ? అయినా, నాగురించి దిగులుపడవద్దని నేను ఎన్నోసార్లు చెప్పాను, ఆయన వినలేదు, ఆయనకి నా మాటమీద నమ్మకం లేకపోతే నేనేం చెయ్యను ?"

"ఆ పరీక్షేదో శ్రద్ధగా చదివి పాసవకూడదూ ? ఆయన ప్రాణం నిశ్చింతగా వుంటుంది"

"నేను శ్రద్ధగా చదువుతూనే వున్నాను. వాళ్ళు తప్పిస్తుంటే నేనేం చేయను. అయినా అసలు నాన్నకి ప్రతి చిన్న విషయాన్ని సీరియస్‌గా తీసుకుని, బ్లడ్ ప్రెషర్ తెచ్చుకోవటం బాగా అలవాటు. లేకపోతే పరీక్షపోతే దానికింత గొడవ ఎందుకు? నాన్న పిచ్చిగాకపోతే, ఒక్క డిగ్రీతో మనిషి జీవితం భద్రంగా వుంటుందా ? అసలు తెలివితేటలు వుండాలిగాని, ఇంతకీ డబ్బిస్తావా లేదా?"

రవి క్షణంసేపు తదేకంగా వేణు ముఖంలోకి చూశాడు. తర్వాత ఏమను కున్నాడో ఏమో లేచివెళ్ళి అల్మైరా తెరచి వందరూపాయలు తెచ్చి యిచ్చాడు. వేణు సంతోషంగా "మా అన్నయ్య మంచివాడు" అని వెళ్ళి పోయాడు.

"అదేమిటి రవీ ! నువ్వు డబ్బు యివ్వడం నాకేం నచ్చలేదు. అట్లా అడిగినప్పుడల్లా యిస్తే వేణు ఇంకా మొండివాడవుతాడేమో !" అన్నాడు ప్రసాద్.

"లేదు ప్రసాద్ ! వాడితత్వం నీకు తెలియదు, నేను కూడా ఇవ్వనూ అంటే, ఎవరిదగ్గరైనా అప్పు తీసుకుంటాడు. అది వడ్డీతోసహా మళ్లీ మేమే తీర్చాల్సి వస్తుంది, నాన్నకి యింకా వేదన."

"మీ యిద్దరిలో యింత తేడా చూస్తుంటే నాకే ఆశ్చర్యంగా వుంటుంది మీ నాన్న అంటే నీకెంత గౌరవమో వేణుకి అంత నిర్లక్ష్యం. మీ యిద్దరినీ ఆయనే పెంచారు మళ్ళీ."

"నిజమే కానీ–వేణు చిన్నవాడనే మురిపెంతో, చిన్నప్పటినుంచీ నాన్నా–నేను వాడు ఏది అడిగితే అది యిస్తూ, ముద్దుచేస్తూ, గారాబంగా పెంచాం. దానికి ప్రతిఫలంగా వాడిలా మొండివాడుగా తయారయాడు."

"ఒక్కోసారి వేణు మాటలు వింటే దిమ్మెరపోయేంత ఆశ్చర్యం వేస్తుంది, తెలివితక్కువాడేం గాదు చదువులో ఎందుకిలా వెనకబడుతున్నాడో అర్థంగాదు" అన్నాడు ప్రసాద్.

"తెలివితేటలు లేకకాదు వేణులాంటివాళ్ళు జీవితాన్ని సీరియస్‌గా తీసుకోరు. ఎప్పుడు ఎటు గాలివీస్తే అటు మళ్లుతారు. వాళ్ళకి ఎప్పటికప్పుడు జీవితం కష్టం లేకుండా సుఖంగా గడిచిపోతే చాలు. ఇదే వాళ్ళతో వచ్చిన చిక్కు."

రవి నిట్టూర్పు విడిచాడు.

4

హైదరాబాద్‌లో – స్మాల్ స్కేల్ ఇండస్ట్రీస్ ఆఫీసులో–ఆరోజున ఆఫీసరు పూనకం వచ్చినవాడిలా ఉన్నాడు. ఆయన అరుపులకి ఆఫీసు దద్దరిల్లిపోతోంది. ఉగ్రనరసింహమూర్తిలా వున్న ఆయన కెదురుగా గొట్టిగా బక్కపలచగా వున్న చిదంబరం చేతులు కట్టుకుని, తల వంచుకుని ఎక్కడ లేని వినయం నటిస్తూ నిలబడి వున్నాడు.

అతని విషయం చూసినకొద్దీ ఆఫీసరుకి ఆవేశం రెట్టింపు అవుతోంది "చాలించవయ్యా నీ నక్కవినయాలు, ఈ క్షమార్పణలు చెప్పుకోవటానికేంలే. మాటలేగా ! గాలికిపోతాయి. అంతేగా మనిషన్న తర్వాత బుద్ధివుండాలయ్యా బుద్ధి, నిన్నసలు క్రిందటిసారే ఉద్యోగంలోంచి ఊడపీకి పారేయకపోవటం నాది తప్పు. యిక నీ ఆటలు నా దగ్గర సాగవు గెటవుట్ !" అంటూ చిదంబరం వ్రాసియిచ్చిన క్షమార్పణ కాగితాన్ని చించి ముక్కలు చేసి అతని ముఖంమీద కొట్టాడు.

చిదంబరం తన మీద పడిన కాగితం ముక్కలని లక్ష్యపెట్టకుండా, రెండు చేతులూ జోడించి దణ్ణం పెట్టాడు. "సార్ ! నా వల్ల పొరపాటయి పోయిందని ఒప్పుకుంటున్నానుగా. పిల్లలుగలవాడిని, తమరు దయతలచాలి" కళ్ళంబడి నీళ్లు పెట్టుకున్నాడు.

"ఇదుగో ఆడదానిలా ఏడిచే మగాడిని ఛస్తే నమ్మకూడదుట, పిల్లలు గలవాడివి అన్న జ్ఞానమే నీకుంటే యిలాంటి దౌర్భాగ్యపు పనులు చేస్తావుటయ్యా! యిట్లా డబ్బుకి గడ్డి తింటావా ?"

"చిత్తం! నేను తినలేదండీ, ఈ ఆకాశానికి అంటే ధరలు వున్నత తినిపించాయి, ఏది కొనబోయినా మండిపోతోంది. యిద్దరు ఆడపిల్లలు సాకే వాడిని, వచ్చే జీతం, ఓ మూలకికూడ రావటంలేదు, ఏదో ఇబ్బందుల్లో వున్నానని కక్కుర్తిపడ్డాను"

యిబ్బందులు లేనిది ఎవరికయ్యా ! ఎంతచెట్టుకి అంత గాలి. పెద్ద ఆఫీర్లం అన్నమాటేగాని మా పాట్లు పగవాడికికూడా వద్దు. వెధవది కారుకి చిన్న రిపేర్ వచ్చిందని పంపిస్తే వెయ్యి రూపాయలు బిల్ అయింది. పెట్రోల్ ధర పెంచేశారు. కరెంట్, నీళ్ళు, పాలు, నెయ్యి అన్నీ కర్ఛువే ! అన్నింటికీ యిబ్బందే, అందుకని దేశంమీదపడి దోచుకుతింటమేనా ?

చిదంబరం జవాబు చెప్పలేకపోయాడు. ఆఫీసరు రాజారావు రిటైర్డు మిలిటరీ మనిషి ! కన్నీళ్లు నిట్టూర్పులు జాలిగా పెట్టిన ముఖాలు ఆయన్ని కరిగించవని చిదంబరానికి అర్థమైంది. క్రిందటి నెలలో విజయవాడ నుంచి వచ్చిన పార్టీ దగ్గర, వాళ్ళ లోన్ తప్పక శాంక్షన్ చేయిస్తానని డబ్బు తీసుకున్నప్పుడే అతనికి ఈ ఉద్యోగం పోతుందేమోననే అనుమానం వేసింది. అదే నిజమైంది. చిదంబరానికి ఆ క్షణంలో చాలా చిరాకు వచ్చింది. ఏం జీతాలు ! గొర్రెకి బెత్తెడు తోక అన్నట్టు

ఎప్పటికీ ఎదగవు. ఏ నాలుగేళ్ళకో ఏ స్ట్రయికులో చెయ్యగా, 10 రూపాయలు పెరిగితే బజారులో ధరలు రెట్టింపు అవుతాయి. ఎన్ని సంవత్సరాలు గడిచినా మార్పు వుండదు సంసారాలు పెద్దవవుతాయి. పిల్లాజెల్లా పెళ్లిళ్ళకి సిద్ధం అవుతారు. రోగం-రొష్టులంటూ ఎక్కడి డబ్బూ చాలదు. జీవచ్ఛవాల్లా బ్రతకాలి. చిదంబరానికి ఎన్నాళ్ళనుంచో ఈ గవర్నమెంట్ ఉద్యోగం మానేసి ఎక్కడైనా పది రూకలు సునాయాసంగా దొరికే ప్రయివేట్ కంపెనీల్లో చూసుకోవాలని వుంది. దానికి సమయం కలిసివచ్చింది. ఇదిపోతే దీని తాతలాటిది యింకోటి వస్తుంది. చిదంబరం వాళ్ళకీ, వీళ్లకీ తను ఉపయోగపడతాడు. అవసరం వస్తే వాళ్లని రెట్టింపు స్వప్రయోజనానికి ఉపయోగించుకుంటాడు. జీవితంలో యీ యిచ్చిపుచ్చు కోవటాలు లేకపోతే మనిషి బ్రతకటం చాలా కష్టం అని అతని నమ్మకం.

కొద్దిసేపటికి – ఆఫీసరుగారి గదిలోనుంచి, రాజీనామా కాగితం తప్పని సరిగా సమర్పించి, ధుమధుమలాడుతున్న ముఖంతో యివతలకు వచ్చాడు విసురుగా. బైటికి వెళ్లబోతున్న ఆయనకి వెనుకనుంచి "మామయ్యా" అన్న పిలుపు వినిపించింది.

చిదంబరం వెనక్కు తిరిగాడు. అక్కడ బెంచీమీద కూర్చునివున్న రవినిచూసి ఆశ్చర్యపోయాడు.

"యిదేమిట్రా రవీ ! యిక్కడున్నా వెందుకు ?" అన్నాడు.

"ఈ ఆఫీసులో క్లర్కు పోస్టు ఒకటి ఖాళీగా వుందిట మామయ్యా ! ఇంటర్వ్యూకి వచ్చాను" అన్నాడు రవి.

ఈ మాట వినగానే చిదంబరం ముఖం మాడిపోయింది. అయినా తమాయించుకుంటూ, "ఏమిటీ ! నువ్వా ! క్లర్కు పోస్టుకి వచ్చావా ?" అన్నాడు ఆశ్చర్యంగా.

"ఏం చెయ్యను మామయ్యా ! ఇంటి పరిస్థితులు అలా వున్నాయి."

"అవుననుకో ! కానీ-కర్మకాలి ఈ ఆఫీసులో వచ్చిందా నీకు ఇంటర్వ్యూ లాభం లేదురా అబ్బాయి, లే, పోదాం"

"ఏం ఎందుకని ?"

"ఈ ఆఫీసులో ఆఫీసరు వున్నాడే ఒట్టి కర్కోటకుడు. అలాటి వాడిని ఎక్కడా చూడం. నీలాటి కుర్రాళ్లు ఎంతోమంది ఇటువస్తున్నారు అటు పోతున్నారు. మాలాటి పెద్దవాళ్ళం సెలవు పెట్టడమో, ట్రాన్స్ఫర్లు చేయించు కోవటమో చేస్తున్నారు. ఆ రెండూ కుదరనివాళ్లు నాలాగా రిజైన్ చేసిపోతున్నారు."

"అదేమిటి ? అంత భయంకరమైన మనిషా !"

"భయంకరమా ! అబ్బా ఆ భయంకరం అనేది ఎంతో చెప్పటానికి మాటలు లేవు అనుకో. దుర్వాసుడు మళ్ళీ జన్మ ఎత్తాడని అనిపిస్తుంది. ఎంతో ఓపికగల వాడిని నేనే వేగలేక, ఇప్పుడే రిజైన్ యిచ్చి ఇంటికి వెళుతున్నాను."

"అలాగా !" రవి ముఖం నిరాశకి మారు పేరు అయింది.

"ఇంతలో ప్యూన్ వచ్చి రవిని, మిమ్మల్ని పిలుస్తున్నారు సార్" అన్నాడు.

రవి తటపటాయింపుగా చూసాడు.

"నా మాట మీద నమ్మకం లేకుంటే వెళ్లు. వెళ్లి నీ కళ్లతో స్వయంగా చూసిరా. నాకేం ఒక్క రోజులో నువ్వు ఆయన్ని కొట్టటమో ఆయన నిన్ను మెడబట్టి గెంటటమో జరగకపోతే, నా చెవి కోయించుకుంటాను, నీకసలే నిలువెల్లా అభిమానం, ఆయన ఒట్టి తొందరపాటు మనిషి. మీ ఇద్దరికీ కుదరదు. ఉప్పు నిప్పులా అవుతారు. నా మాట విను యింటికి పోదాం రా."

"ఉండు మామయ్యా ఒకసారి ఆయన్ని పలకరించి వస్తాను."

"అయితే నీ కర్మ, వెళ్ళు, సరేగానీ నీ పని అయిన తర్వాత ఇంటికి రావటం మర్చిపోకు, నువ్వు భోజనానికి వస్తానన్నావని రాధకి చెబుతాను" అనేసి వెళ్ళిపోయాడు.

రవి స్ప్రింగ్ డోర్ తెరచుకొని, లోపల అడుగు పెట్టే ముందు ఒక్క క్షణం ఆగి కాలర్ సవరించుకున్నాడు.

"స్ప్రింగు డోర్ వెనుక తటాపటాయిస్తున్న పాదాలు చూసి ఆఫీసరుగారు చిరాకుతో, "కమిన్" అని అరిచాడు.

రవి లోపలికి వచ్చాడు.

కుర్చీలో కూర్చుని వున్న ఆయన, గుమ్మం దాటి లోపల అడుగు పెట్టిన రవి, ఇద్దరూ ఒకరిని ఒకరు క్షణం సేపు చూపులతోనే కొలుచుకున్నారు.

"యూ ఆర్ మిస్టర్ రవికుమార్ !" ఆయన చూపులు అతన్ని నఖశిఖ పర్యంతం పరీక్షించినాయి.

"యస్ సార్" అతని జవాబులో వినయం కంటే హుందాతనమే ఎక్కువగా వుంది.

"ఎనీ ప్రీవియస్ ఎక్స్‌పీరియన్సెస్ ?"

"నో"

రవి యిచ్చిన సర్టిఫికెట్లు అందుకుని, పరిశీలనగా చూస్తున్న ఆయన తల సాంతం ఎత్తకుండానే, రవిని కూర్చోమని సైగ చేశాడు. కానీ రవి కూర్చోలేదు.

రవి సర్టిఫికెట్లు చూసినకొద్దీ ఆయన ముఖంలో సంభ్రమాశ్చర్యాలు తొణికిసలాడినాయి.

మధ్యలో తలెత్తి రవినీ, సర్టిఫికెట్లనీ మార్చి మార్చి చూశాడు. కానీ ఆయన ముఖంలో ప్రసన్నత రెప్పపాటులో మాయమైంది. కఠినంగా చూస్తూ "ఏమయ్యా! నీకేమైనా మతి వుందా ?" అన్నాడు. రవి నిటారుగా అయాడు.

"బి.ఇ., ఫస్టుక్లాసులో పాసయి, యీ క్లర్క్ పోస్టుకి కక్కుర్తి పడుతున్నావా? డామ్ షేమ్ ! వినటానికి నాకే సిగ్గుగా వుంది !"

రవి ఏదో చెప్పబోయాడు ఆయన వినిపించుకోలేదు. "అయినా, నీకు మతిలేకపోతే మీ తండ్రికైనా బుద్ధి వుండొద్దూ !"

రవి ముఖం ఆవేశంతో కందింది, కానీ ఎలాగో నిగ్రహించుకున్నాడు.

"ఇంతకంటే వెళ్ళి రోడ్లు వూడ్చుకోరాదుటోయ్ ?"

"ఆ పని చేయటానికి కూడా నేను సిద్ధంగానే వున్నానండీ ! కానీ యిచ్చేనాథుడే దొరకటంలేదు. ఎక్కడ కెళ్ళినా యీ ఫస్టుక్లాస్ బి.ఇ. డిగ్రీయే అడ్డొస్తోంది నాకు !" అన్నాడు రవి గంభీరంగా.

"చదువుకున్న మగాడు మాట్లాడే మాటలేనా యివి ? నిస్పృహతో నీళ్లు కారేవాళ్ళంటే నాకు ఎలర్జీ !"

"మా బాధ మీకేం తెలుస్తుందండీ ! మూడు సంవత్సరాలనుంచీ, వుద్యోగం కోసం తిరిగి తిరిగి విసుగుపుట్టింది. ఎక్కడ కెళ్లినా నో వేకెన్సీ బోర్డే! పెరటిదోవన ఉద్యోగం సంపాయించాలంటే అంచం యివ్వాలి. లేకపోతే రికమండేషన్ కావాలి. ఈ రెండూ చేయలేని మాలాటివాళ్ల గతి అడక్కండి ! చదువుకునేటప్పుడు ఎన్నెన్నో అనుకున్నాను. ఏవేవో చేయాలని కలలు కన్నాను. ఇంజనీరింగ్‌లో కొత్త కొత్త పద్ధతులు తేవాలని, దేశాన్ని ఉద్ధరించాలని ఆశలు అల్లుకున్నాను. యిప్పుడ నిపిస్తోంది. దేశంమాట దేవుడెరుగు ఆకలి చావులతో ప్రాణం పోగొట్టుకోకుండా నిలబెట్టుకుంటే అదే చాలని !"

"ఐసీ ! ఐ పిటీ యూ !" సానుభూతిగా చూశాడు.

"థ్యాంక్ యూ సర్ !" రవి వెళ్ల బోయాడు.

"అరే ! ఆగు ఏమిటా తొందర ? ఇంటర్వ్యూ అయిపోకముందే పోతావేం?"

"మీకు మతివుందా అని అడిగిన క్షణంలోనే ఇంటర్వ్యూ అయిపోయిందండి !" రవి సర్టిఫికెట్లు తీసుకోబోయాడు.

"అయిపోయిందని చెప్పటానికి నువ్వెవరివి ? నిన్ను యిక్కడి పిలిపించింది నేను ! ఆ మాట చెప్పాల్సిన వాడిని నేను !" అంటూ ఆయన సర్టిఫికెట్లన్నీ బొత్తిగా పెట్టాడు.

రవి వాటికోసం చెయ్యి చాచాడు.

ఆయన వాటిని భద్రంగా, డ్రాయరు సొరుగు తెరచి అందులో వుంచి తాళం వేస్తూ "రేపు ఆదివారం శెలవు. యింటికి వచ్చి కలువు !" అన్నాడు.

"సార్ ?" రవి ఆశ్చర్యంగా చూశాడు.

"ఏం ? వినిపించలేదా ? రేపు ఉదయం సరిగ్గా 10 గం.కి మా యింటి దగ్గర కనిపించు, ఇంటర్వ్యూ అయిపోయింది. నౌ యు కెన్ గో !"

ఆయన బెల్ నొక్కాడు.

ప్యూన్ లోపలికి వచ్చాడు.

"నెక్స్ట్ కాండిడేట్‌ని రమ్మను !" అన్నాడు.

రవి తికమకగా చూస్తూ గది బైటకి వచ్చాడు.

5

"నాన్నా ! చూడునాన్నా ! అక్కకొట్టిందీ ఊ ! ఊ !" పదేళ్ల చిట్టి బుడిబుడి రాగాలు తీస్తూ, కళ్ళు నులుముకుంటూ తండ్రి దగ్గరకు వచ్చింది.

చిదంబరం పడక గదిలో పాతకాలపుదిగా వున్న కొయ్యపెట్టె ముందు పెట్టుకుని, దానిలో వున్న డబ్బు లెక్క చూసుకుంటున్నాడు. ఈ రోజు అతని ఉద్యోగం ఉద్వాసన అయింది. మళ్ళీ యెక్కడైనా దొరకాలంటే ఎన్ని రోజులు పడుతుందో ఏమిటో ! ఈ లోపల దాచిన డబ్బు తీసి వాడాలి. ఈ ప్రపంచంలో డబ్బు ఖర్చుపెట్టి ఆనందంగా అనుభవించడం కొందరి స్వభావం అయితే, గడించిన డబ్బు దాచుకుని, చూసి మురిసిపోవడం కొందరి నైజం !" చిదంబరం రెండో కోవకి చెందినవాడు. దాచిన డబ్బు రోజూ కళ్ళారా చూసుకుని తృప్తి పడటం

తప్పు, అందులోనుంచి తీసి ఖర్చు పెట్టాలంటే ఆయన ప్రాణం మీదికి వస్తుంది. చిదంబరం బాంక్‌లని నమ్మడు, ఎప్పుడు ఏది దివాళా తీస్తుందోనని వెర్రిభయం. ఆయనకి, అదీ గాకుండా బాంక్‌లో వేస్తే గవర్నమెంటుకి లెక్క చెప్పాలి ! అందులో కొంత టాక్సు కట్టాలి ! ఎక్కడినుంచి వచ్చిందనే సవాలక్ష ఆరాలు చెప్పాలి. అదంతా చెప్పలేని యాతన. అతని యింట్లో పాతకాలం భోషాణం వుంది. దానిలో ఒక రహస్యమైన అరవుంది. అదే అతని బాంక్. చిదంబరం యింట్లోవున్నంత సేపూ, ఆ భోషాణం మీదనే కూర్చుంటాడు. వేసవి కాలంలో, వుక్కతో ప్రాణం వుక్కిరి బిక్కిరి అవుతున్నా, ఆ భోషాణం విడిచి బైట పడుకోడు.

చిన్న కూతురు ఏడుస్తూ దగ్గరకు రాగానే, చిదంబరం చప్పున డబ్బు కట్టలన్నీ కొయ్యపెట్టెలోకి తోసేసి, దాన్ని మూతవేసి భోషాణంలో దాచేశాడు. కూతురుని దగ్గరకు తీసుకుని, "ఎందుకమ్మా ! ఏమిటి ? ఏమైంది ? అన్నాడు యింతలో పెద్దకూతురు రాధ రయ్‌న అక్కడికి వచ్చింది "చూడు నాన్నా యిది, బావ వస్తున్నాడు కదా అని సున్నివుండలు చేసిపెడితే, దొంగతనంగా అవన్నీ తినేస్తోంది." అంటూ చిట్టి బుగ్గ పట్టుకు లాగి, నెత్తిన ఒక్కటి మొట్టింది.

"అబ్బబ్బ ! అట్లా కొట్టకే రాధా ! తింటే తిన్నదిలెద్దూ. చిన్నపిల్ల దాన్ని ఏమీ అనకు" చిదంబరం కూతురుని దగ్గరకు తీసుకున్నాడు.

"అంతేగానీ అక్కయ్యకి చెప్పకుండా అట్లా దొంగతనంగా ఎందుకు తిన్నావే అని దాన్ని కేకలు వేయవు. నువ్వట్లా అతిగారాబంచేసే దాన్ని మొద్దవతారంలా తయారుచేశావు. తింటే తిందిలే అంటావేమిటి ? రేపు ఏ కడుపు నొప్పో వస్తే ఎవరు చేస్తారు ?"

"నేను చేస్తాను సరేనా !" ఆయనకి చిన్న కూతురంటే ఎక్కడలేని ప్రేమ! చిట్టి వయసుకి 10-12 సంవత్సరాలున్నా, మానసికంగా బొత్తిగా ఎదగలేదు ఒట్టి వెర్రి బాగుల్ది, చూసినవి చెప్పేస్తుంది, అనుకున్నవి అడిగేస్తుంది.

"ఏమ్మా ! తిన్నావా సున్నుండలు ? యెన్ని తిన్నావు ?" అంటూ కూతురి బుగ్గలు నిమిరాడు.

"పది !" రెండు చేతుల అన్ని వేళ్లూ చూపిస్తూ అంది.

చిదంబరం కోపం అంతా రాధమీద విరుచుకు పడింది.

"అయినా నెయ్యి దొరక్క ఛస్తుంటే నువ్వు సున్ని వుండలు యిప్పుడెందుకు చేసినట్టు ?" అన్నాడు.

"బావ భోజనానికి వస్తున్నాడన్నావుగా ? రవి బావకి అవంటే యిష్టం? అందుకని చేశాను" అంది రాధ.

"నువ్విట్లా పిండివంటలతో కొంపంతా గుల్ల చేయొద్దు, అసలే నా ఉద్యోగం పోయింది, ఖర్చులు బాగా తగ్గించేయాలి రాధమ్మ తల్లీ" చిదంబరం మొత్తుకున్నాడు.

"ఉద్యోగం పోయిందా ? ఎందుకు ?" రాధ ఆదుర్దా పడింది.

"ఏం చెప్పమంటావు నన్ను ! రోజులు అసలు బాగాలేవు. ఆ ఆఫీసరు నా పాలిట ఒక సైతాన్ అయిపోయాడు."

"రాజారావుగారు మంచివారేగా నాన్నా ! నువ్వే మళ్ళీ ఏదో కక్కుర్తిపడి వుంటావు. ఆయన నీ ఆటలు సాగనివ్వలేదన్న మాట !"

"తండ్రిని అట్లా అనచ్చుటే రాధా ! నేను నానాగడ్డి కరిచి సంపాదించేది ఎందుకు ? నీ కోసం-చెల్లాయి కోసమే కదా !"

"అంత గడ్డి కరచి సంపాదించటం దేనికి నాన్నా ! రేపు నన్ను చిట్టిని గడ్డి తిన్నాయన కూతుళ్ళు అంటూ లోకం గేలిచేయదూ ?"

"నాకు మాత్రం సరదాటేమ్మా ! ఈ మండిపోయే ధరల్లో వాళ్ళిచ్చే జీతంలో ఏం తింటాం చెప్పు ?"

"అసలేం జరిగిందీ చెప్పు ముందు, జ్యోతి నా స్నేహితురాలేగా ! అవసరం అయితే జ్యోతి కాళ్లు, గడ్డం పుచ్చుకుని, వాళ్ళ నాన్నకి నచ్చచెప్పమని మళ్లీ బ్రతిమిలాడుకుంటాను !"

"అది ఇదివరకు అయిపోయిందిగా ఇక కుదరదు."

ఇంతలో వాకిట్లోంచి "మామయ్యా" అన్న పిలుపు వినిపించింది.

"అడుగో రవి వచ్చినట్టున్నాడు" అన్నాడు చిదంబరం.

"ఎవరూ ! రవి బావా !" రాధ సంతోషంగా వాకిట్లోకి ఎదురు వెళ్ళింది. రాధ-రవి లోపలకి వచ్చారు.

"రావయ్యా రా ! ఏమిటి విశేషాలు ? మీ నాన్న ఎలా వున్నాడు . కూర్చో!" అంటూ పరామర్శ చేశాడు చిదంబరం.

"బాగానే వున్నారు," అన్నాడు రవి కూర్చుంటూ.

"పొలం అమ్మేసారుటగా !"

"అవును మామయ్యా ! మా చదవులకి అప్పులు అయితేనూ !"

"అయితే మాత్రం ? చెట్లల్లే యిద్దరు కొడుకులు వుండగా బంగారంలాటి పొలం అమ్మేసారా ?"

"నా సంపాదనతో అప్పు తీరాలంటే ఈ లోపల తలకు మించిన వడ్డీ అయేట్టు వుంది, అందుకు అమ్మేసాం"

రాధ లోపలకి వెళ్ళి కాఫీ తెచ్చి తండ్రికి, రవికి ఇద్దరికీ యిచ్చింది.

"వేణు పాసయ్యాడా ?"

"లేదు మామయ్యా, పరీక్ష పోయింది. మళ్ళీ కట్టించాం."

"ఎన్నిసార్లు కట్టిస్తేనేంలే డబ్బు దండగతప్ప నన్నడిగితే నువ్వూ, మీ నాన్న యిద్దరూ కలిసి వాడిని చేతులారా పాడుచేస్తున్నారంటాను."

"అదేమిటి నాన్నా ! అలా అంటావు ?" అంది రాధ.

"లేకపోతే ఏమిటమ్మా, కాస్త కుదురు తక్కువ పిల్లాడని తెలిసి కూడా ఆ హాస్టల్లో వుంచటం ఏమిటి ? సినిమాలు – షికార్లతో యింకా విచ్చలవిడి అయిపోమని నేర్పటం కాదూ ! నా దగ్గర వుంచవయ్యా వాడి మంచి చెడులు నేను చూస్తాను అని ఎన్నిసార్లు చెప్పినా బావ వింటేనా. ఏం ? నే నే మైనా పరాయివాడినా ? మీ అమ్మకి పింతల్లి కొడుకునే కదా ? మా చెల్లెలే వుంటే నా మాట కాదనేదా ? యిలాటి అవసరాలు వచ్చినప్పుడు ఒకరికి ఒకరు కాస్త ఆసరాగా వుండకపోతే ఎలా ?"

"సరే మామయ్యా ! నాన్నతో చెబుతాను" అన్నాడు రవి.

"ఇంతకీ నీ ఇంటర్వ్యూ సంగతి ఏమైంది ?"

"ఆయన రేపు ఉదయం 10 గంటలకి వాళ్ళింటికి వచ్చి కలవమన్నాడు."

"అన్నాడూ, అంటే అంతే. వచ్చేటప్పుడు వట్టి చేతులతో మాత్రం రాకు అని దాని అర్థం. తెలుసుకో ?"

"లంచం యిచ్చే పద్ధతి అయితే ఇన్నాళ్ళూ నిరుద్యోగిగా ఎందుకు వుంటాను."

"అట్లా అనుకుంటే నువ్వాయన దగ్గరకి వెళ్ళనవసరంలేదు."

"ఛీ ! ఛీ రాజారావుగారు అలాంటి మనిషికాదు నాన్నా" అందిరాధ.

"నువ్వూరుకోమ్మా నీకేం తెలుసు. ఆ పెద్దమనిషితనం, ఆ డాబు అదంతా ఒక మేలి ముసుగు !"

"అయితే తప్పకుండా వెళతాను. వెళ్ళి నాలుగు కడిగివస్తాను !" అన్నాడు రవి ఆగ్రహంగా.

"ఇక భోజనానికి లెండి" అంది రాధ వంటింట్లోకి వెళ్లబోతూ.

"నేను చేసేవచ్చాను మామయ్యా" అన్నాడు రవి.

చిదంబరం ముఖం వికసించింది. కాని, పైకి కోపం నటిస్తూ "చేసివచ్చావా, ఇక్కడేమో మేము నీ కోసం ఎదురు చూస్తుంటే ! రాధ నీ కోసం యిష్టమని ఏవేవో చేసింది బంగాళాదుంపలు వేపుడుట, మజ్జిగ పులుసుట ! పరమాన్నంట ! పులిహోరట ! దాని మొహంట ! నా మొహంట !"

వంట యింట్లోకి వెళ్ళబోతున్న రాధ తండ్రి అబద్ధాలు విని ఆశ్చర్య పోయింది.

"అయ్యో ! రాధ ఇంత ఆర్భాటం చేస్తుందని అనుకోలేదు మామయ్యా ! లేకపోతే తప్పకుండా భోజనానికి వచ్చి వుండే వాడిని !" రవి నొచ్చుకున్నాడు.

"ఏమిటో మావి పిచ్చి ఆపేక్షలనుకో ఈ కాలం వాళ్ళకి నచ్చవు. అవి తగ్గించుకుందామనుకున్నా తగ్గవు, అందులో మీ అమ్మవుందే అదంటే నాకు ప్రాణం! నిన్ను చూసినా, వేణుని చూసినా నాకు దాన్ని చూసినట్ట వుంటుంది." చిదంబరం చిన్నప్పటి సంగతులు చెప్పటం ప్రారంభించాడు.

6

చాలా అధునాతనంగా, చాలా సింపుల్‌గా వున్న యిల్లు అది. ఆ యింట్లో వంట గదిలో ఇరవై రెండు సంవత్సరాల అమ్మాయి వంట చేస్తోంది. ఆమె ఖంగారు, ఆ తొందరచేస్తున్న చూస్తే వంట చేయటం కొత్త అని తెలుస్తూనే వుంది. పచ్చిమిరపకాయలు తరిగిన చేత్తో ముక్కు నలిపినట్టుంది ముక్కునీళ్లు, కారుతూ మంట పుడుతుంటే జేబురుమాలుతో మాటిమాటికి వత్తుకుంటూ ఎగబీలుస్తోంది. కూరలో పసుపు వేసిన చేతితో, చెంపమీద జారుతున్న జుట్టుని చెవి పక్కకి నెట్టుకోవటంలో, చెక్కిలిమీద పసుపుమరక అయినట్టు ఆ అమ్మాయి చూసుకోలేదు. చాలా ఉత్సాహంగా వంట చేస్తూ గబగబా అటూ ఇటూ తిరుగుతూండటంవల్ల ముఖం నిండా చిరుచెమటలు అలుముకొని, బొట్టు చెరిగి పొడుగ్గా ఒక పక్కకి తోకచుక్కలా అయింది.

ఇంతలో నల్లటిరగ్గు నిండుగా కప్పుకొని, వంటమనిషి సింహాచలం "అమ్మాయిగారూ !" అని పిలుస్తూ అక్కడికి వచ్చాడు. వంట చేస్తున్న జ్యోతిని చూడగానే, ఒక్క నిముషం అలాగే నిలబడిపోయాడు. "అయ్యయ్యో ! అమ్మాయిగారూ మీరు వంట చేస్తున్నారా ? డాక్టరు దగ్గరకు వెళ్ళి మందు తెచ్చుకుని యిప్పుడే వస్తానని మీకు చెప్పే వెళ్లాను కదండీ ! ఎందుకంత తొందరపడ్డారు. మీరు పనిచేయటం నాన్నగారు చూస్తే ఇంకేమైనా వుందా ? నన్ను నిలుచున్న ఫళంగా షూట్ చేస్తారు. పిల్లలు గలవాడిని" అంటూ లబలబలాడాడు.

"జ్యోతి కూరదించి గిన్నెలో సర్దుతూ, డాక్టరేమన్నాడో చెప్పు" అంది.

"ఏమంటాడు ఈ డాక్టర్లున్నారే జబ్బు త్వరగా తగ్గిపోయినా వైద్యం మానరు. జ్వరం ఇంకా వుందిట, బాగా విశ్రాంతి తీసుకోమన్నారు.

"మరి ఇంకా ఇక్కడ నిలబడ్డావేం . వెళ్ళు డాక్టర్ చెప్పినట్టు చెయ్యి"

"కానీ యీ పూట వంట."

"నేను చేసేస్తానుగా! పోయి నిశ్చింతగా పడుకో, నువ్వు వస్తే నన్ను వంట యింట్లోకి రానివ్వవనే నువ్వు వచ్చే లోపల చేసేశాను. చూడు సింహాచలం! ఈ రోజే కాదు. నీ జ్వరం బాగా తగ్గి, నీకు ఓపిక చిక్కేవరకూ నువ్వు వంట యింట్లోకి రావద్దు. అప్పటివరకూ ఇది నా డ్యూటీ, నాన్నగారికి తెలియాల్సిన అవసరంకూడా లేదు."

"కానీ."

"కానీ లేదు గీనీలేదు, ఇదుగో చూడు. ఈ రోజు నేను బద్ధకించి నీచేత వంట చేయించాననుకో, నీ ఫ్లూ మాకు అంటుతుంది. నీకు సరిగ్గా విశ్రాంతి లేకపోతే యింకో నాలుగు రోజులు పడక పెట్టే ప్రమాదం వస్తుంది. నాన్నగారు ఏమీ అనరు, నేను అంతా చూసుకుంటాను. నువ్వు వెళ్ళి పడుకో. ఏది? ఆ మందు చీటీ ఇలా యివ్వు ! ఎప్పుడెప్పుడు ఇవ్వాలో చూస్తాను, నీకు గుర్తువుంటుందో లేదో నేను టైమ్ ప్రకారం యిస్తాను." అంటూ, మందు చీటీ తీసుకుంది.

సింహాచలం ముఖంలో కృతజ్ఞత వెల్లివిరిసింది.

"మా అమ్మాయిగారు దేవత !" అన్నాడు.

"ఊ ! దేవతకాదు, దెయ్యంకాదు. వెళ్లి పడుకో !" అంటూ కసిరింది.

జ్యోతిది అచ్చు తండ్రి స్వభావమే ! పొగడ్తలంటే గిట్టదు.

వంట మనిషి వెళ్లాడు.

జ్యోతి వంటయింట్లో పని ముగించుదుని, చేతులు తుడుచుకుంటూ "మల్లమ్మా! మల్లమ్మా!" అని బిగ్గరగా పిలుస్తూ హాల్లోకి వచ్చింది. హాలు మధ్యగా యిల్లు తుడిచేగుడ్డ పడివుంది. బకెట్‌లో నీళ్లు వున్నాయి. పని మనిషి చేస్తున్న పని మానేసి, ఓ పక్కగా నిలబడి నోట్లో బారాటి చుట్ట పెట్టుకుని, గుప్‌గుప్‌మని పొగపీల్చి వదులుతోంది.

ఆ దృశ్యం చూడగానే జ్యోతి మండిపడింది.

"ఏయ్ మల్లమ్మా! యింట్లో పనిచేసేటప్పుడు చుట్ట కాల్చకూడదని ఎన్నిసార్లు చెప్పాను నీకు!" అంది కళ్ళెర్రచేస్తూ.

మల్లమ్మ రవంతకూడా భయపడలేదు.

చుట్ట కాల్చటం నా జన్మహక్కు అన్నట్టు చూస్తూ కూచుంది.

"నీకే చెప్పేది ? వినిపించటంలా ?" కసిరింది.

"ఏంటమ్మా ! యీ చాకిరీ యిప్పుడు తెములుద్దా ! పొద్దుట లేవగానే కాఫీచుక్క పడితేగాని మీ పేనం ఎట్టా నిలవదో, గంటకోసారి యిది కాలిస్తే గాని నాకూ నిలవదు" అంటూ చుట్టనుసి క్రింద దులిపింది.

"ఏమిటా దులపటం. యిది యిల్లనుకున్నావా ? గొడ్లపాక అనుకున్నావా? క్రిందంతా చూడు ఎంత నుసి రాలిందో ?"

"నుసికేమిటమ్మా ! తుడిస్తే అదే పోతుంది" కాలితో రాసింది.

"ఛీ, ఛీ ! వెధవకంపు ! ఇల్లంతా చుట్టేసింది." జ్యోతి ముక్కు చిట్లించి ముఖం వెగటుగా పెట్టింది.

"మీరు రాసుకునే సెంట్లుకంటే బాగానే వుంటుంది ."

"నోర్మూయ్ చిన్నా పెద్దా లేకుండా ఏమిటా మాటలు యింకోసారి యింట్లో పని చేస్తుండగా నీ చేతిలో అది చూశానంటే –"

"ఏం చేస్తావేం ? తలతీసి మొలేస్తావా ?"

"అట్టే వాగావంటే యిప్పుడే మెడపట్టి గెంటుతాను జాగ్రత్త !"

"ఓ యబ్బో అన్నారు, నీకింత కష్టం దేనికిలే, నేనే పోతానులే !"

"పోతే పో. మళ్లీ ఈ గుమ్మం ఎక్కకు ! పనిచేసుకోవటం చేతకాని వాళ్ళ దగ్గరకెళ్లి బెదిరించు."

"అబ్బో ! ఎప్పుడు చూసినా ముక్కుమీద కోపం నీకు, చూస్తాను. ఎవత్తి వస్తుందో యీ యింటికి పని చేసుకుంటుందట చేసుకో చూద్దాం. రెండు రోజులు గిన్నెలు తోమితే తెలుస్తుంది పస."

అంటూ విసవిసా నడిచి వెళ్లిపోయింది.

"యిదుగో ఏయ్ నిన్నే ! ఈ చుట్టనుసి తుడిచి వెళ్ళు" జ్యోతి కేకలు పెట్టింది.

మల్లమ్మ వెనక్కి తిరగలేదు మహారాణిలా నడిచి వెళ్ళిపోయింది.

జ్యోతి ఒక్క క్షణం నిశ్చేష్టురాలిలా నిలబడిపోయింది. ఆవేశంతో వుక్కిరి బిక్కిరి అయిపోతున్నట్లుగా చూసింది. ఆ వెంటనే తల ఎగరేసి, పమిట చెంగులాగి, తిప్పి నడుంలో దోపుకుంది. చీర కుచ్చెళ్లు పైకి కుక్కుకుంది. క్రింద పడివున్న గుడ్డతీసి నీళ్ళలో ముంచి, గబగబా యిల్లు తుడవసాగింది. ఆ రోజున, ప్రప్రధమంగా మల్లమ్మ పనిచేస్తానని వచ్చినప్పుడే, తండ్రి "యిది గజ్జల గుర్రంలా వుందమ్మా మనకి వద్దు, వేరే మనిషిని చూసుకుందాం !" అని హెచ్చరించాడు. తనే వినలేదు. వాళ్ళని బాగా చూస్తే వాళ్లు బాగా చేస్తారు. అనుకుంది, మల్లమ్మ అక్కడంతా రాల్చి వెళ్లిన నుసి చూసేసరికి జ్యోతికి యింకా ఒళ్లుమండింది.

"తింటానికి లేకపోయినా పొగరుమాత్రం చాలా వుంది. యిలాటి వాళ్లు గంగిరెద్దుల్లా తిరగడం తప్ప పనిచేయరు" అని సణుక్కుంటూ పనిమనిషి మీద కోపం అంతా నేలమీద చూపిస్తూ, విసురుగా తుడవసాగింది.

అదే సమయంలో రవి లోపలకు అడుగుపెట్టాడు. ఎండలో వచ్చిన అతను సరిగ్గా జ్యోతిని గమనించలేదు. గమనించినా జ్యోతి యింటి యజమానురాలిలా గుర్తుపట్టేట్టు లేదు ! "ఇదుగో ఏయ్ అమ్మీ ! నిన్నే మీ అయ్యగారున్నారా యింట్లో ?" అని అడిగాడు.

జ్యోతి నిటారుగా అయింది. ఆ వచ్చిన పెద్దమనిషెవరో తనని పనిమనిషి అనుకోవటం చూసి ఇంకా ఉగ్రురాలు అయింది ! ఒకసారి చేతిలో గుడ్డని చూసింది. వెనక్కు తిరగబోయి ఆగి, అతనిమాటే వినపడనట్టు తన పని చూసుకోసాగింది.

"అమ్మాయ్ ! నిన్నే" రవి రెండోసారి పిలిచాడు.

జ్యోతి పలకలేదు, ఉలకలేదు.

"కర్మ ! చెవిటిమేళం కాబోలు" సణుక్కున్న అతను చేతులు బిగ్గరగా తట్టాడు.

"మీ అయ్యగారున్నారా యింట్లో ?" బిగ్గరగా అడిగాడు.

"లేరు" జ్యోతికూడా బిగ్గరగా అంది తిరిగి చూస్తూ.

రవి ఆ అరుపుకి చెవులు మూసుకున్నాడు. జ్యోతి ముఖంమీద చెరిగిన బొట్టు, బుగ్గన పసుపురంగూ చూడగానే, అతనికి ఫక్కున నవ్వు వచ్చింది. ఎలాగో నవ్వు ఆపుకుని, సోఫాలో కూర్చుంటూ, "కాసిని మంచి నీళ్ళు తెచ్చి పెట్టు" అన్నాడు.

జ్యోతి చేతిలో తడిగుడ్డతో, బకెట్‌తో మురికినీళ్ళతో అతని దగ్గరకు వచ్చింది.

"ఎవరు కావాలి ?" అంది తీక్షణంగా చూస్తూ.

"రాజారావుగారు."

"ఆయన లేరు యింట్లో, ఇప్పుడు రారు !"

"ఫర్వాలేదు. వచ్చేవరకూ కూర్చుంటాను ! మంచినీళ్ళు తెచ్చిపెట్టు" ఈ అమ్మాయెవరోగాని, పనిమనిషి మాత్రం కాదని అతను గుర్తించాడు.

జ్యోతి ముఖంవైపు చూసిన అతనికి మళ్లీ నవ్వు వచ్చింది ! కానీ పెదవుల మధ్య బంధించాడు.

అతను బలవంతంగా ఆపుకుంటున్న నవ్వు జ్యోతికి మరో రకంగా తోచింది. తండ్రిలేడని చెబుతున్నా, తీరికగా కూర్చోవటం చూసి యింకా చిరాకు వేసింది.

"ఏయ్ మిష్టర్ గెటప్ !" అంది.

"ఏమన్నావు ?"

"గెటప్ ! ఊ ! ఊఁ" చూపుడు వేలు చూపించింది.

రవికి ఒళ్లు మండింది.

"ఇదుగో–" లేవకుండానే కోపంగా చూశాడు, నవ్వాగలేదు.

"షటప్ !"

"ఏమిటీ ?" అని చటుక్కున లేచాడు.

"ఐసే షటప్ అండ్ గెటవుట్ !"

"యూ ! బ్లడీ వుమన్ ! మాటలు సరిగ్గా రానీ" రవి ఆవేశంగా ఒక అడుగు ముందుకువేశాడు.

జ్యోతి దూకుడుగా రెండడుగులు దగ్గరకు వచ్చింది.

"ఇదుగో ! యింకొక్క క్షణం యిక్కడున్నావంటే ఈ నీళ్ళెత్తి నీ మోహాన పోస్తాను," అంటూ బకెట్ అందుకుంది.

"ఏమ్ ! ఆగాగు" అని ఖంగారుగా బకెట్ పట్టుకుని బలంగా ఆపేశాడు యింకొక్క క్షణం ఆలస్యం అయివుంటే - ఏం జరిగివుండేదో !

కానీ యింతలో రాజారావుగారు దేవుడిలా బైటనుంచి వచ్చాడు. ఆయన వస్తూనే కూతురిని చూసి, "ఏమిటమ్మా ! ఏమైంది !" అన్నారు. ఖంగారుగా, జ్యోతికి ఏడుపువచ్చినంత పనైంది.

"చూడుడాడీ ! ఈ జెంటిల్‌మెన్ ఎవరో మనింటికివచ్చి నన్నే ఇన్సల్టింగ్‌గా మాట్లాడుతున్నాడు."

"డాడీ !" ఈ మాట వినగానే రవికి కళ్లు తిరిగినంత పనైంది.

రాజారావుగారు రవివైపు తిరిగారు. అతన్ని చూడగానే ఆయన కోపంమాటే మర్చిపోయినట్లుగా వికసించిన ముఖంతో "ఎంతసేపయింది వచ్చి. కూర్చోవయ్యా కూర్చో !" అన్నారు సాదరంగా. "అమ్మాయి జ్యోతీ !" అంటూ ఉత్సాహంగా కూతురివైపు తిరిగిన ఆయన, హఠాత్తుగా జ్యోతి ముఖం, చేతిలో యిల్లు తుడిచేగుడ్డ, పైకి దోపిన కుచ్చెళ్ళూ చూసి నీళ్లుకారినట్టుగా, "అమ్మా ఏమిటీ ఈ అవతారం ?" అన్నారు.

"పని మనిషి ఇల్లు సగం తుడుస్తూ, పోట్లాడిపోయింది డాడీ ! ఆ పని నేను పూర్తిచేస్తున్నాను" అంటూ చప్పున చీర కుచ్చెళ్లు క్రింది ! దింపింది.

"ఐసీ ! అదన్నమాట ఆ విసురంతా" అన్నాడు రవి అర్థమైనట్టుగా జ్యోతి ఆ మాటలకి పెదవులు తిప్పింది.

"డాడీ ! ఈ శాల్తీ ఎవరు ?" అంటూ ఆరా తీసింది.

"ఈ శాల్తీయా, పురుషోత్తం అని ఒక బడుద్దాయి వున్నాడు లేమ్మా, వాడి కొడుకు !"

"సార్" - రవి కష్టంగా చూశాడు.

"ఏమయ్యా ! మీ నాన్నని బడుద్దాయి అన్నానని నీకు కష్టంగా వుందా? వాడు బడుద్దాయి అనేకాదు ఏ పేరుతో నైనా పిలిచే హక్కు నాకుంది. ఇక్కడే ఇప్పుడే గనక మీ నాన్న వుంటే, నా యీ మాట వినగానే 'ఒరే రాజిగా ! నీ కెన్నేళ్ళు వచ్చినా, నీ బుద్ధి కాస్త కూడా మారలేదురా!' అంటూ నన్ను కౌగలించుకుని వుండేవాడు తెలుసా ?"

రవి అయోమయంగా చూశాడు.

జ్యోతి ఉత్సాహంగా వెంటనే అంది, అయితే డాడీ ! పురుషోత్తం అంటే, మీ చిన్నప్పటి ఫ్రెండ్, పల్లెటూరిలో చదువుకునేటప్పుడు కలిసి చెట్లెక్కి ఎవరి దొడ్లోనూ కాయలు బ్రతకనిచ్చే వాళ్ళం కాదని, చెరువులోపడి ఈతలు కొట్టేవాళ్ళమని మీరు చెబుతూ వుంటారే ?"

"అవునమ్మా ! వాడే ! ఆ పురుషోత్తంగాడే !"

దిమ్మెరపోయినట్లు చూస్తున్న రవికి ఏదో స్ఫురించింది.

"సార్ ! రాజారావు అంటే - మా నాన్న చిన్నప్పుడు మేనమామ దగ్గర వూర్లో చదువుకునేటప్పుడు రాజిగాడు అనే స్నేహితుడితో కలసి, సైకిల్ మీద చక్కర్లు కొట్టేవాళ్ళమని, దానిమీదనే సెకండ్‌షో సినిమాలకి చెక్కేసే వాళ్ళమని, ఒకసారి అలా వెళ్లి తిరిగివస్తుంటే పోలీసు చూసి డబుల్స్ ఎక్కారని చక్రంలో గాలితీసేస్తే దాన్ని మోసుకుంటూ తెల్లవార్లూ నడిచి యింటికి వచ్చి పెద్దవాళ్ళచేత బడితపూజ చేయించుకున్నామని చెబుతూ వుండేవాడు."

"ఆ ! ఆ రాజుగాడిని నేనే! రాజారావుని, మీ నాన్నకి అది గుర్తుందీ. అయితే నన్ను మర్చిపోలేదన్న మాట !" ఆ రోజున పెద్దవారు కొడుతుంటే మా మొహాలు మీరు చూడాల్సిందే" అంటూ ఆయన విరగబడి నవ్వసాగారు.

రవి కూడా నవ్వాడు.

"మంచినీళ్లు కావాలా ?" జ్యోతి చిలిపిగా అడిగింది.

రవి ఏదో అనబోయి రాజారావుని చూసి తమాయించుకున్నాడు.

"కూర్చోవయ్యా ! కూర్చో. నిన్న నీ సర్టిఫికెట్స్ వివరాల్లో మీ నాన్న పేరు చూడగానే ఎంత సంతోషం వేసింది అనుకున్నావు ! అది ఆఫీసు అయిపోయిందిగానీ లేకపోతే నిన్ను ఎత్తుకుని గిరగిరా తిప్పి వుండేవాడిని."

"నయమే నడుం నొప్పి వచ్చుంటే మీ అమ్మాయి నన్ను తిట్టి వుండేది."

జ్యోతి మంచినీళ్లు తెచ్చి యిచ్చింది.

"థ్యాంక్స్ !" రవి అందుకుని గటగటా త్రాగేశాడు.

"ఒక్క మంచినీళ్ళకేనా, అమ్మా జ్యోతీ రవి ఈ పూటకి ఇక్కడే భోజనం చేస్తాడు. ఏర్పాట్లు చూడు" అన్నారాయన.

ఈ మాట వినగానే జ్యోతి ముఖం నల్లబడినట్టు అయింది. అది గమనించిన రవి, ఎందుకులెండి నాకు పనుంది ! ఇంకోసారి వస్తాను." అన్నాడు.

"నాన్సెన్స్, ఈ వాయిదాల బేరం నాదగ్గర కుదరదు. నిన్ను అప్పుడే ఎలా వెళ్ళనిస్తాను. మీనాన్న ఎలా వున్నాడు ? ఏమిటి కథ, చెప్పు. అమ్మా జ్యోతీ వంట ఫస్టుగా వుండాలన్నానని సింహాచలానికి చెప్పు. రవి మళ్ళీ తనంతట తనే అడక్కుండా భోజనానికి వచ్చేట్టుండాలి." అంటూ హెచ్చరించారు.

జ్యోతి చేదు తిన్నట్టుగా చూసి, తల వూపి వెళ్ళిపోయింది.

7

రవి, రాజారావు భోజనానికి వచ్చి కూర్చున్నారు. టేబిల్ మీద రెండే ప్లేట్లు పెట్టి వుండటం చూసి, "ఏమ్మా, నువ్వు కూర్చోవా మాతో !" అన్నారు.

"నేను వడ్డిస్తాను డాడీ ?" అంది జ్యోతి.

"గుడ్ ! గుడ్ ! ఏం అలా తలుచుకున్నావు యివాళ !" అన్నారాయన.

రవి వాష్ బేసిన్ దగ్గర చేతులు కడుక్కుంటుంటే జ్యోతి టవల్ తెచ్చి అందించింది.

"ఐయామ్ సారీ ! ఇందాక మీ గురించి క్షమించలేనంతగా పొరబడ్డాను, ఎక్స్క్యూజ్‌మీ !" అన్నాడు రవి నొచ్చుకుంటూ.

"మిమ్మల్ని నేను క్షమించనండీ !" అంది జ్యోతి సీరియస్‌గా.

"క్షమించరూ ?"

"ఉహుఁ ! క్షమించనుగాక ! క్షమించను ! ఎందుకంటే – మీరు జీవితాంతం ఎప్పటికీ అలా దోషిగా నా ముందు నిలబడాల్సిందే. ఈ రోజు చాలా పెద్ద ప్రమాదం తప్పింది. నాన్నగారు రావటం యింకో క్షణం ఆలస్యం అయివుంటే ఆ మురికి నీళ్ళతో మిమ్మల్ని స్నానం చేయించి వుండేదాన్ని," జ్యోతి చిలిపిగా అంది.

రవి కూడా నవ్వాడు.

"నేనే అంత తక్కువవాడిని అనుకున్నారా ? మీరలా పోసివుంటే మీ చెయ్యిపట్టి బాత్ రూమ్‌లోకి లాక్కెళ్ళి ! మీ చేతనే తలకి స్నానం చేయించుకునిగాని, వదిలేవాడిని కాదు."

"అబ్బో ! అంత సమర్థులా!"

"మరి కోపం మీ ఒక్కరిసొమ్మేనా ?"

జ్యోతి సమాధానం చెప్పలేకపోయింది.

ఇంతక్రితం ముందుగదిలోనుంచి తడిసి, మాసినచీర మార్చుకోవటం కోసం తన గదిలో అడుగుపెట్టిన జ్యోతి ఎదురుగా నిలువుటద్దంలో తన ముఖం చూడగానే గతుక్కుమన్నట్టు ఆగిపోయింది. నుదుటిమీద తోక చుక్కలా వంకరసాగిన బొట్టు, చెంపలమీద పసుపురంగు, ఎర్రబడిన ముక్కు క్షణంసేపు అలాగే తన ప్రతిబింబాన్ని చూసుకున్న జ్యోతి ఫక్కున నవ్వేసింది. పాపం ఆ పెద్దమనిషి మీద అనవసరంగా ఆగ్రహపడింది తను. ఈ రూపం చూస్తే పనిపిల్లకాదు పిచ్చిపిల్ల అనేట్టుగా వుంది. జ్యోతి గబగబా బాత్‌రూమ్‌లోకి పరుగెత్తి ముఖం కడుక్కుని బట్టలు మార్చుకుని వచ్చింది.

రవి వాష్ బేసిన్ దగ్గర చేతులు కడుక్కుని, జ్యోతి యిచ్చిన టవల్ అందుకుని చేతులు తుడుచుకుని రాగానే, రాజారావుగారు ఉత్సాహంగా ఆహ్వానించారు.

"రావోయ్ రా ! మా పట్టణవాసం భోజనం మీ పల్లెటూరు భోజనంలా ఘాటుగా, కారంగా వుండదు. చప్పచప్పగా వుంటుంది ! మొహమాట పడకుండా భోజనం చెయ్యి." అంటూ తను ఉపక్రమించారు.

ఆయన పప్పు అన్నం కలిపి నోట్లో పెట్టుకోగానే ముఖం అష్ట వంకరలు తిరిగింది. "అబ్బా !" అంటూ చెవి మూసుకున్నాడు.

"ఇదుగో ఆ పప్పు తినకు, ఉప్పుకషాయం, ఆ కూర కలుపుకో" అంటూ హెచ్చరించారు.

రవి కూర అన్నం ఒక ముద్ద తినగానే కళ్ళలో గిర్రున నీళ్లు తిరిగాయి. వెంటనే గ్లాసెడు మంచినీళ్లు గటగటా తాగేశాడు.

రాజారావు కోపంగా, "సింహాచలం, సింహాచలం" అంటూ గావుకేకలు పెట్టారు.

"లేడు డాడీ !" అంది జ్యోతి భయంగా.

"లేడా ! ఎక్కడ చచ్చాడు ?"

ఒంట్లో బాగాలేదు డాడీ పడుకున్నాడు. వంట సింహాచలం చేయలేదు" అంది నసుగుతున్నట్టుగా.

"సింహాచలం చెయ్యలేదూ ! అదీ అలా చెప్పు హోటల్ నుంచి తెప్పించానని చెప్పలేదేమ్మా ! ఇదుగో రవీ హోటల్ వాళ్లున్నారే ! ఎంత సేపూ డబ్బు కాజేద్దామనే ధ్యాసే తప్ప"

"ఈ వంట మీ అమ్మాయి చేసిందనుకుంటానండీ"

"ఏమిటి ?" ఆయన కూతురువైపు చూశారు. జ్యోతి అవుననన్నట్టు తల వూపింది.

"నువ్వా! నువ్వు వంట ఎప్పుడు నేర్చుకున్నావమ్మా." ఆయన రవి వైపు తల తిప్పారు.

"అయినా నీకెలా తెలిసింది ?"

"ఈ ఉప్పులూ కారాలు చూస్తే" జ్యోతి వైపు అర్థోక్తిగా ఆగిపోయాడతను.

"సరిపోయిందో లేదోనని, మళ్లీ ఒకటి రెండుసార్లు కాస్త, కాస్త చిలకరించాను డాడీ" బాగా ఎక్కువయ్యాయా ?"

"అబ్బే లేదమ్మా, ఏదో రోజు కంటే కాస్త ఎక్కువగానీ, కూర బ్రహ్మాండంగా వుంది. పప్పు ఇంత రుచిగా వుండటం నేనెప్పుడూ చూడలేదు." అంటూ ఆయన గబగబా తినసాగారు.

"ఏమోయ్ ఏమంటావు ?" అంటూ రవికి కూర వడ్డించబోయారు.

"నిజమేనండీ బ్రహ్మాండంగా వుంది. నేనెప్పుడూ ఇలాటి వంట తినలేదు. ఇక నాకు చాలండీ" ంటూ రవి వారిస్తూ రెండు చేతులూ అడ్డుపెట్టాడు, భోజనాలు అయినాయి.

రవి, రాజారావు ఇద్దరు ముందు గదిలోకి వచ్చి కూచున్నారు.

రాజారావుగారు పుల్లతో పళ్ళమధ్య ఇరుక్కున్నవి లాగుతున్నారు.

రవి పుస్తకము తిరగేస్తూ కూర్చున్నాడు.

రాజారావుగారు రవి వైపు పరీక్షగా చూస్తూ "బి.ఇ. ఫస్టు క్లాసులో పాసయిన నీకు ఇన్నాళ్లు ఉద్యోగం దొరకలేదంటే–డామ్‌షేమ్, వినటానికి నాకే ఎలాగో వుంది" అన్నారాయన.

"మీకు తెలిసినవాడిని నేను ఒక్కడినే. నాలాంటి వాళ్ళు ఇంకా చాలామంది వున్నారు" అన్నాడు రవి.

"అవునూ, నువ్వు ఉద్యోగమే కావాలని ఎందుకు కూర్చున్నావు ? ఏదయినా బిజినెస్ చూసుకోకపోయావా ?"

"నేనా ?"

"అవును, ఏం సాధ్యం కాదంటావా ?"

"ఎందుకు సాధ్యం కాదండీ ! మొదట నేను అనుకున్నది కూడా అదే, బిజినెస్ అయితే వ్యక్తిగతంగా స్వతంత్రంగా వుంటుంది. ఒకగి ముందు తలవంచ నవసరంలేదు. వూహలయితే బోలెడన్ని వున్నాయి. కాని స్తోమతే లేదండీ బిజినెస్ అనగానే పెట్టుబడి కావాలి."

"అదేమిటోయ్ గవర్నమెంట్ యీ బాంక్స్ ద్వారా ఈయ లోన్స్ అనేది పెట్టింది ఎందుకు ? నీ లాంటివాళ్ల కోసమే కదా !"

"దానిక్కూడా ఏవో హామీలు సవాలక్ష కావాలి అంటున్నారు."

"నీకెందుకు నువ్వు అప్లికేషన్ పెట్టు ఆ హామీలూ, అవస్థలూ అన్నీ నేను చూస్తాను."

"యింతకీ ఏం బిజినెస్ డాడీ !" జ్యోతి మామిడిపళ్ళ ముక్కలు గాజు ప్లేటులో పెట్టి తెచ్చి యిద్దరికీ అందించింది.

"తీసుకోండి పాపం, అర్థాకలితో లేచినట్టున్నారు" అంది రవిని.

"మీరు కమ్మటి పెరుగు వడ్డించారు. పెరుగుంటే నేనెప్పుడూ అర్ధాకలితో లేవను" అన్నాడు రవి.

"అవును" ఏం బిజినెస్ అయితే బాగుటుంది ? ఏదయితే మార్కెట్టులో ఎక్కువ పోటీ వుందో అది చూసుకోవాలి."

"పోటీ వుంటే మాత్రమేం ! ఆడవాళ్ళ చెప్పులు, గాజులు బిజినెస్ పెడితే బ్రహ్మాండంగా వుంటుంది డాడీ !" జ్యోతి కొంటెగా చూసింది.

"నేను ఇంజనీర్ నండీ," రవి గుర్తు చేశాడు.

రాజారావుగారు, ఆలోచనగా తింటున్న మామిడిపండు ముక్కలు చూశారు. ఆ...రున కళ్ళలో తళుక్కున ఆలోచన మెరిసింది.

"గుడ్ ! ఎక్సలెంట్ ! నువ్వు ఈ బిజినెస్ పెట్టవచ్చునోయ్," అంటూ ...టున్న ప్లేట్లు చూపించారు.

"ఏదీ గాజు ప్లేటు తయారుచేయటమా డాడీ ?" అంది.

"కాదమ్మా ! పళ్ళు నిలవచేసేది ! ఫ్రూట్ కేనింగ్ ఇండస్ట్రీ మన ఆంధ్రాలో ...రకాల పళ్లు విరివిగా దొరుకుతాయి. ఇవి నిలవచేసే వ్యాపారం, విదేశాలకి ...హా పంపవచ్చు".

"నిజమేనండీ ! మీ సూచన బాగానే వుంది కాని."

కానీలేదు, గీనీలేదు, నేను వచ్చి మీ నాన్నతో మాట్లాడి సెటిల్ చేస్తాను. నువ్వు ఆ వివరాలన్నీ తెలుసుకో ! దీనికింక తిరుగులేదు."

జ్యోతి ఉత్సాహంగా చప్పట్లు కొట్టింది. "మా డాడీ హుషారుగా ఉన్నాడంటే అయిడియాలు అమోఘంగా వచ్చేస్తాయి. ఊ, కానివ్వండి, మా డాడీ ఆశీర్వాదాలు అందుకోండి" అది నవ్వుతూ.

ఇంతలో మార్వాడీ ఒకతను చంకన ఇనప్పెట్టె పెట్టుకుని "సార్" అంటూ వచ్చాడు.

"ఏమిటయ్యా ! ఇప్పుడు వచ్చావు . అమ్మాయి చెవుల కమ్మల తాలూకు డబ్బు క్రిందటి నెలే యిచ్చేశానుగా" అన్నాడు రాజారావుగారు.

"డబ్బుకోసం కాదండీ ! వచ్చే వారంలో అమ్మాయిగారి పుట్టినరోజు వుంది కదా నెక్లెస్‌లో కొత్త రకాలు వచ్చినాయి. చూస్తారని తెచ్చాను."

"అవేవో నాకు తెలియదు, అమ్మాయికి చూపించు అన్నారాయన.

"ఏవీ", జ్యోతి ఉత్సాహంగా వెళ్ళింది.

మార్వాడి పెట్టెతీసి నగల సెట్లు చూపించసాగాడు.

రాజారావుగారు రవినికూడా సెలక్టు చేయమని కోరారు.

రవికి పచ్చలపతకం వున్న ఒక గొలుసు నచ్చింది. జ్యోతికికూడా అదే బావుంది అనిపించింది. అదే సెలక్టు చేసుకుంది.

రాజారావుగారు మార్వాడీకి డబ్బు యిచ్చి పంపేసిన తర్వాత వచ్చి కూర్చుంటూ, చెప్పటం మర్చిపోతానేమో మళ్ళీ, నాకసలే మతిమరుపు, వచ్చే గురువారం జ్యోతి పుట్టిన రోజు, నువ్వు తప్పకుండా రా." అంటూ ఆహ్వానించారు.

"నేను అప్పటి వరకు వుండనండీ ఊరు వెళ్లాలి" అన్నాడు రవి మొహమాటంగా.

"ఏమిటీ ? మమ్మల్ని తీసుకెళ్ళకుండా నువ్వు ఒక్కడివే వెళ్లిపోతావా?"

"ఎంత మాట, మీరు తప్పకుండా మా యింటికి రావాలి." అన్నాడతను.

రాజారావుగారు కూతురు వైపు తిరుగుతూ, అమ్మా కేలెండరు చూడు. వచ్చే వారంలో శలవు లేమైనా వున్నాయేమో !" అన్నారు.

జ్యోతి తండ్రి వెనకగా వచ్చి ఆయన మెడచుట్టూ చేయి వేసింది. "ఫో డాడీ ఎప్పుడూ పనో పనో అంటూ ఆఫీసు వదలరు. మీ చిన్ననాటి స్నేహితుడి

కోసమైనా రెండు రోజులు శలవు పెట్టకూడదూ ? నేనెప్పుడూ పల్లెటూరిలో వుండలేదు, నేను కూడా వస్తాను" అంది.

"సరే సరే అట్లాగే ! ఎన్ని రోజులు పెట్టాలో నువ్వే లీవ్ లెటర్ వ్రాయి. నేను సంతకం పెడ్తాను" అన్నారాయన.

8

పల్లెటూరిలో-

పురుషోత్తంగారు తాడు తెంచుకుని గంతులు వేస్తున్న ఆవుదూడని ఎలాగో అవస్థపడి పట్టుకుని గుంజకి కట్టేస్తూండగా, యింతలో వాకిట్లోకి కారు వచ్చి ఆగిన శబ్దం వినిపించింది.

ఆయన ఆశ్చర్యంగా బైటకి వచ్చారు.

ఇంటి ముందు ఆగిన కారులోనుంచి రవి తలుపు తీసుకుని దిగాడు.

కారు వెనక డోర్ తెరిచి "దిగండి" అన్నాడు.

కారులో నుంచి నాజూకుగా, సన్నజాజి మొగ్గలావున్న ఒక అమ్మాయి దిగింది.

పురుషోత్తముగారు ఆ అమ్మాయి ఎవరా అన్నట్టు చూస్తున్నారు.

రవి తండ్రిని చూడగానే, "నాన్నా ! యిలారా ! ఎవరు వచ్చారో చూడు" అన్నాడు.

ఆ అమ్మాయి కారులోకి తొంగిచూస్తూ "దిగు డాడీ" అంది.

కారులో కూర్చునివున్న రాజారావుగారు దిగకుండా, "వాడిని ఇక్కడికి రానీయమ్మా ! సర్ప్రైజ్ చేద్దాం" అన్నారు కంఠం తగ్గించి.

"ఓ !" జ్యోతి అర్థమైనట్టు నవ్వింది.

వెంటనే పక్కకు తిరిగి, మెట్లమీద తెల్లబోయి చూస్తున్నట్టు నిలబడిన పురుషోత్తంతో, "అంకుల్ కాస్త యిలా వచ్చి డాడీకి చేయి అందిస్తారా ?" అంది.

పురుషోత్తంగారు కొడుకు వైపు అయోమయంగా చూస్తూ, కారు దగ్గరికి వచ్చారు. కారులో సూటు, బూటుతో, నోట్లో సిగార్‌తో ఠీవిగా కూర్చునివున్న రాజారావుగారిని ఆయన వెంటనే గుర్తుపట్టలేదు.

వచ్చిన వాళ్లు ఎవరైనా, కొడుకు వెంట వచ్చిన అతిధులు కాబట్టి చేయి అందిస్తూ, మర్యాదగా "దిగండి" అన్నాడు.

రాజారావుగారు పురుషోత్తంగారి చేయి దొరకపుచ్చుకుని చెంగున ఉరికి నట్టుగా కారులో నుంచి దిగారు.

పురుషోత్తంగారి కళ్లలో ఆశ్చర్యం లాంటిగి కనిపించింది.

"ఏమిట్రా అలా చూస్తావు ? నన్ను గుర్తుపట్టలేదా ! నేనురా రాజి గాడిని!"

"ఒరేయ్ ! ఒరేయ్ !" అన్నారాయన అనందంతో వుక్కిరి బిక్కిరి అవుతూ.

చాలాకాలం తర్వాత కలుసుకున్న మిత్రులిద్దరూ గాఢంగా కౌగలించు కున్నారు.

పురుషోత్తంగారి కళ్లు చమర్చినాయి.

"రవి ఎవరినో అతిథులని తీసుకువస్తున్నానని టెలిగ్రాం యిచ్చాడే గానీ, నువ్వని పేరు వ్రాయలేదు."

"నేనే వ్రాయవద్దన్నాను."

"నీ బుద్ధి పోనిచ్చుకోలేదన్న మాట. ఎన్నేళ్ళయిందిరా నిన్ను చూసి అవునూ! అట్లా బక్కచిక్కి పీనుగులాగుండే వాడివి ఎంతలావు అయావు. ఎంత పొట్ట వచ్చింది!" అంటూ పొట్టమీద వేళ్లతో కొట్టారాయన.

"నువ్వేమిట్రా ! యింత వయసు పైనపడ్డట్టు అయిపోయావు. నిన్ను చూస్తే తాతయ్య అనుకోగలరెవరయినా."

"కాదా మరి రవికి పెళ్లి అవలేదుగానీ – అయితే యీపాటికి నా చంకలో ఒక మనవడు వుండేవాడు కాదా !" అన్నారాయన.

"ఇప్పుడే ఇంత పెద్దవాళ్ళం అయిపోయాంరా మనం" రాజారావు గారు పురుషోత్తం భుజం చుట్టూ చేయి వేశారు.

ఒకరిని ఒకరు తనివితీరా చూసుకుంటూ, యిద్దరూ అలా సర్వం మరిచిపోయినట్టుగా లోపలికి వెళ్ళడం చూసిన రవి నవ్వుతూ, "రండి వాళ్ళిద్దరూ యిప్పుడప్పుడే ఈ లోకంలోకి రారు." అన్నాడు.

జ్యోతి ఆ పరిసరాలు తృప్తిగా చూస్తూ, "అబ్బా ఎంత హాయిగా ఎంత ప్రశాంతంగా వుంది ఇక్కడ" అంది.

"ఆ ఆ ! నాలుగు రోజులు వున్నారంటే బోర్ కొట్టేస్తుందని మీరే గోల పెట్టేస్తారు. కాలక్షేపానికి క్లబ్‌లు, సినిమాలు ఏమీలేని లోటు అప్పుడుగాని తెలియదు."

"మీరు నాకో వాగ్దానం చేయాలి."

"చెప్పండి ఏమిటది ?"

"నేనున్న యీ రెండు రోజులూ మీరు నాకు ఈ వూరులో వున్న అందాలు చూపించాలి."

"ఊరు అయితే చూపిస్తాను కానీ-ఆ అందాలేవో మీరే వెతుక్కోవాలి" రవి నవ్వుతూ అన్నాడు.

9

రవి-జ్యోతి కబుర్లు చెప్పుకుంటూ, కాలవ ఒడ్డున మెల్లగా నడుస్తున్నారు. దూరంగా, కొండల మధ్యనుంచి సూర్యాస్తమయం అవుతోంది. సాయంత్రపు ఎరుపు నీళ్ళలోకి ప్రతిఫలిస్తూ, వింత అందాలని విరజిమ్ముతోంది. రవి చిన్నగా వున్న పంటకాలవ మీదనుంచి అంగవేసి దూకి, అవతల గట్టుకి వెళ్ళాడు.

జ్యోతి తటపటాయిస్తున్నట్టుగా ఆగింది.

"కాలుజాచి అంగవేయండి, ఫర్వాలేదు" అన్నాడు రవి.

"చీరె బంధం పడుతుందేమో !" భయంగా చూసింది.

"పడ్డా ఫర్వాలేదు. కాలవలో నీళ్లు ఎక్కువ లోతు లేదు. ప్రాణభయం లేదు."

"లోతుని గురించిన భయం నాకేం లేదు నాకు ఈతలో మెడల్స్ వచ్చాయన్న సంగతి మీకు తెలియదేమో ! నా భయమల్లా బట్టలు తడిసిపోతే వూళ్ళోకి వెళ్లటం ఎలా అనే"

"పాయింటే ! సరే ! యిలా చెయ్యి అందివ్వండి" రవి వంగి చేయి చాచాడు.

"ఉండండి." జ్యోతి కాలి చెప్పులు తీసి, చేతితో అవతల గట్టు మీదకి విసిరింది.

తర్వాత రెండు చేతులతో అతని చెయ్యి పట్టుకుని యివతలి ఒడ్డుకి అంగవేసింది. పాదం మెత్తని మట్టిలో పడి, జర్రున జారబోయింది. రవి చప్పున ఎడం చెయ్యి చాచి, నడుంచుట్టూ వేసి, పట్టుకుని దగ్గరకు లాక్కున్నాడు, ఇద్దరూ చేరువయ్యారు. జ్యోతి తల అతని గుండెలకి ఆనింది. రవి ఒక్క క్షణం జ్యోతిని వదల్లేకపోయాడు. జ్యోతి కూడా విడిపించుకోవాలని చూడలేదు. ఒకరిని ఒకరు

చూపులతో బందిస్తున్నట్టుగా నిలబడి పోయారు. ఆ క్షణంలో ఒకరి స్పర్శలోంచి ఒకరికి యిష్టం లాటిదేదో ప్రవహిస్తున్నట్టుగా అనుభూతి కలిగింది.

రవి మెల్లగా వదిలేశాడు.

"సారీ !" యిద్దరూ అప్రయత్నంగా ఒకేసారి అనేశారు. కాలవ నీళ్ళలో కనిపిస్తున్న ఎరుపంతా జ్యోతి చెంపల్లో ప్రతిఫలిస్తున్నట్టుగా, ముఖం కంది పోతున్నది.

"అక్కడ కొద్దిసేపు కూర్చుందామా ?" దగ్గరలో వున్న చెట్టుని చూపిస్తూ అంది.

రవి తల వూపాడు, ఇద్దరూ అక్కడికి నడిచారు.

అతను జేబులోనుంచి జేబురుమాలు తీసి, ఆమె కూర్చోవటానికి పరిచాడు.

జ్యోతి కూర్చుంది.

ఇద్దరూ హఠాత్తుగా మాటలే కరువైనట్టు మూగగా కూర్చుండి పోయారు.

చుట్టూ చూస్తున్న జ్యోతి చివరికి తనే అంది. "ఆ ఆకుల శబ్దం మీకెలా అనిపిస్తోంది ?"

"ఎలా అనిపిస్తుంది ? గాలి సవ్వడి అది." మామూలుగా అన్నాడతను.

"ఉహూ ! నాకు అలా అనిపించడంలేదు ! ఇద్దరు యిష్టమైన వాళ్లు గుసగుస లాడుకుంటున్నట్టుగా వుంది."

"బాగుంది !" రవి నవ్వుతూ తలెత్తి ఆకులవైపు చూశాడు.

"ఆ కాలవ ఎలా వుందో తెలుసా ?" కొద్ది సేపయింతర్వాత వేలు పెట్టి చూపిస్తూ అడిగింది.

"ఎలా వుంది ?"

"మహా దీక్షతో, తపస్సు చేసుకుంటున్న మహామునిలా, మౌనంగా వుంది."

రవి తల తిప్పి చిత్రంగా నీళ్ళ వైపు చూశాడు. కాలవ నిజంగానే, అతి నిశ్శబ్దంగా, వున్నట్టు నిశ్చలంగా వుంది.

"బాగుంది, ఇన్ని సంవత్సరాల నుంచి ఈ కాలవ ఒడ్డున నడుస్తున్నాను. నా కెప్పుడూ అలా అనిపించలేదు. ఈ రోజున నిజంగానే ఈ పరిసరాల్లో అందాలు కనిపిస్తున్నాయి నాకు."

"మీ గురించి విశేషాలేమైనా చెప్పండి నాకు" అడిగింది జ్యోతి.

"నా గురించా" రవి చెట్టు మొదలకి ఆనుకుని, జేరగిలబడినట్టు కూర్చుని తల వెనక చేతులు పెట్టుకున్నాడు. "నా గురించి విశేషాలంటూ ఏమీలేవు అతి సామాన్యమైన కుటుంబం మాది. మా నాన్నకి నేను పెద్ద కొడుకుని కాబట్టి అపురూపం, నన్ను వదలి ఆయన క్షణం వుండలేరు, ఆయన వాత్సల్యం అనే అపారమైన సంపద నాకెంతో గర్వంగా అనిపిస్తుంది. అందరి పిల్లల్లానే చదువుకుని డిగ్రీ సంపాదించుకున్నాను. కష్టసుఖాలు బాగా తెలిసినవాడిని అవటంవల్ల అందరికంటే కాస్త శ్రద్ధగా చదివి ప్రతి క్లాసులోనూ ఫస్టు వచ్చేవాడిని, అంతకంటే చెప్పతగినవేవీలేవు."

"మీ కెవరూ స్నేహితులు లేరా ?"

"ఉహూ! చిన్నప్పటినుంచి యిల్లు, స్కూలు తప్ప నా కింకో ప్రపంచమే లేదు. మీ గురించి చెప్పండి, వింటాను నేను."

"నేను మీకు పూర్తిగా విరుద్ధం. మా నాన్నకి ఒక్కగానొక్క కూతుర్ని అయినా, ఆయన చాలా క్రమశిక్షణతో పెంచారు. నాన్నగారు మిలట్రీలోకి వెళ్ళటం వలన నా జీవితం చాలా భాగం బోర్డింగ్స్‌లోనూ, అక్కడక్కడా బంధువుల యిళ్ళలోనూ గడిచింది. స్నేహితులు నాకు చాలామంది వున్నా, నాకిష్టమైన వాళ్లెవరూ లేరు." జ్యోతి కొంటెగా చూసింది. "మా నాన్నగారికి యింత ప్రాణమిత్రుడైన వ్యక్తి ఒకరున్నారనిగాని, ఆయన కుమారరత్నం నాకు నచ్చుతాడనిగాని తెలియలేదు. తెలిసివుంటే నేనెప్పుడో మీతో స్నేహంచేసి వుండేదాన్ని, నా శలవులన్నీ మీ యింట్లోనే గడిపేదాన్ని. అప్పుడు మనిద్దరం కూడా, మా నాన్నా, మీ నాన్నాల్లా ప్రాణమిత్రులు అయివుండేవాళ్లం."

"ఇప్పుడు మాత్రం పోయిందేముంది . ఆ పని మీరు యిప్పుడు కూడా చేయవచ్చు !"

"అయితే యిక నుంచి మనం స్నేహితులం అన్నమాటేగా."

"అన్నమాటేగా."

"ప్రామిస్"

"ఆహా ! ఈ గాలి, వెలుతురు, ఈ నీళ్లు యివే సాక్ష్యం. ఇక వెళదామా పొద్దు కూకుతోంది, మనం యింటి దగ్గర బయలుదేరి చాలా సేపు అయింది. ముద్దుల కూతురు ఏమయిపోతుందోనని మీ డాడీ ఖంగారు పడతారేమో."

"ఏమీ ఖంగారుపడరు ! మా పెద్దబ్బాయి వెంట వుండగా నీ ముద్దుల కూతురికి ఏ ఆపదా రాదులేరా అని మీ నాన్నగారు ధైర్యం చెబుతారు." జ్యోతి లేస్తూ, ఫక్కున నవ్వుతూ అంది.

"నా జేబురుమాలు–" రవి చేయి జాచాడు.

"ఉహూ! యివ్వను. ఈ సాయంత్రం మీరు చేసిన వాగ్దానానికి జ్ఞాపకంగా అది నా దగ్గరే వుంటుంది." జ్యోతి మడత పెడుతూ అంది.

"ఇదిగో తీసుకోండి," తన జేబురుమాలు అందించింది.

"ఎందుకు ?" ఆశ్చర్యంగా చూశాడు.

"మీ జేబురుమాలు నేను లాక్కున్నానుగా ! దానికి బదులు"

"బదులెందుకు మీరు నాకేం వాగ్దానం చేయలేదుగా."

జ్యోతి ముఖం చిన్నబోయింది. పెదవులు అందంగా ముడుచుకున్నాయి.

"మీకు ఎదుటివారిని సంతోషపెట్టడం అనేది అసలు రాదులా వుంది" జేబురుమాలు అందివ్వబోయిన చేయి ఆశాభంగం పొందినట్టుగా క్రిందకు వాలబోయింది కానీ అంతలోనే రవి చేయి మెరుపులావచ్చి జ్యోతి చేతులో జేబురుమాలు అందుకుని జేబులో పెట్టేసుకొంది.

"ఊహు, అస్సలురాదు" అన్నాడు నవ్వుతూ.

10

రవి–జ్యోతి యిద్దరూ కాలవ ఒడ్డునుంచి ఇంటికి తిరిగి వచ్చేసరికి రాజారావుగారు– పురుషోత్తంగారు ఇద్దరూ ఆరుబైట పడక్కుర్చీలు వేసుకుని పడుకుని లోకాభిరామాయణం మాట్లాడుకుంటున్నారు. రాజారావుగారి సిగార్ పురుషోత్తం నోట్లోనూ, పురుషోత్తంగారి లంక పొగాకు చుట్ట రాజారావుగారి నోట్లోనూ వెలుగుతోంది.

"అబ్బ ! ఇంత నిశ్శబ్దంగా, శ్మశానంలావున్న యీ పల్లెటూరిలో నీకు మాత్రం ఏం తోస్తుందిరా, వంటరిగా నువ్వు ఇక్కడ వుండటం దేనికి ? యిల్లు చూస్తాం. రవితోపాటు నువ్వుకూడా సిటీ కొచ్చేయ్" అంటూ స్నేహితుడిని ఆయన బలవంతం చేస్తున్నారు.

"వద్దురా రాజా ! మా మామయ్య నాకు ఎంతో ప్రేమగా అప్పగించి పోయిన యిల్లు ఇది. మా అమ్మ పుట్టిల్లు అయిన యీ వూరంటే నాకంతో ఇష్టం! ఇక్కడున్న శాంతి ఇంకెక్కడ నాకు రాదు. నా బొంది ఈ వూళ్ళో యీ ఇంట్లో వెళ్ళి పోవాల్సిందే."

"ఏమిటో ! వెధవ సెంటిమెంట్సూ నువ్వూను" ఆయన విసుక్కున్నారు.

చిన్నప్పుడు నీకుమాత్రం వుండేవి కాదురా. ఆ మిలటరీలోకి వెళ్ళి మరీ మరమనిషిలా అయావేమోగాని."

"వయసుకి మించిన వార్ధక్యం తెచ్చుకున్నావురా నువ్వు, నాకట్లాగే అనిపిస్తోంది. నేను చూడు ఎలా వున్నానో తిండి పుష్టి, కండ పుష్టి ఏ మాత్రమైనా తగ్గిందా నాలో ?"

"యింక మనకి వయసేమిట్రా పిల్లలకి పెళ్ళిళ్ళు చేస్తే మనుమల్ని ఎత్తుకునే వయసు అయితే."

"అదుగో ఆ మాటే అనద్దు అంటాను, ఒంట్లో ఓపిక వున్నంత వరకూ జీవితం అనుభవించాల్సిందే. అసలు ఫారెన్‌లో ఆడపిల్లలు మన లాటి వయసు మళ్ళుతున్న వాళ్లంటేనే ఎక్కువ యిష్టపడతారు."

"నోర్మూయ్ ! అదుగో ! పిల్లలు వస్తున్నారు" పురుషోత్తంగారు నవ్వుతూ కసిరారు.

రాజారావుగారికి పిల్లల్ని చూడగానే హుందాతనం వచ్చేసింది. "రండి రండి, ఏమ్మా ! అయిందా వూరు చూడటం, కాళ్లు నొప్పి పుట్టాయా." కూతురిని అడిగారు.

"ఏం లేదు డాడీ." అంది జ్యోతి.

"ఏమోయ్ రవీ, రేపు ఉదయమే మా ప్రయాణం నీ బిజినెస్ గురించి మీ నాన్నకి నేను అంతా చెప్పాను. ఆయన ఆ భారం అంతా నీ చేతుల్లో పెట్టేశాడు. నువ్వుకూడా రేపు మాతో బయలుదేరు, మీ నాన్నని కూడా వచ్చేయమంటుంటే రానని మొండికేస్తున్నాడు." అన్నారాయన నిష్ఠూరంగా.

"నాకు యీ వూరు వదిలితే చెరువులోనుంచి బైటపడ్డ చేపలా వుంటుందిరా, నువ్వేమీ అనుకోకు !"

"నాక్కూడా నీ అభిప్రాయమే నచ్చింది అంకుల్. ఈ వూరు చాలా హాయిగా, ప్రశాంతంగా వుంది. సిటీ యిక్కడికి ఏమాత్రం దూరం ఉంది ? 50 మైళ్లు

దూరమేకదా !" ఈ రెండు మైళ్ళూ మినహాయిస్తే మిగతా దంతా చక్కటి సిమెంట్ రోడ్డు. కారులో ఎప్పుడు కావాలంటే అప్పుడు వచ్చి వెళ్ళవచ్చు" అంది జ్యోతి.

"చూశావురా ! అమ్మాయి నేనూ ఒకటి." అన్నారు పురుషోత్తంగారు గర్వంగా.

"జ్యోతీ ! స్నానం చేస్తే చెయ్యి. భోజనం వడ్డించమని చెబుతాను." అన్నాడు రవి.

"అలాగే ! ఇప్పుడే పదినిముసాల్లో వస్తాను." జ్యోతి లోపలికి పరిగెత్తింది రవి కూడా లోపలకి వెళ్లాడు.

"ఒరేయ్ ! అమ్మాయి ఎలా వుందిరా నీకు ?" రాజారావుగారు అడిగారు.

"పుత్తడి బొమ్మలా వుంది. ఆ మర్యాద, మన్నన, అణకువ చూస్తుంటుంటే ఎంతో ముచ్చట వేస్తోంది."

"నాకు రవిని చూస్తూంటుంటే కొడుకు లేడే అనే బెంగ తీరిపోతున్నట్టుగా వుందిరా, రవి భవిష్యత్తు గురించి నువ్వేం ఆలోచన పెట్టుకోవద్దు. ఆ పూచీ అంతా నాకు వదిలెయ్."

"ఆ మాట యింత క్రితమే అన్నాను కదురా రాజా !" అన్నారాయన నిశ్చింతగా.

11

జ్యోతి పుట్టిన రోజు రానే వచ్చింది.

ఆ రోజు సాయంత్రం జ్యోతి జరీపూలు కుట్టిన తెల్లటి నైలాన్ జార్జెట్ చీర కట్టుకుంది. పాలనురుగు లాటి జాకెట్ వేసుకుంది. మెడలో కొత్తగా కొనుక్కున్న పచ్చల పతకం ధరించింది. జడ లూజుగా వేసుకుని సింపుల్‌గా తయారైంది.

ఉదయం నుంచి ఎదురుచూస్తున్నా రవి జాడే కనిపించలేదు. ఈ రోజు తప్పకుండా భోజనానికి వస్తానని ఎగ్గొట్టేశాడు. కనీసం ఈ సాయంత్రం అయినా వస్తాడో లేదో రవితో సరదాగా గడపాలని స్నేహితులనెవరినీ పిలువలేదు.

పగలు తను ఏ వేడుకలు చేసుకున్నా పుట్టిన రోజునాడు తండ్రితో కలిసి, ఆయన కెంతో యిష్టమైన హోటల్ 'బ్లూ స్టార్'లో రాత్రి భోజనం చేయటం అలవాటు ఎనిమిది గంటలు కూడా దాటిపోతోంది.

తండ్రి హోటల్‌కి వెళ్ళటానికి తయారవుతున్నాడు. జ్యోతికి రవి రాడేమోననే ఆశాభంగం వెల్లువలా ముంచుకు వస్తోంది. అతనితో పరిచయం ఎక్కువ లేర పోయినా, అతనంటే ఒకరకమైన గౌరవం, యిష్టం వద్దన్నా మనసంతా నిండు కుంటున్నాయి.

"ఛి ! ఛీ ! పెద్దమనిషిలా అంత గట్టిగా వస్తానని యింత మోసం చేస్తాడని అనుకోలేదు." కళ్ళ నీళ్ళ పర్యంతం అవగా జ్యోతి ఆ గదిలోనుంచి ఈ గదిలోకి ఒకచోట నిలబడలేనట్టుగా తిరుగుతోంది.

"జ్యోతీ !" వున్నట్టుండి వినిపించింది.

జ్యోతి చివ్వున తల తిప్పి చూసింది.

గుమ్మంలో ఎదురుగా, రవి పెద్ద పూలగుత్తి పట్టుకుని నిలబడి వున్నాడు.

అతన్ని చూడగానే జ్యోతి చటుక్కున పరుగెత్తుకు వచ్చింది.

"యిప్పుడా రావటం?" జ్యోతి కళ్ళలో భావం ఏమిటోగాని, ఒక్క క్షణం ఆ అమ్మాయి ముఖంమీద నుంచి చూపులు తిప్పుకోలేక పోయాడు.

"చాలా ఆలస్యం అయిందా?" వాచీ చూసుకుంటూ అన్నాడు.

"ఎంత బాగుంది!" జ్యోతి తటాలున అతని చేతిల్లోంచి పూలగుత్తి లాక్కుని మురిపెంగా చూసింది.

మళ్ళీ అంతలోనే సీరియస్‌గా మారిపోతూ, "యివన్నీ మిమ్మల్ని ఎవరు తెమ్మన్నారు ?" అంటూ డబాయించేసింది.

"తెమ్మంటే తెచ్చేవాటికి అడక్కుండా యిచ్చేవాటికి చాలా భేదం వుంది" అన్నాడతను.

"ఏమిటో అది ?"

"అడిగితే యిచ్చేది లంచం, అడక్కుండా యిస్తే బహుమతి. ప్చ్ ! నిరుద్యోగినయి, యింత కంటే ఖరీదైన ప్రెజెంటేషన్ తేలేకపోయాను.

"ప్రజెంటేషన్ విలువ యిచ్చేవాళ్ల మనసునుబట్టిగాని, దాని వెలనిబట్టి కాదని మీకు తెలియదా ? వచ్చే సంవత్సరానికి మీరు పెట్టబోయే ఫ్యాక్టరీ ద్వారా బాగా సంపాయించి గొప్ప వారయిపోదురుగాని, అప్పుడు నేనే అడిగి యిప్పించు కుంటాను."

"థ్యాంక్ యూ !"

"ఒట్టి థ్యాంక్సేనా ? మాట గుర్తు పెట్టుకుంటారా ?"

"ష్యూర్"

"ప్రామిస్ ?"

"ప్రామిస్ !"

జ్యోతి పూలగుత్తిని చెంపలకి ఆనించుకుని కిలకిలా నవ్వింది. డ్రెసప్ అయి మేడమెట్లు దిగుతున్న రాజారావుగారు ఈడు-జోడుగా వున్న ఆ యిద్దర్నీ ఆసక్తిగా చూసారు, ఆయన కళ్ళలో సంతృప్తి కదలాడింది.

"ఏమ్మా ! ఇంకేమైనా ఆలశ్యం వుందా ?" అన్నారాయన.

"ఏం లేదు డాడీ ! ఇప్పుడే వస్తాను" జ్యోతి పూలగుత్తి పట్టుకుని లోపలకి పరుగెత్తింది. వాటిని తన గదిలో ఫ్లవర్‌వేజులో నీళ్ళుపోసి అందులో భద్రంగా పెట్టి తిరిగి వచ్చింది.

"పద డాడీ ! నాదేం ఆలస్యం లేదు" అంది.

ముగ్గురూ ఎక్కిన కారు బైలు దేరింది.

"హోటల్ "బ్లూ స్టార్" రంగు రగుల లైట్లతో, వెలిగిపోతోంది. దాని ఆవరణ నిండా తళతళలాడే ఖరీదయిన కార్లు కిక్కిరిసి నిలబడి వున్నాయి ! పగలంతా వ్యాపారపు గొడవలతో, బుర్రలు వేడెక్కిపోయిన ధనవంతులకి, వారి చికాకులలోనుంచి సేదతీర్చే స్వర్గం అది.

రాజారావుగారి కారు అక్కడికి వచ్చి ఆగింది.

"ఏమయ్యా ! ఎప్పుడైనా యిలాంటి హోటల్స్‌కి వచ్చే అలవాటుందా !" అని అడిగారు ఆయన.

"లేదండీ !" అన్నాడు రవి.

"నిజం చెప్పు నేనేం అనుకోనులే !"

"ఎవరైనా ఏమైనా అనుకుంటారని, నిజం చెప్పేటందుకు భయపడే మనిషినికాను నేను !"

జ్యోతి అతనివైపు ప్రశంసా దృక్కులతో చూసింది.

ముగ్గురూ కారు దిగి తమకోసం ప్రత్యేకంగా రిజర్వ్ చేయించుకున్న టేబిల్ వైపు నడిచారు.

ముగ్గురూ కలిసి డిన్నర్ తీసుకోవడం పూర్తి అవుతుండగా, ఇంతలో మైక్‌లోంచి ఎనౌన్స్‌మెంట్ వినిపించింది.

"లేడీస్ అండ్ జెంటిల్‌మేన్ ! మీ అభిమాన నాట్యరాణి, మిస్ రోజీ!" స్టేజీ అంతా చీకటి అయింది. డ్రమ్స్ సుతారంగా మోగినాయి. రాజారావుగారు మిగతా వాళ్ళతో కలిసి చప్పట్లు కొట్టారు. రవి మెల్లిగా చేతులు కలిపాడు.

రాజారావుగారు రవివైపు వంగి తగ్గుస్వరంలో, "చాలా వండర్ ఫుల్ డాన్సరోయ్ ! ఆమెని చూస్తుంటే వయసు మళ్ళిన మాలాటి వాళ్ళకే పునర్ యవ్వనం వచ్చినట్లుగా వుంటుంది." అని చెప్పారు.

"ఐసీ !" అన్నాడు రవి.

డాన్స్ ప్రారంభమైంది. రోజీ అధునాతనంగా వున్నా, ఏ మాత్రం సభ్యతలేని డ్రెస్‌తో మెరుపు తీగలా వుంది.

జ్యోతి తండ్రి చూడకుండా, టేబిల్ క్రింద నుంచి, రవి పాదాన్ని తన పాదంతో నొక్కింది.

రవి జ్యోతిని కళ్లతోనే బెదిరించాడు.

రోజీ అక్కడక్కడా కలియతిరుగుతూ డాన్స్ వేస్తోంది.

కూర్చున్న వారిలో ఒకరిద్దరు తాగి, నిషాలో, గ్లాసులు చేతబట్టుకుని సరసోక్తులాడుతూ ఆమెని పట్టుకోబోయారు. కానీ, రోజీ యుక్తిగా తప్పించుకుని, అక్కడనుంచి దూరంగా వున్న రాజారావుగారి టేబిల్ దగ్గరకు వచ్చింది.

రవి కళ్లు హఠాత్తుగా చురుగ్గా అయినాయి. అతని కనుబొమలు ముడివడినాయి. ఒక్క నిమిషం తన చుట్టూ వున్న పరిసరాలు మర్చి పోయినట్టుగా అయ్యాడు. రోజీ వైపే దిగ్భ్రాంతిగా, కళ్ళప్పగించి చూస్తూ, కుర్చీలోంచి లేవబోయాడు.

అతని మైమరపుని మరోరకంగా అర్థంచేసుకున్న రజారావుగారు నవ్వుకుంటూ సున్నితంగా అతని చెయ్యి పట్టి లాగి కూర్చోపెట్టారు.

జ్యోతి ముఖం ఈర్ష్యకు మారు పేరు అయింది.

రోజీ కూడా రవిని చూడగానే, స్థబ్దురాలయినట్టు బొమ్మలా నిలబడి పోయింది. డ్రమ్స్ చెవులు దద్దరిల్లేట్టు మోగుతున్నాయి. వాయిద్యాలు సముద్ర ఘోషలా అయినాయి కానీ అది క్షణికం మాత్రమే ! మరుక్షణంలో గిరుక్కున

అక్కడనుంచి వెనక్కు తిరిగింది. నాట్యం వేగం రెట్టింపు అయింది. కానీ ఈసారి ముఖంలో మెరుపులేదు, నవ్వులో జీవం లేదు.

హోటల్ నుంచి బైటకి వచ్చేసరికి రాత్రి చాలా పొద్దు పోయింది.

"ఇంత పొద్దుపోయి ఎక్కడి వెళ్తావు ? ఈ రాత్రికి మా యింట్లో పడుకో !" అన్నాడు రాజారావుగారు.

"అబ్బే ! లేదండి ! ఒక ఫ్రెండ్‌కి తప్పకుండా వస్తానని మాట యిచ్చాను, వెళ్తాను" అన్నాడు రవి.

"ఇంకెక్కడి ఫ్రెండయ్యా ! ఈపాటికి నిద్రపోయే వుంటాడు. రేపు నీ తరఫున నేను క్షమార్పణ చెప్పుకుంటానులే !" అన్నాడు రాజారావుగారు.

"పోనీ డాడీ ! ఆయనంత వెళ్ళాలనుకుంటే ఎందుకు బలవంతం చేస్తావు?" అంది జ్యోతి కినుకగా.

రవి జ్యోతి వైపు చూశాడు. తర్వాత ఏమనుకున్నాడో ఏమో ! వచ్చి కారులో కూర్చున్నాడు.

జ్యోతి ముఖం ప్రసన్నం అయింది.

12

పది నిముసాల అనంతరం రాజారావు గారింట్లో–

రవి, జ్యోతి పడక గదిలో, కుర్చీలో, తల దించుకుని, నుదుటిమీద వేళ్లతో రాచుకుంటూ పరధ్యానంగా కూర్చుని వున్నాడు. అతని మనసంతా అల్లకల్లోలంగా వుంది. ఇదెక్కడి విచిత్రం, చచ్చిపోయిన మనుష్యులు బ్రతికి వస్తారా ? మిస్ రోజీ సరోజ కావటం ఎలా సాధ్యం ! సరోజ ముగ్ధరాలు. పరాయి మగవాడు కనిపిస్తే పయిట నిండుగా కప్పుకుని, తలకూడా సొంతం ఎత్తని స్వభావం. ఇంత చక్కగా నాట్యం చేయటం అనేది పూర్తిగా అసంభవం కాని ఆ అమ్మాయి సరోజే అని నమ్మకంగా అనిపిస్తోంది. తన కళ్ళ ముందు చచ్చిపోయిన సరోజ మళ్ళీ బ్రతికిరావటం కూడా అసంభవమే ననిపిస్తోంది.

దీర్ఘాలోచనలోవున్న అతను గదిలోకి జ్యోతి రావటం గుర్తించనే లేదు.

"ఏమిటంత దిగాలుగా కూర్చున్నారు. స్నేహితుడి దగ్గరకు వెళ్ళలేక పోయాననే బెంగా ?" అన్నది.

రవి ఉలిక్కిపడ్డట్టుగా తలెత్తి చూశాడు.

జ్యోతి వెంట తెచ్చిన లుంగీ అతనికి అందించింది. "లెండి బట్టలు మార్చుకోండి. ఇప్పటికే ఆలస్యం అయింది, ఇంకొంచెం సేపుంటే మీరు కూర్చునే కునికిపాట్లు పడేట్టున్నారు."

"అంత నిద్ర మొహంవాణ్ణి కాదు లెండి," అంటూ లుంగీ అందుకున్నాడు.

దాని అంచు అనుమానంగా చూస్తూ, "కొంపదీసి మీది కాదుకదా ?" అన్నాడు.

"అరే, సరిగ్గా ఎలా ఊహించారు ? మా నాన్నగారి నైట్ డ్రెస్‌లో మీరు చైనా మాంత్రికుడిలా వుంటారని యిది తెచ్చాను."

"కానీ–" యిబ్బందిగా చూశాడు.

"ఏమిటి ? అభ్యంతరమా, భలేవారండీ ? నేను మిమ్మల్ని చూసి చాలా డాషింగ్ మోడరన్ యంగ్‌మాన్ అనుకున్నాను. మీక్కూడా ఉన్నాయా ఈ పాత ఛాదస్తాలు. ఊ ! మీరు కూడా యింతేనన్నమాట పైకి మాటల్లో మాత్రం చాలా అధునాతనం ! లోలోపల మనసుల్లో చూస్తే ఒట్టి సనాతనం. ఏవండీ కట్టుకుంటారా? మా డాడీని పిలవమంటారా ?"

"వద్దులెండి, కట్టుకుంటాను." రవి గభాల్న లుంగీ లాక్కున్నాడు ఇప్పుడు ఆయన వస్తే, ఆ లెక్చర్ పూర్తి అయ్యేసరికి తెల్లవారవచ్చు."

జ్యోతి ఫకాల్న నవ్వింది. నవ్వుతూనే వెళ్లి మంచానికున్న దోమతెర దింపి అంచులు సరిచేసింది.

"మంచి నీళ్లు యీ టేబిల్ మీద పెట్టాను. మీకు యింకేమీ అవసరం లేదుగా !"

"ఏం వద్దు, థాంక్ యూ ?"

"మీకేదయినా లోటు జరిగిందని తెలిస్తే మా నాన్నగారు చంపేస్తారు."

"మీ కలాటి ప్రమాదం ఏం రానివ్వను, ధైర్యంగా వుండండి !"

"హమ్మయ్య ? హామీ యిచ్చారుగా ! అయితే నిశ్చింతగా నిద్ర పోతాను" వెళ్లబోతూ ఆగింది. మెల్లగా వెనక్కు తిరిగి, అతని దగ్గరగా వచ్చింది.

"ఏమండీ !" అంటూ సందేహంగా చూస్తూ, తటపటాయింపుగా ఆగిపోయింది.

"ఏమిటి ?"

"మీకు–మీకు నిద్రలో లేచి నడిచే అలవాటుందా ?" అడగలేక అడిగింది.

"లేదు, ఏం ? మీకు వుందా ?" అతను అనుమానంగా చూశాడు.

జ్యోతి తల వూపింది.

"చచ్చాం ! అయితే నేను తలుపులు లోపల గడియ వేసుకోవటం మంచిదేమో !"

"దట్స్ బెటర్ ! వస్తా"

జ్యోతి వెళ్లబోయి గుమ్మం దగ్గర మళ్ళీ వెనక్కు తిరిగింది.

"విష్ యూ వెరీ వెరీ స్వీట్ డ్రీమ్స్"

"థాంక్ యూ ! సేమ్ టు యూ !"

"మీకు కలలో ఎవరొస్తారో నాకు తెలుసు !"

"ఎవరు ?"

"మిస్, రోజీ !"

అతను చకితుడయాడు. అయినా రెప్పపాటులో తమాయించుకున్నాడు.

"నో మీరు పప్పులో కాలేశారు, మళ్ళీ ట్రై చేయండి."

"ఎవరొస్తారబ్బా !"

"మిస్ జ్యోతి వస్తుందని అనుకుంటున్నాను."

"ఆ ! పాపం !"

"కాదంటారా ! చూడండి. మీ యింట్లో పడుకుంటున్నాను. మీ లుంగీ కట్టుకుంటున్నాను, మీరు తెచ్చి పెట్టిన మంచినీళ్లు తాగబోతున్నాను, రాత్రికి మీరు నన్ను ఆవహిస్తారేమోనని భయంగా వుంది."

"ఛీ ! పొండి ! " జ్యోతి చెంపలు కెంపులు అయినాయి. సిగ్గు ఆవరించగా సమాధానం చెప్పలేకపోయింది. మెరుపుల్లాంటి చూపులతో అక్కడినుంచి పారిపోయింది. రవి నవ్వుకున్నాడు. జ్యోతితో మాట్లాడడంలో, యిదివరకు ఎన్నడూ ఎరగని ఏదో తియ్యదనం అతనికి అనుభూతి కలుగుతోంది. ఆ అనుభూతి మరీమరీ కావాలని మనసు కోరుకోవడం కూడా అతను గుర్తించాడు.

రవి బట్టలు మార్చుకుని వచ్చి మంచం మీద పడుకున్నాడు తల క్రింద చేతులు పెట్టుకుని, పైకప్పుకేసి చూస్తూ ఆలోచనగా పడుకున్న అతనికి చాలా

సేపటి వరకూ నిద్రపట్టలేదు. అతని కళ్ళముందు మాటి మాటికీ – రైలు క్రిందపడి చచ్చిపోయిన సరోజ – డాన్స్ చేస్తున్న మిస్ రోజీ – ఈ దృశ్యాలు ఒకదాన్ని ఒకటి తరుముతున్నట్టుగా పరుగెత్తుతున్నాయి చాలా సేపయింతర్వాత అతనికి నిద్రవచ్చింది. కళ్లు మూతలు పడినాయి.

✣ ✣ ✣ ✣ ✣

నిద్రలో రైలు పట్టాల వెంట అతను పరుగెత్తుతున్నాడు. దూరంగా సరోజ నిలబడి వుంది. రైలు శబ్దంచేస్తూ ధన్‌ధన్‌మని రాకాసిలా వచ్చేస్తోంది. “సరోజా!” అతను అరిచాడు. రైలు వెళ్లిపోయింది. సరోజ మాయమైంది. అతను ఆత్రంగా బ్రిడ్జిమీద నిలబడి క్రింద నీళ్ళలోకి చూస్తూన్నాడు. క్రింద సుళ్లు తిరుగుతూ ప్రవహిస్తున్న నీళ్ళలో మిస్ రోజా వేయి ప్రతిబింబాలుగా మారి డాన్స్ చేస్తోంది.

“సరోజా !” అతను పిలవాలనుకుంటున్నాడు. చూస్తుండగానే నీళ్ళన్నీ రక్తంగా మారినాయి, అతనికి మాట పెగలటంలేదు.

రవికి హఠాత్తుగా మెలకువ వచ్చింది. చటుక్కున లేచి కూర్చున్నాడు. ఎదురుగా జ్యోతి అతని భుజాలపట్టి కుదుపుతూ పిలుస్తోంది. అతని నుదుటినిండా చెమటలు కారుతున్నాయి.

“అబ్బ ! ఏమిటా కేకలు, ఏమైనా పీడకల వచ్చిందా ?” అంది.

రవి ముఖం తుడుచుకున్నాడు.

జ్యోతి వెళ్లి గ్లాసుతో మంచినీళ్లు తెచ్చి అతనికి అందించింది.

రవి గటగటా త్రాగేశాడు, గ్లాసు పక్కన పెడుతూ, “బాగా అరిచానా?” అన్నాడు సిగ్గుగా.

“ఏమో! మీ కేకకి మెలకువవచ్చి పరిగెత్తుకు వచ్చాను. నేను టేబిల్ లైట్ వేసి చూసేసరికి మీరు నిద్రలో మాట చెప్పలేనట్టు సతమత మౌతున్నారు. నుదుటనిండా చెమటలు కారుతున్నాయి. దగ్గరకు వచ్చి తట్టి లేపాను. ఏమిటా కల? కొంపదీసి నేను భూతంలా రాలేదు కదా !” అంది.

రవి నవ్వాడు. అతని కళ్లు హఠాత్తుగా ఆమెని పరిశీలనగా చూశాయి. గులాబిరంగు నైట్‌గౌన్‌లో జుట్టు భుజాలమీద నుంచి పడుతుండగా జ్యోతి నిపుణుడైన శిల్పి అత్యంత యిష్టతతో శ్రద్ధగా మలిచిన బొమ్మలా వుంది.

"మీకంటే నేనే నయం. నిద్రలో లేచి నడుస్తానేగానీ, యిలా అరుపులతో, అందరినీ హడలగొట్టను" అంది ఆమె నవ్వుతూ.

"అందుకే పడుకోటానికి స్నేహితుడి గదికి వెళతానని అన్నాను." రవి నసిగాడు.

"మీకు నాకంటే మంచి స్నేహితులు వుండటానికి వీల్లేదు. నాకు చిన్నప్పటినుంచీ ఎక్కడి కెళ్లినా, ఏ విషయంలోనైనా ప్రధమస్థానం నాదిగా వుండేది చూడటం బాగా అలవాటు మీరు గుర్తుపెట్టుకోండి, తెలిసిందా ?" ఆమె సీరియస్‌గా చెప్పింది.

రవి తల వూపాడు.

"ఇక పడుకోండి. తెల్లవారవస్తున్నట్టుంది !" ఆమె లైటు తీసేసి తలుపులు చేరగిలవేసి వెళ్ళిపోయింది.

13

సాయంత్రం అయింది.

రవి నీట్‌గా ముస్తాబు అయి, హోటల్ బ్లూ స్టార్‌కి వచ్చాడు. ఒక్కడే కూర్చుని డిన్నర్ తీసుకున్నాడు ! అతని కళ్లు మాటిమాటికీ అసహనంగా చేతికున్న వాచీలో టైంని చూస్తున్నాయి. ఎంతో దీర్ఘంగా టైం గడిచింది.

హోటల్ మేనేజరు మిష్టర్ దత్తు కంఠం మైక్‌లో మృదు గంభీరంగా వినిపించింది.

రవి చూపులు చురుగ్గా అయినాయి.

"లేడీస్ అండ్ జెంటిల్‌మెన్ ! ఈ రోజు ఒంట్లో బాగుండని కారణంగా మిస్ రోజీ డాన్సు చేయలేకపోతోంది అని చెప్పటానికి విచారిస్తున్నాను. ఆమెకి బదులు సిలోన్ బ్యూటీ మిస్ సిల్వియా మీ కన్నులకి విందు చేయబోతోంది !" అన్నాడు అందరూ చప్పట్లు కొట్టారు.

రవి చేతులు కలపటం మర్చిపోయినట్టుగా, అచేతనంగా కూర్చుండి పోయాడు. అతని ముఖం చెప్పలేనంత ఆశాభంగం పొందినట్టుగా వుంది.

డాన్స్ ప్రారంభమైంది. మిస్. సిల్వియా నాజూకైన శరీరాన్ని ఊపుతూ, తళుకుల్లాంటి చూపుల్ని అక్కడున్న అందరిమీదా విసురుతోంది.

ఒక్క నిమిషం సిగరెట్ నుసి, యాష్ట్రేలో దులుపుతూ దీర్ఘంగా ఆలోచించిన అతను మరుక్షణమే లేచి, మేనేజర్ దత్తు దగ్గరికి వెళ్ళాడు. "మిస్. రోజీ అడ్రస్ యివ్వగలరా ?"

దత్తు రవిని ఎగాదిగా చూశాడు.

"ఈ రోజు ఆవిడ ఒంట్లో బాగాలేదు. ట్రై యువర్ లక్ నెక్స్టు టైమ్ !" అన్నాడతను.

రవి దవడ ఎముక ఆగ్రహం అణచుకున్నట్టుగా కదిలింది.

"క్షమించాలి. నేను రేపు ఉదయమే వెళ్ళిపోతున్నాను. ఆవిడని అర్జెంటుగా కలవాలి."

"అంత అర్జెంటు అయితే ఫోన్‌లో మాట్లాడండి" దత్తు నంబరు యిచ్చాడు.

"ఆవిడ అపాయింట్‌మెంట్ తీసుకోకుండా వెళితే వాకిట్లో వున్న ఘూర్కా మిమ్మల్ని మర్యాద చేస్తాడు జాగ్రత్త" దత్తు హెచ్చరించాడు. ఆ హెచ్చరికలో అంతర్లీనంగా వున్న బెదిరింపు రవి చెవులు పసిగట్టకపోలేదు రవి ఫోన్ దగ్గరికి వచ్చాడు.

ఫోన్ రింగు అవగానే అవతలనుంచి "హలో ! రోజీ స్పీకింగ్" అంటూ ఎంతో మృదువుగా వినిపించింది. సందేహంలేదు. ఆ గొంతు సరోజదే.

"సరోజా ! నేను రవిని మాట్లాడుతున్నాను" అతని మాట పూర్తికాలేదు. అవతలి వైపునుంచి క్షణం నిశ్శబ్దం ! ఆ తర్వాత వెంటనే "సారీ ! రాంగ్ నెంబర్" అని ఫోన్ పెట్టేసిన ధ్వని వినిపించింది.

తర్వాత అతను ఎన్నిసార్లు చేసినా ఎంగేజ్ అయిన ధ్వనే వినవచ్చింది.

14

ఖరీదైన ఆ మేడలో, విశాలంగా వున్న హాలులో, అమర్చివున్న ప్రతి వస్తువు, ఆ యిల్లు చాలా ధనవంతులదని ఋజువు చేయటానిక తహతహ లాడుతున్నట్టుగా వున్నాయి. క్రింద నేలమీద అపురూపమైన తివాసీ పరిచివుంది. మార్కెట్‌లో సరికొత్త ఫాషన్‌గల సోఫాలు అక్కడవేసి వున్నాయి. హాలులో మూలల, సాలర్‌జంగ్ మ్యూజియంలో భద్రపరచాల్సినంత అందమైన అమ్మాయి బొమ్మలు సిగ్గులు చిందిస్తూ ఒదిగి నిలబడినాయి. గోడలకి ప్రకృతి చిత్రాలు చాలా అమూల్యమైనవి తగిలించి వున్నాయి. గుమ్మాలకి, కిటికీలకి అధునాతనమైన డిజైన్‌లో, సిల్కు పరదాలు సగర్వంగా వేళ్ళాడుతున్నాయి.

ఆ హాలులో వున్న వస్తువులు అన్నింటిలోకి అతి సుందరంగా వున్న బొమ్మలా, సోఫాలో కూర్చుని వుంది రోజ. ఆమె కెదురుగా, హోటల్ మేనేజర్ దత్తు కూర్చుని వున్నాడు. ఆయన కాఫీ తాగుతూ ఎదురుగా సోఫాలో నిస్తేజంగా, పాలరాతి శిల్పంలా కూర్చుని వున్న రోజీని తదేకంగా గమనిస్తున్నాడు.

రోజూలా ఆ అమ్మాయి హుషారుగా లేకపోవటం చూసి అతను రెండో సారి అడుగుతున్నట్టుగా అన్నాడు.

"రోజీ ! వాటీస్ ది మేటర్ ! ఒంట్లో బాగాలేదంటావు! డాక్టర్‌ని పిలిపిస్తానంటే వద్దంటావు. నీ ధోరణేమిటో నాకు బొత్తిగా అంతుపట్టటం లేదు. నా చేతిలో ఫారెన్ రిటర్న్‌డ్ డాక్టర్లు ఎంతో మంది వున్నారు. వాళ్ళు ఎలాంటి వ్యాధినయినా ఇట్టే నివారిస్తారు."

"నా వ్యాధి శరీరానికి సంబంధించినదికాదు, మనసు బాగుండలేదు. ప్లీజ్! దయచేసి నన్నేమీ అడగవద్దు కొద్దిసేపు ఒంటరిగా వుండనివ్వండి."

"సరే నీ యిష్టం. ఏదయినా అవసరం అయితే ఫోన్ చెయ్యి. రెక్కలు కట్టుకుని వాల్తాను."

"అలాగే !"

"మగి నేను వెళ్ళిరానా ?" అతను లేచి వెళ్లబోతూ ఆగాడు.

"రోజీ ! బాగా రెస్టు తీసుకో, ఈ రోజు హోటల్లో నీ డాన్సు లేదనేసరికి 10 గంటలు కాకుండానే అందరూ వెళ్ళిపోయారు. రేపు మాత్రం మానటానికి వీల్లేదు" హెచ్చరించినట్లుగా అన్నాడతను.

రోజీ తల వూపింది.

"డాక్టర్ని ఎవరినీ పంపనవసరం లేదుగా ?"

"వద్దు."

"యాపిల్స్, బత్తాయిలు అలాటి వేమైనా కావాలా ?"

"వున్నాయి, ఏం వద్దు"

"ఆల్‌రైట్ ! నేనిక నీకు మళ్ళీ ఫోన్‌చేసి డిస్టర్బ్ కూడా చేయను. బాగా విశ్రాంతి తీసుకో. రేపు సాయంత్రం మామూలుగా నువ్వు హోటల్‌కి వచ్చే టైంకి కారు పంపుతాను. సరేనా ?"

రోజీ యాంత్రికంగా తల ఊపింది.

"థాంక్ యూ !" దత్తు సంతోషించినట్లుగా తలవంచి నాటక ఫక్కీలో లాగా అభివాదంచేసి, నవ్వి వెళ్ళిపోయాడు.

రోజీ గుండెల్లో అంతవరకూ అణుచుకుంటున్న ఆవేదన బైటకి వదులు తున్నట్టుగా నిట్టూర్పు విడిచింది.

రోజీ లేచి దత్తుని పంపి తిరిగి వస్తుండగా హాలులో ఫోన్ గణగణా మోగింది. రోజీ రిసీవర్‌తీసి మెల్లగా "హలో" అంది. అవతలనించి వినిపిస్తున్న కంఠం వినగానే ముఖం వివర్ణమైంది. మనిషిలో తడబాటు కనిపించింది.

"ఎవరూ ! సరోజా ! మీకెన్నిసార్లు చెప్పాలి . ఆ పేరుగల వాళ్లెవరూ ఇక్కడ లేరు. రాంగ్ నంబర్ ప్లీజ్" అని ఫోన్ పెట్టేసింది. రోజీ ముఖం నిండా చిరుచెమటలు అలుముకున్నాయి. ఫోన్ మీదనుంచి చేయి తీస్తుంటే వేళ్లు కంపించినాయి. సరోజ ! సరోజ ! అస్పష్టంగా అనుకుంది. కళ్ళలో చివ్వున నీళ్లు వుబికినాయి. సరోజ ! హు ! శక్తి తెచ్చుకున్నదానిలా ఫోన్ దగ్గర నించి కదిలి ఇవతలికి వచ్చింది. సరోజ కావాలట ! రోజీ పెదవులు బిగబట్టి కన్నీళ్ళు నిగ్రహించుకుంది. అక్కడనుంచి తన గదిలోకి వెళ్లబోతుండగా మళ్ళీ ఫోన్ గణగణలాడింది. రోజీ హఠాత్తుగా ఆగిపోయింది. భయపడుతున్న దానిలా ఫోన్ వైపు తిరిగి చూసింది. ఫోన్ మోగుతూనే వుంది. క్షణంసేపు దానివైపు వెర్రిదానిలా చూసిన రోజీ, గత్యంతరం లేనిదానిలా, ఏదో తెంచుకోలేని పాశం పట్టి ముందుకు లాగుతున్నట్టుగా మెల్లగా వెళ్ళి రిసీవర్ తీసింది. అవతలనుంచి ఆతురతగా వినిపించింది. "సరోజా ! నన్ను మోసం చెయ్యకు, నేను రవిని మాట్లాడుతున్నాను, నిన్ను కలుసుకోవాలి, నీతో మాట్లాడాలి." రోజీ ఇక విని భరించలేనట్లుగా ఫోన్ పీక నొక్కేస్తున్నట్లుగా మళ్ళీ పెట్టేసింది.

హాలులో నుంచి పనిమీద బైటకి వెళుతున్న నౌకరిని పిలిచింది. "నాకు చాలా తల నొప్పిగా వుంది. బైట ఘూర్కాతో లోపలికి ఎవరినీ రానీయ వద్దన్నానని చెప్పు. ఫోను మోగితే నువ్వు తీయకు" అంటూ ఆజ్ఞాపించింది.

"అలాగేనమ్మా" ఎంతో అణుకువగా అన్నాడతను.

రోజీ వచ్చి గదిలో హంసతూలికా తల్పంలా వున్న తన మంచం మీద కూర్చుంది. ఎంత వద్దనుకున్నా, సరోజా ! అన్న రవి పిలుపే చెవుల్లో ప్రతిధ్వనిస్తోంది. చివరికి ఎదురుగా గాజు తొట్టెలో క్రిందికి, పైకి తిరుగుతున్న మిలమిలలాడే

బంగారు చేపలుకూడా "సరోజా !" అని పిలుస్తున్నట్టుగానే వుంది. ఎక్కడుంది సరోజ ! ఎన్నేళ్ళనాటి మాట చచ్చిపోయిన సరోజని మళ్ళీ బ్రతికి రమ్మనమని పిలుస్తున్నాడతను. ఇక్కడున్నది రోజీ అంటే నమ్మడేం ? సరోజని తన గుండెల్లో సమాధిచేసి చాలా ఏళ్ళయిందని ఎలా అతనికి తెలియచేయటం. ఏం జీవితం ఇది. బ్రతికివుండగానే చచ్చిపోయిన వ్యక్తి తను. చచ్చిపోకుండానే మరో బ్రతుకు బ్రతుకుతున్న మనిషిగా అయింది. ఒకనాడు అతను ఈ ప్రపంచంలో అందరికంటే ఆత్మీయుడు, ఈ రోజు చూడటానికి వస్తానంటుంటే భయంతో గుండెలు దడదడలాడుతున్నాయి. మాట్లాడలేక మనసు మూగబోయింది.

రోజీకి దుఃఖం ఉప్పెనలా వచ్చి ముంచేసింది. రెండు చేతుల్లో ముఖం కప్పుకుని ఏడవసాగింది.

✣ ✣ ✣ ✣ ✣

కరువుతీరా, మనసారా, ఏడుస్తూ ఏడుపులోనే ఏదో ఓదార్పు, మనశ్శాంతి లభిస్తున్నట్టు అనగా చాలాసేపు అలాగే కూర్చుండిపోయిన రోజీకి హఠాత్తుగా బైట కేకలు వినిపించాయి. తృళ్ళిపడ్డట్టుగా లేచి వెళ్లి కిటికీ తెరలు పక్కకు లాగి చూసింది.

మేడమీద పై అంతస్తులో వున్న గదిలో నిలబడి చూసిన రోజికి, క్రింద గేటు దగ్గర రవి ఘూర్కాతో పేచీ పడుతూ కనిపించాడు ! అతన్ని చూడగానే కొయ్యబారిపోయినట్టు నిలబడిపోయింది.

రవి ఘూర్కాని రెండు తగిలించి అవతలకి తోస్తున్నాడు. రోజీ కంగారు పడిపోయింది. ఒక్క నిమిషం ఏం చెయ్యటానికి పాలుపోక, తికమకబడింది. ఆ వెంటనే మెరుపులా, ఏదో స్ఫురించినదానిలా, చెంగుతో కళ్లు గట్టిగా తుడిచేసుకుంది అద్దం దగ్గరకు వెళ్లి కమిలిన ముఖానికి దట్టంగా పౌడరు అద్దుకుని, గబగబా మెట్లు దిగి క్రింద హాల్లోకి పరుగెత్తుకు వచ్చింది.

అక్కడున్న పుస్తకం ఒకటి తీసుకుంది.

సోఫాలో వెనక్కి చేరగిలబడి కూర్చుంది.

రవి లోపలికి వచ్చాడు !

అడుగుల శబ్దంవిని అప్పుడే చూసినట్టుగా, పుస్తకం పక్కకుతీసి అతన్ని ఎప్పుడూ ఎరగనట్టుగా, వింతగా, అపరిచిత వ్యక్తిలా చూసింది.

"ఎవరు నువ్వు ?" ముఖం చిట్లించి అడిగింది.

రవి ఆ మాట వినగానే బద్దలవబోతున్న అగ్నిపర్వతంలా అయాడు. మెల్లగా ఒక్కొక్క అడుగే కొలుస్తున్నట్టుగా వేస్తూ, రోజీదగ్గరకి వచ్చాడు.

"నిన్నే ! ఎవరు నువ్వు ?" రోజి అహంకారంగా చూస్తూ, నిర్లక్ష్యంగా రెట్టించింది.

ఈ మాట వినగానే అగ్నిపర్వతం భళ్లున బద్దలయింది. అతని చెయ్యి రోజీ జబ్బ పట్టుకుని లేవదీసింది.

రోజీ చెంప ఛెళ్లుమంది.

గదిలో ఒక్క నిముషం భయంకరమైన నిశ్శబ్దం ఏర్పడింది.

"ఇప్పటికైనా గుర్తుకు వచ్చిందా నేనెవరినో ?" పళ్ళబిగువున అడిగాడు రవి. అతని ముఖం కందగడ్డలా ఉంది. ఆవేశంతో, ఆగ్రహంతో ఉక్కిరి బిక్కిరి అవుతున్నాడు.

రోజీ చెంపపట్టుకుని నిశ్చేష్టురాలయినట్టుగా, అలాగే చూస్తోంది.

పాపిష్టిదానా ! నిన్నీ పరిస్థితిలో చూసేదానికంటే, నీ శవం చూస్తే ఎంతో సంతోషించేవాడిని చెప్పు. ఎందుకిలా మమ్మల్ని మోసంచేశావు ? యిన్నేళ్లు బ్రతికివుండికూడా ! చచ్చిపోయినట్లుగా ఎందుకు నటించావు ? మాట్లాడు, చెప్పు" అరిచాడతను.

రోజీ చేతుల్లో ముఖం దాచుకుని ఏడవసాగింది.

అతని ముఖం మరింత కఠినంగా మారింది.

"చాలించు నీ నాటకం, నీ కన్నీళ్ళకి కరిగిపోతానని అనుకోకు, చెప్పు, ఎందుకిలా మమ్మల్ని మోసం చేశావు ?"

"నే నెవర్నీ మోసం చేయలేదు" ఏడుపు మధ్య రోషంగా అంది సరోజ.

"చేయలేదూ ? ఆ మాట అనటానికి నీకు సిగ్గులేదూ ? నువ్వు నాకు వ్రాసిన ఉత్తరం మర్చిపోయావా ? బ్రతుకుమీద విరక్తి పుట్టిందన్నావే ? ఆత్మహత్య చేసుకుంటానన్నావే . ఈ లోకంలో ఉండనే ఉండనన్నా వేం ?"

"రవీ !"

"నోర్ముయ్ చచ్చిపోయిందనే సానుభూతికోసం మమ్మల్ని మోసం చేస్తావా? ఇన్నేళ్ళూ ఆరని మంటగా నీ గురించి మేము కుమిలిపోతుంటే నువ్విక్కడ దర్జాగా రాణివాసం అనుభవిస్తున్నావా ?"

సరోజ ఏదో చెప్పబోయింది, కానీ రవి వినిపించుకోలేదు.

"పైగా-సరోజ అనే అమ్మాయే యిక్కడ లేనేలేదన్నావు. నేను కళ్ళారా స్వయంగా నిన్ను చూసిన తర్వాత కూడా నా కళ్లు కప్పాలని చూశావు. రాంగ్‌నంబర్ అంటూ నాటకం ఆడి, నన్ను ఇక్కడికి రానీయకుండా చేద్దామను కున్నావు కదూ! ఆత్మహత్య చేసుకుంటున్నానని, మమ్మల్ని వంచించి, మభ్యపెట్టి నువ్వు ఈ రంగుల మేడలో కులుకుతున్నావా ? ఆ యింటి ఆడపిల్లననే విషయం కూడా మరచి, సిగ్గు-ఎగ్గూ లేకుండా సింగారించుకుని, వయసు మళ్ళిన వాళ్ళకి కూడా పులకరింతలు పుట్టేట్టు నలుగురి ముందు తైతక్కలాడుతున్నావా ?"

సరోజ చేతులు జోడించి దీనంగా చూసింది.

"రవీ ! నీకేం తెలియదు, నన్ను మాటలతో హింసించకు."

ఆ మాట వినగానే అతను ఇంకా రెచ్చిపోయాడు.

"హింసా ! హింస అనేదేమిటో తెలిస్తే అయినవాళ్ళని, ఆత్మీయులని వదిలి, ఇలా వస్తావా నువ్వు ? నాకేం తెలియకపోడటమే ? బాగా తెలుసు. నీకు పట్టుపరుపులు-విలాస జీవితాలు కావాల్సి వచ్చాయి. అవి నువ్వున్న పరిధిలో దొరకవు, అందుకే పచ్చని సంసారంలో నిప్పులు పోసుకున్నావు. కట్టుకున్నవాడిని వదిలేశావు. నిన్ను ప్రాణంగా చూసుకుంటున్న మమ్మల్ని కాళ్ళ రాచి, రంగులచిలకలా ఎగిరివచ్చావు. ఒళ్ళు చూపిస్తూ వ్యాపారం మొదలుపెట్టావు. ఎంత సంపాయించావు . ఎంత వెనకేశావు ? ఎంతమంది కన్నీళ్ళకి కారణం అయ్యావు ?"

"రవీ ! రవీ !" సరోజ భరించలేనట్టుగా ఆవేశంగా అరిచింది.

"ఏం ? నేనన్నది అబద్ధమా ? కాదనగలవా ?"

"రవీ ! మొదట నేను చెప్పేది విను, నేను ఇంటినుంచి వచ్చిన తరువాత ఏం జరిగిందో, ప్రతి అక్షరం భగవంతుడి సాక్షిగా నిజం చెబుతాను. దయయుంచి విను. విన్న తర్వాత - అది అసహజంగా, అబద్ధంగా తోస్తే - ఇక్కడే నా పీక నులిమేయ్."

"ఏమిటి నువ్వు చెప్పేది ? నాకు తెలియదనుకుంటున్నావా ? ఇంటి నుంచి వెళ్ళిపోయిన ప్రతి ఆడపిల్లా, తనని తాను సమర్థించుకోటానికి ఏదో ఒక కల్లబొల్లి కథ అల్లుకునే ఉంటుంది, నీ అబద్ధాలన్నీ నమ్మేందుకు నేనేం అమాయకుడిని కాదు."

"అబద్ధమూ ! నీ ముందు నేను ఎప్పుడైనా అబద్ధం ఆడానా రవీ ?"

"అప్పుడు ఆడకపోవచ్చు, ఇప్పుడు నువ్వు ఆ సరోజకాదుగా, రోజీవయ్యే! సటస తెలిసినదానివి, ఎంతైనా తెగించినదానివి, ఎన్నయినా చెప్పగలవు."

చురకత్తుల్లా వున్న ఈ మాటలు రోజీ హృదయంలో వాడిగా గు... నున్నాయి. ఆ బాధని పళ్లబిగువున భరిస్తున్న దానిలా, పాలిపోయిన మొహంతో అంది.

"నన్ను చెప్పనీ రవీ! కాస్త ఓపికపట్టి విను. నేను చెప్పినది విన్న తర్వాత అది నీకు అబద్ధాల అల్లికగా తోస్తే, నీ యిష్టం వచ్చినట్టు శిక్షించు, నేను కాదనను."

రోజీ గతం అంతా, అతని కళ్ళముందు కనిపించేట్టు చెప్పటం ప్రారంభించింది.

15

"రవీ, వూహ తెలియకముందే తల్లిని పోగొట్టుకుని నా అనేవాళ్లు లేని నన్ను మీరు దగ్గరకు తీశారు. ఏ లోటు లేకుండా పెంచి పెద్దచేశారు. మీరు నన్ను అంత ప్రేమగాచూస్తూ, నా భవిష్యత్తు తీర్చిదిద్దాలని, ఒక మంచివాడిని చూసి నన్నొక ఇంటిదాన్ని చేయాలని, ఆలోచనలు చేస్తున్న సమయంలో నా కలలన్నీ వేరుగా వున్నాయని, నా ఆశలు మరొకరిమీద పెంచుకున్నానని నోరువిప్పి మీకు చెప్పలేకపోయాను మన ఇంటికి వస్తూ పోతుండే శేషగిరిలో డాబు, దర్జా, నన్ను ఆకర్షించాయి. నేను నీళ్ళకోసం చెరువుకి వెళ్ళే సమయానికి, అక్కడ అతను చేపలు పట్టడం చేర్చుకుంటున్నాను అంటూ గాలం పుచ్చుకుని ప్రత్యక్షం అయ్యేవాడు. యిద్దరం చాలా సేపు కబుర్లు చెప్పుకునేవాళ్లం, అతను నామీద ఎంతో ప్రేమవుందని చెప్పాడు. నేను లేకుండా బ్రతకలేనన్నాడు. నా కన్నెమనసు అతని లాలింపుకి లొంగిపోయింది. నా వూహల్లో అతనొక రాజకుమారుడిగా అయాడు. మంచి వాళ్ళ నీడలో, అభం శుభం తెలియకుండా పెరిగిన ముగ్ధత్వం వంచన తెలుసుకోలేక పోయింది. అతనిదంతా మాటల గారడీ అని అతని కపటనాటకపు వూబిలోకి నేను దిగిపోతున్నానని తెలుసు కోలేకపోయాను. మీ కెవరికీ శేషగిరి అంటే యిష్టం లేదని నాకు తెలుసు. మీ అయిష్టం అంతా తనకీ ఎక్కువ అంతస్తులేదనే చిన్నచూపు అని శేసగిరి నా దగ్గర వాపోయేవాడు.

ఆ రోజు నా పుట్టిన రోజున మీరు నాకోసం చేయించిన నగలు వచ్చినాయి, నువ్వు అవి పెట్టుకుని చూపించమన్నావు. నేను అవి అలంకరించుకుని వస్తుండగా ముందు గదిలో, నువ్వు నాన్నగారితో, "నాన్నా! ప్రసాద్‌కి సరోజనిచ్చి చేయాలని

నువ్వు అనుకున్నట్టుగా తెలియచేశాను. అతను చాలా సంతోషంగా ఒప్పుకున్నాడు." అనటం "అలాగా, ఈ రోజు నా మనసు చాలా తేలికగా వుంది రవీ ! అయితే పురోహితుడిని రమ్మనమని కబురుచేస్తాను. మంచి ముహూర్తం ఎప్పుడు వుందో తెలుసుకుని ముహూర్తం పెట్టిస్తాను" అనడం విన్నాను నా గుండెలు ఝల్లుమన్నాయి. మీ కెవరికీ ఎదురుచెప్పే అలవాటు నాకు చిన్నప్పట్నుంచీ లేదు.

ఆ సాయంత్రం చెరువు ఒడ్డున శేషగిరిని కలిసినప్పుడు నేను ఖంగారుగా నా పెళ్లి సంగతి చెప్పాను. అతను నన్ను ఇంట్లోంచి వచ్చేయమని ప్రోత్సహించాడు, నన్నేం భయపడవద్దని, నా చేయి పట్టుకుని ఏవేవో వాగ్దానాలు చేశాడు.

అతను చెప్పిన ప్రతి మాటా నేను నిష్కల్మషంగా నమ్మాను. ఆ రోజు - అతను కోరినట్టే తెల్లవారుఝామున మీతో చెప్పకుండా, నేను అతనితో వెళ్లిపోయాను, శేషగిరి నన్ను పక్క వూరిలో వున్న అతని ఇంటికి తీసుకువెళ్ళాడు.

నేను వెంటనే పెళ్లి ఏర్పాట్లు చేయమని పట్టుబట్టాను.

అతను నన్ను పురోహితుడి దగ్గరకు తీసుకువెళ్లాడు. ఆయన ఇది శూన్యమాసం అని, ఈ నెలలో వివాహాలు జరిగితే అది శుభప్రదం కాదని గట్టిగా హెచ్చరించాడు ఈ మాట వినగానే నేను నిరుత్సాహపడిపోయాను శూన్యమాసం వెళ్ళే వరకూ నేనెక్కడ వుండటం పెళ్ళి కాకుండా, శేషగిరితో కలిసి వుండటం అసంభవం అని చెప్పేశాను.

"నా కోసం నువ్వు ఇల్లు విడిచి వచ్చినప్పుడే నా భార్యవి అయిపోయావు సరోజా. పెళ్ళి అనేది నామమాత్రమే" అన్నాడు శేషగిరి.

మా అవస్థ చూసి పురోహితుడు ఒక మార్గం చూపించాడు.

"ప్రస్తుతానికి ఇద్దరూ దైవ సన్నిధిలో దండలు మార్చుకోండి. ఆ తర్వాత శాస్త్రీయంగా పెళ్లి చేసుకుందురుగాని" అన్నాడు.

ఈ మాట విని శేషగిరి సంతోషించాడు. తన సహజ వాక్చాతుర్యంతో నన్ను ఒప్పించాడు. నాలో ఎలాటి భయాలకి తావు లేకుండా చేశాడు. ఇద్దరం దేవాలయములో దండలు మార్చుకున్నాము. అతను చెప్పిన ప్రతి మాటా నిజమని, నిష్కల్మషంగా నమ్మిన నేను, భక్తి శ్రద్ధలతో, కళ్లు మూసుకుని, మా దాంపత్యం అపర్శవంతంగా, సుఖమయంగా, నూరేళ్ళు వర్ధిల్లేటట్లు చేయమని భగవంతుని మనసులోనే ప్రార్థించాను.

నేను కోరుకున్నదల్లా ఒకటే ! ఒక చిన్న ఇల్లు, అందులో శేషగిరితో ఆనందం నిండిన మా దాంపత్యం, ఇద్దరో, ముగ్గురో మా అనురాగానికి నిదర్శనంగా పిల్లలు, ఇంతకంటే నాకింకేమీ వద్దు వీటితో నేను చాలా ఆనందంగా వుండగలను అనిపించేది.

ఆ విధంగా, అతనికి మనసా వాచా, భార్యని అయి, ప్రేమించిన అతనే నా జీవితసర్వస్వం అనుకుంటున్న నేను, అతన్ని కించిత్తు కూడా అనుమానించలేని గుడ్డిదాన్నయాను.

కొద్ది రోజులు నా కాపురం ఆనందంగానే గడిచింది, కానీ – క్రమంగా శేషగిరికి నా మీద వుండే అభిమానం మెల్లగా అంతరిస్తున్నట్లు నా మనసు పసిగట్టింది. నా శరీరం మీద మోజు తీరగానే, అతను నిర్లక్ష్యంగా మాట్లాడ సాగాడు. నేను పెళ్లి మాట ఎత్తితే “ఇంకేం పెళ్లి ! అప్పుడే అయిపోయింది” అంటూ హేళన చేసేవాడు పై నుంచి వెక్కిరింతగా నీకు మళ్ళీ పెళ్లి కావాలని వుందా ! వుంటే పురుషోత్తంగారిని అడిగి కట్నం తీసుకురా ! ఆయన్ని నా కాళ్లు కడిగి కన్యాదానం చేయమను” అంటూ వ్యంగ్యంగా మాటలు విసిరేవాడు.

ఆ ఇంట్లో సర్వస్వం తెగతెంపులు చేసుకుని రమ్మనమని నన్ను ఆనాడు ప్రోత్సహించిన పెద్దమనిషి, మళ్లీ ఈ రోజు ఆ ఇంటికి వెళ్లమనటంలో ఉద్దేశ్యం ఏమిటి ? నేను వెళతానా లేదా అని పరీక్ష చేయటమేగా మాటకి మాట ఎదురుచెప్పి అతన్ని రెచ్చగొట్టటం ఇష్టంలేక మౌనంగా వుండిపోయేదాన్ని. నా మౌనం అతనికి ఇంకా అలుసు అయిపోయేది. రానురాను అతని ప్రవర్తన శృతిమించసాగింది. నేను అతనంటే పడిచచ్చే మనిషిలా, లేచివచ్చిన బజారు మనిషిలా యీసడించసాగాడు. నా మనసు అతని వ్యంగ్యోక్తులకి తూట్లు తూట్లు పడినట్టయ్యేది.

పెళ్లి అయి కొద్ది నెలలు కూడా గడవకుండానే, శేషగిరితో నేను నా సంసారం గురించి కన్న కలలు ఎండమావులని తేలిపోయింది. అతను జూదరి, తాగుబోతు, వ్యభిచారికూడా ! నేను తెలిసో, తెలియకో, నా అన్న వాళ్ళని వదులుకుని, యీ నరకంలోకి వచ్చాను. కష్టమో, నిష్ఠూరమో, ఈ జీవితం భరించక తప్పదని, గుండె రాయి చేసుకున్నాను. శేషగిరి తాగివచ్చి నన్ను నానా మాటలూ అనేవాడు, కొట్టేవాడు, రెండు రోజులకి ఒకసారయినా వీధిలోకి నెట్టి “నీకు దిక్కున్నచోట చెప్పుకో పో !” అంటూ హింసించేవాడు. నా దగ్గరవున్న నగలన్నీ మొదట్లో తెలియక అతను యిబ్బందిగా వుందంటే యిచ్చేశాను. నాకు పుట్టిన రోజుకి మీరు చేయించిన

గొలుసు మాత్రం అతనికివ్వలేదు” దాచేశాను. చీటికి మాటికీ అది యివ్వమని గొడవ చేసేవాడు. “వాళ్ళకి డబ్బు పంపించమని వుత్తరం వ్రాయి” అనేవాడు. నా ప్రాణం పోయినా ఒప్పుకుంటారు గానీ మీకు డబ్బుకోసం వ్రాయటం వట్టి మాట అని చెప్పేశాను ! అతని చేతులు నొప్పిపుట్టేవరకూ కొట్టేవాడు. నోరు నొప్పి పుట్టేవరకూ అసభ్యమైన తిట్లు తిట్టివేళ్ళేవాడు.

ఈ పెళ్ళి చేసుకోవటంలో, నేను చేసిన పొరపాటు ఏమిటో నాకు అర్ధమైపోయింది. నా గుండె బండరాయి అయింది. శేసగిరి పైపై షోకులు చూసి తీపి తీపి మాటలు నమ్మి అతనిమీద వ్యామోహంలో, అయిన వాళ్ళని కాళ్ళదన్నుకుని వచ్చాను. ఇంట్లోంచి చెప్పకుండావచ్చి, వాళ్లకి తలవంపులకి కారణమయిన నేను, మళ్లీ ఏం ముఖం పెట్టుకుని ఆ యింటికి వెళ్ళను? నా జీవితం చేతులారా నేనే సర్వనాశనం చేసుకున్నాను. నా యీ నరకానికి నేనే కారణం అన్న వ్యధ నన్ను కృంగదీయసాగింది.

ఆ పరిస్థితుల్లో నాకు నెల తప్పింది ! నేను తల్లిని కాబోతున్నాను అనే విషయం తెలుసుకోగానే, నేను హడలిపోయాను. నాకే గతిలేదు, యింకో ప్రాణిని నేనేం చేసుకోను అనిపించింది. కానీ, అంత నిస్పృహలో కూడా నాలో ఆశలాటిది మొలకెత్తింది. కనీసం ఈ మాట వింటేనైనా శేషగిరి మారతాడేమో ననిపించింది. మా యిద్దరిమధ్యా వూపిరి పోసుకోబోతున్న యీ రక్త సంబంధం అతన్ని మారుస్తుందేమోనని, అతని బిడ్డకి తల్లిగా నన్ను గౌరవిస్తాడేమోనని అనుకున్నాను. కానీ, అది కూడా దురాశే అయింది. నేను గర్భవతిని అని తెలియగానే అతను మండిపడ్డాడు. ఈ పీడ నాకేమిటి అన్నాడు. అసలు నా ప్రవర్తనే మంచిది కాదన్నాడు. నీతిమాలిన నేను తనని మోసంజేసి బలవంతంగా, యీ పెళ్లిలోకి దించానని బుకాయించాడు. అతని ధోరణి వినగానే నేను నీరుకారిపోయాను.

ఆ పరిస్థితుల్లో ఒక రోజున నేను సాయంత్రం వేళ దేవాలయానికి వెళ్లి యింటికి తిరిగి వచ్చాను.

పడకగదిలో నుంచి నవ్వులు వినిపించాయి.

నేను గుమ్మంలో నుంచి లోపలికి తొంగిచూశాను.

గదిలో మంచంమీద అపరిచితురాలయిన ఒక అమ్మాయి పడుకుని వుంది శేషగిరి పక్కలో కూర్చుని ఆ అమ్మాయితో సరసాలాడుతున్నాడు. ఈ దృశ్యం చూడగానే నా గుండెలు భగ్గుమన్నాయి. చేతికి అందినది పట్టుకు వెళ్లి ఖద్దరి

తలలూ చితకబాదాలి అన్నంత ఆవేశం వచ్చింది. కాని ! ఎలాగో వివేకం తెచ్చుకుని తమాయించుకున్నాను.

ఆ అమ్మాయి నన్ను చూడగానే లేచి కూర్చుంటూ : "డార్లింగ్ ! ఎవరీ అమ్మాయి ?" అంది.

"మా పనిమనిషి !" రతీమని సమాధానం చెప్పాడు శేషగిరి.

"శేషూ !" ఆడపులిలా గర్జించాను.

శేషగిరి ఆ అమ్మాయిని వదిలి గదిబైటకి వచ్చాడు.

ఏమిటా అరుపులు, మర్యాద తెచ్చుకుని ప్రవర్తించటం నేర్చుకో. యింతసేపూ ఎక్కడెక్కడ షికార్లు చేసివచ్చావు ? వంట అయిందా ? అయితే మా యిద్దరికీ భోజనం యీ గదిలోకి తీసుకురా ?" అంటూ ఆజ్ఞాపించాడు.

అతని ధోరణి అచ్చు పనిమనిషితో మాట్లాడినట్టే వుంది.

నేను దెబ్బతిన్న పులిలా చూశాను.

"శేషూ ! నా కంఠంలో వూపిరి వుండగా అలా జరగదు. అడుగు జారానుకదా అని హద్దుమీరి ప్రవర్తించకు. ఎవరా అమ్మాయి ? అవతలకి వెళ్లమను. ఆ పడక అడ్డమైనవాళ్ళూ దొర్లేది కాదని చెప్పు" అంటూ ఆవేశంతో అరిచాను.

కానీ శేషగిరి కించిత్తుకూడా చలించలేదు. పైనుంచి ఎకసక్కెంగా నవ్వాడు.

"ఇదివరకు వచినవాళ్లు కూడా యిలాగే భ్రమపడ్డారు. చెప్పింది చెయ్ ఫో !"

"చెయ్యను, నీ తీయటి మాటలతో నన్ను యింటినుంచి బైటకి వచ్చేలా చేశావు, దండల పెళ్లంటూ దగా చేశావు."

"నోర్ముయ్ ! ఆ దండ లెప్పుడో వాడిపోయినాయి. నీ మీద నా మనసూ తరిగిపోయింది. ఇంకా మంచివాడిని కాబట్టి నీకింత ముద్దపడేస్తున్నాను. అందుకు సంతోషించు. ఇంట్లోంచి గెంటానంటే నీ బ్రతుకు కుక్కలు చింపిన విస్తరి అవుతుంది. జాగ్రత్త, ఆ గతి తెచ్చుకోకు."

"నీతో నాకు మాటలు అనవసరం." అంటూ నేను చరచరా గదిలోకి వెళ్లాను. ఆ అమ్మాయిని మంచంమీదనుంచి లాగి, గదిబైటకి తోశాను.

"ఆయనకి సిగ్గులేకపోయినా నీకయినా లేదూ ? ఇది సంసారుల ఇల్లు. వెళ్లవతలకి, వెళ్ళకపోయావంటే నలుగురినీ పిలిచి నీ మొహాన ఉమ్మేయిస్తాను జాగ్రత్త" అంటూ బెదిరించాను.

ఆ అమ్మాయి హడలిపోయినట్టుగా చూసింది.

"గిరీ ! ఇంటికి రమ్మనమని పిలిచి పనిమనిషిచేత అవమానం చేయిస్తావా? మళ్ళీ నీ గడప తొక్కితే ఒట్టు." అనేసి కోపంగా గబగబా వెళ్లిపోయింది.

గదిలో మంచంమీద వున్న దుప్పటి లాగిపారేసి ఇంకోటి పరుస్తున్న నా దగ్గరికి శేషగిరి వచ్చాడు. అతని కళ్లు క్రోధంతో ఎర్రగా ఉన్నాయి.

"ఏం ? ఒళ్లు బాగా కాపరంగా వుందా" అన్నాడు.

నేను గిర్రున అతని వైపు తిరిగాను.

"శేషూ ! మంచో చెడో నేను ఈ యింటికి వచ్చాను. నిన్ను నమ్ము కున్నాను. పిల్లతల్లిని కూడా కాబోతున్నాను. నువ్వు బైట ఏ తిరుగుళ్ళయినా తిరుగు. ఈ ఇల్లు మాత్రం పవిత్రంగా వుండనీ." అంటుండగానే నా కళ్ళలో నీళ్ళు తిరిగాయి.

"ఏడిశావు వెధవ లెక్చర్లు నువ్వూను. సరే ! నీ యింట్లో నువ్వే పడివుండు, నాకు డబ్బు కావాలి పడేయ్" అన్నాడు.

"డబ్బా ! నా దగ్గర ఎక్కడిది."

"డబ్బు లేకపోతే ఆ గొలుసు వుందిగా తీయ్ బైటకి."

మళ్ళీ మొదలు కాబోలు గొడవ భగవంతుడా అనుకున్నాను.

"అది ఎప్పుడో రవికి ఇచ్చేసాను. నా దగ్గరలేదు" అన్నాను మొండిగా. ఈ మాట వినగానే శేషు మండిపడ్డాడు. "ఎప్పుడు ? ఎప్పుడిచ్చావు ? వాడు ఇక్కడికి ఎప్పుడు వచ్చాడు ?" అంటూ నా జుట్టు పట్టుకున్నాడు. "నిజం చెప్పు ! నా వెనక ఎన్నాళ్ళ నుంచీ సాగుతోంది యీ నాటకం ? అయితే నీ కడుపులో పెరుగుతున్న బిడ్డకి వాడే తండ్రన్నమాట. ఓసీ రాక్షసీ ! అంటూ కొట్టసాగాడు. అతని దెబ్బలకి నా శరీరం ఎప్పుడో బండబారిపోయింది.

శేషు నా తల గోడకేసి కొట్టటంతో, ముక్కు అదిరి రక్తం రాసాగాంది. శేషు నన్ను దూరంగా వెళ్ళి పడేట్టు తోశాడు. "నీ టక్కరితనం ఇక నా దగ్గర సాగదు. నువ్వు ఒక్క క్షణం నా యింట్లో వుండకూడదు. వీల్లేదు. నేను మళ్ళీ తిరిగి వచ్చేసరికి నువ్వు మా యింట్లో వుండకూడదు. ఎక్కడికి పోతావో ఎట్లా ఛస్తావో నీ యిష్టం." అన్నాడు.

"శేషూ ! ఎక్కడికి వెళ్ళను ! ఎవరున్నారు నాకు !" అన్నాను తేటగా.

"ఎవరూ లేకపోవటం ఏమిటి ? చెడిన ఆడదానికి ఊళ్ళో అందరూ మొగుళ్ళే," అనేసి వెళ్లిపోయాడు.

నేను ప్రాన్పడిపోయినట్టు కూర్చుండిపోయాను, నా నిస్సహాయత్వానికి నాకే ఒక్కసారి పెద్దపెట్టున ఏడుపు వచ్చింది. శేషు అభిప్రాయం నాకు బాగానే అర్థమైంది. నా మీద మోజు తీరిపోయిన అతను నన్ను ఎలా వదిలించు కోవడమా అని చూస్తున్నాడు. ఈ రోజు కాకపోయినా, రేపయినా నేను ఈ ఇంట్లోంచి వెళ్ళాల్సినదాన్నే ! ఈ లోకం సంగతి బాగా తెలుసునాకు. దగాపడినదాన్ని అని నేను కళ్ళంబడి నీళ్లు పెట్టుకున్నా ఎవరూ నమ్మరు. కండకావరంతో కళ్లు కానరాలేదని యీసడిస్తారు, వెక్కిరిస్తారు, హేళనచేస్తారు. క్షణం క్షణం జీవితం నవ్వులపాలు అయేలా గేలిచేస్తారు ! ఆ క్షణంలో జీవితం అంటే నాకు అంతులేని విరక్తి కలిగింది. నాకు నేనే ఒక మార్గం నిశ్చయించు కున్నాను. నాలాటి అభాగ్యురాళ్ళని ఒక మృత్యువు మినహా ఎవరూ ఆదరించరని తెలుసుకున్నాను లేచి, పెరటిలో తులసి కోటలో, భద్రంగా దాచిన, నగలపెట్టె తీసుకున్నాను. అది చూస్తుంటే నా కళ్లంబడి నీళ్లు తిరిగాయి. నా మీద అభిమానంతో మీరు చేయించిన ఆ నగ మీకే చేర్చాలని అనుకున్నాను. అది శేషగిరి చేతిలోపడి, ఏ ఉంపుడుగత్తె మెడలోనో అలంకరింపబడటం నా కిష్టం లేకపోయింది. నేనేమైపోయానోనని మీరు వెతుక్కోకుండా, నేను ఆత్మహత్య చేసుకుంటున్న వైనం చీటీవ్రాసి అందులో పెట్టాను !

ఆ రోజు రాత్రి నేను వచ్చేసరికి నువ్వు కూర్చుని చదువుకుంటున్నావు. నేను నిశ్శబ్దంగా ఆ పెట్టె అక్కడ పెట్టి వచ్చేశాను. నిజం చెబుతున్నాను రవీ ! ఆ క్షణంలో నాకు బ్రతకాలనే కోర్కె యీషణ్మాత్రం కూడా లేదు.

నేను గబగబా వెళుతుంటే, దూరం నుంచి నువ్వ పరుగెత్తుకు రావటం సరోజా అని కేక పెట్టటం వినిపించింది. నేను చప్పున పక్కకు మళ్లి రైలు స్టేషనులోకి పరుగెత్తాను. మీరు వెన్నంటివచ్చి పట్టుకుంటారేమోనని భయం వేసింది.

స్టేషన్‌లోకి పరుగెత్తుకుంటూ వచ్చిన నేను అక్కడ కదలటానికి సిద్ధంగా వున్న రైలులో ఎక్కేసాను.

రైలు కొద్దిదూరం వచ్చిన తర్వాత ఒక బ్రిడ్జి వచ్చింది. దాని క్రింద నీళ్లు ప్రవహిస్తున్నాయి. గుండె రాయి చేసుకుని, కళ్లు మూసుకుని రైల్లోంచి ఆ నీళ్ళలోకి దూకేశాను. నేను మరణిస్తున్నానని, నా కష్టాలు తీరిపోతున్నాయనే వెర్రి ఆనందం కలిగింది నాకు.” సరోజ ఆగి కళ్లు తుడుచుకుంది.

“సరోజా !” రవి దిమ్మెరపోయినట్టు చూస్తున్నాడు.

"అవును రవీ ! ఆ విధంగా ఆ రోజు చచ్చిపోయినా బాగుండేది కాని పాపీ చిరాయువు అన్నారు, నా ప్రాణం పోలేదు. సరోజ కంఠం వణికింది.

రవి ఆగ్రహం చల్లారిపోయింది.

"ఆ రోజు అమ్మాయి యింకో అభాగ్యురాలెవరో కాబోలు ! దూరం నుంచి నీలాగే కనిపించింది. నువ్వే అనుకున్నాం. ఊ తర్వాత ?" అన్నాడు.

16

"నాకు స్పృహ వచ్చి కళ్లు తెరిచేసరికి, ఒకచిన్న ఇంట్లో, నులకమంచం మీద ఉన్నాను. నా మంచానికి ఎదురుగా, వయసు మళ్ళిన దంపతులు ఇద్దరు నిలబడి వున్నారు. వారు ఆతురతతో నావైపు చూస్తున్నారు. నా దృష్టి ఆవిడమీద నిలవగానే ఆ స్త్రీ, ఆత్మీయతగా నా వైపు వంగి పలకరించింది.

"ఎవరమ్మా నువ్వు ? ఎందుకింత అఘాయిత్యం తలపెట్టావు ?" అంది.

నేను కన్నీళ్ళతో చేతులు మెల్లిగా జోడించాను. "నాకెవ్వరూ లేరు. నన్ను చచ్చిపోనీయండి." అన్నాను.

"పిచ్చితల్లీ ! ఇది దేవుడు ఇచ్చిన ప్రాణం అమ్మా ! దేవుడే మళ్ళీ తీసుకోవాలి." అన్న దావిడ.

"నా బాధ మీకు తెలియదు" అన్నాను అస్పష్టంగా.

"నీ బాధ ఎలాటిదైనా, నువ్వు ఇప్పుడు ఒక్కదానివే కాదు నీలో మరో ప్రాణం పెరుగుతోంది కదమ్మా ! దాన్ని హత్య చేసే అధికారం నీకు లేదు. దానికోసమైనా నువ్వు బ్రతకాలి. నా పేరు రంగయ్య ఈమె నా ఇంటిది. మా దగ్గరుండగా నీకేం భయంలేదు !" అన్నాడాయన.

ఆవిడ వేడిపాలు తెచ్చి నాచేత తాగించింది, నా తడి బట్టలు విప్పించి, తన చీర కట్టించింది. నన్ను కూర్చోబెట్టి నా జుట్టు చిక్కుతీసి జడ అల్లింది.

ఆ తర్వాత నాకు తెలిసింది. భార్యాభర్తలు అయిన రంగయ్య, మంగమ్మ, మంగమ్మ చెల్లెలికి సుస్తీచేస్తే చూడటానికి ఈ పల్లెటూరు వచ్చారు. స్నానానికి కాలవకి వచ్చిన రంగయ్య నీళ్ళలో కొట్టుకువస్తున్న నన్ను చూసి, రక్షించి, ఒడ్డుకు చేర్చాడు. దారినపోతున్న ఇంకో ఇద్దర్ని కేకవేసి పిల్చి వాళ్ళ సాయంతో, నన్ను ఇంటికి చేర్చాడు.

రంగయ్య మంగమ్మలకీ ఒకే ఒక కూతురు ఉండేది. ఆ అమ్మాయి తొలి కాన్పులో ప్రసవించలేక క్రిందటి ే చనిపోయిందిట !

రంగమ్మ ఏడుస్తూ చెప్పింది. నేను నెల తప్పిన మనిషి అవడంతో వాళ్ళకి నా మీద ఇంకా జాలివేసింది.

రంగయ్య ఆ సాయంత్రం, "మీ వాళ్లెవరో అండ్రస్ చెప్పమ్మా ! ఉత్తరం వ్రాయిస్తాను."

"నాకెవరూ లేరు" అన్నాను.

తర్వాత మళ్లీ వాళ్లు ఆ ప్రశ్న ఎత్తలేదు ! "మెడలో మంగళ సూత్రం లేదు. పిల్లతల్లి కాబోతోంది ఏ ముదనష్టపాడో మోసంచేసి ఉంటాడు. పాపం ! అందుకే ఇంత అఘాయిత్యం తలపెట్టినట్టుంది." ఆ పిల్లని ఇక మనం ఆ టవూసులేం అడగద్దు !" మంగమ్మ రంగయ్యని హెచ్చరించటం నేను విన్నాను.

రంగయ్య వాళ్లు నన్ను బలవంతంగా వాళ్ళతో పట్నం తీసుకువచ్చారు. మంగమ్మ నేను మళ్ళీ ఎక్కడ ఏ అఘాయిత్యం చేస్తానో అని భయపడ్డట్టుగా, నీడలా నన్ను వదిలేదికాదు !

ముగ్గురం పట్నం వచ్చాం ! రంగయ్య లారీలు దగ్గర బస్తాలు ఎత్తటం, దింపటం పని చేసేవాడు. వాళ్ళ అండలో, వాళ్ళ చిన్న ఇంట్లో నేను అజ్ఞాతపు బ్రతుకుబ్రతకటం ప్రారంభించాను.

రంగయ్య-మంగమ్మ నన్ను కన్నబిడ్డకంటే ఎక్కువగా చూసుకోసాగారు నాకు బ్రతుకుమీద విరక్తిగా వుంది. మన్నుతిన్న పాములా స్తబ్ధుగా గడిపేదాన్ని జీవచ్ఛవంలా అయిన నేను పురిటి గండం గడిచి బైట పడతానని అనుకోలేదు. రంగయ్య-మంగమ్మ నాకు పుట్టబోయే బిడ్డ గురించి వూహాగానాలు చేస్తూ, ఆడపిల్ల పుడితే, తమ కన్నకూతురే తమ ఇంటికి మళ్ళీ వచ్చినట్టని అనుకోసాగాడు ఇదీ ఒకందుకు నయమే అనిపించింది. నేనేమైపోయినా భయంలేదు. వీళ్లు నాకు పుట్టబోయే బిడ్డకి ఏ లోటూ రానివ్వరు అనుకున్నాను.

నాకు నెలలు నిండాయి ! చివరికి వురిశిక్షలాటి ఆ రోజు రానే వచ్చింది. ఇంట్లోనే, మంగమ్మ చేతుల మీదుగానే నా పురుడు జరిగింది. నేను సుఖప్రసవం అయాను ! ఆడపిల్ల కలిగింది. ఆ శిశువుని చూడగానే ఆ దంపతులిద్దరూ పొందిన ఆనందం అంతా ఇంతా కాదు. వాళ్ళ అమ్మాయ్ వాళ్ళకి మళ్లీ ఇలా చేరువైందని, వెర్రి ఆనందం పొందారు. పోనీ ! ఆ బిడ్డ నా దుఃఖానికి కారణం అయినా, ఇంకొకరి ఆనందం పంచి యిచ్చింద అని నిట్టూర్పు విడిచాను.

మొదట్లో ఆ బిడ్డని చూస్తే నాకెలాటి భావమూ కలగలేదు. కానీ తర్వాత తర్వాత బుల్లి బుల్లి కాళ్లతో, చేతులతో, ఎర్రటి నోరుతో, కేర్ కేర్ మని ఏడుస్తూ, తన ఉనికిని గుర్తించమని గొడవ చేస్తున్నట్టుగా నన్ను, ఆ పసికందుని చూడగానే నాకు ఎలాగో అనిపించసాగింది. ఆ బిడ్డకి పాలు యిస్తుంటే, ఈ సృష్టిలో మాతృత్వం అనేది స్త్రీకి ఎంత మధురమైన అనుభూతో, మొదటిసారిగా అర్థమైంది. ఎండి బీటలువారిన నా హృదయంలో ఆ పాప ఏడుపు తొలకరి వానలా, అమృతపు జల్లుగా కురిసింది. మోడుగా వున్న నా మనసులో, కొత్త ఆశలు చివుళ్ళు తొడగసాగినాయి. శేషగిరి దుర్మార్గుడు అయితేనేం, యీ రూపం నా రక్తం ! నా ప్రాణం ! నేను లేకపోతే పాపను ఎవరు చూస్తారు ? అమ్మలేని జీవితం ఎంత ఒంటరితనమైనదో నేను స్వయంగా అనుభవించాను. నా దురదృష్టమే మళ్ళీ నా పాపకి రాకూడదు అనిపించింది.

రోజులు గడుస్తున్నాయి. పాప బోర్లపడుతోంది. లేచి పాకటానికి ప్రయత్నిస్తోంది. మెల్లగా అందినవి పట్టుకుని లేచి నిలబడటానికి, తప్పట డుగులు వేయటానికి ప్రయత్నిస్తోంది. బోసినవ్వులతో, నావైపు చూడగానే, చేతులు వూపేది?

క్రమంగా ! నా ఆశలు, కలలు, ఆనందం సమస్తమూ పాపే అయి పోయింది. ఈ చిన్నారి రూపం మినహా ఈ ప్రపంచంలో నా కింకేమీ అవసరం లేదని అనిపించేది.

రంగయ్య నీడలో, నా జీవితం నిరాడంబరంగా జరిగిపోతోంది.

రంగయ్య స్వతహాగా అంత ఆరోగ్యమైన మనిషికాదు, దానికి తోడు, మా ఖర్చు అతనికి అదనపు భారం అవటంతో, అతను ఎక్కువగా శ్రమపడాల్సి వచ్చేది. ఇది గమనించిన నేను, "బాబాయ్ ! నేను కూడా ఏదయినా పని చేస్తాను. తృణమో పణమో వస్తే పాప ఖర్చులకైనా వస్తుంది" అన్నాను.

"ఏం చేస్తావమ్మా ! వయసులో వున్న ఆడపిల్లవి ! వంటరిగా బైట తిరగటం కష్టం, వద్దు వున్నదాంట్లోనే తిందాం" అన్నాడు.

నా కెటూ పాలుపోలేదు. ఎన్నాళ్ళని వాళ్లమీద ఆధారపడటం ? అనుకోసాగాను.

ఒకనాడు–

సాటివాళ్లు ఇద్దరు రంగయ్యని చేతులమీద ఇంటికి తెచ్చారు.

"ఏమిటి బాబాయ్ ?" అన్నాను ఆదుర్దాగా.

"ఏం లేదమ్మా! కళ్లు తిరిగి పడ్డాను. గుండెల్లో నొప్పిగా ఉంది" అన్నాడు.

డాక్టర్ దగ్గరకు తీసుకువెళితే, బాగా విశ్రాంతి తీసుకోమని, మందులు వాడమని చెప్పాడు.

రంగయ్య మంచంలోంచి లేవలేకపోవటంతో, యిల్లు గడవటం కష్టం అయింది, మంగమ్మ ఆ యింట్లో యీ ఇంట్లో చాకిరీచేసి తెచ్చిన డబ్బులు ఒక మూలకి కూడా సరిపోవటంలేదు.

నేను వంటపనిగాని, ట్యూషన్లు చెప్పటంగాని, ఏ పని చేయటానికైనా సిద్ధంగా వున్నాను! కానీ నా వయసే నాకు శత్రువు అయిపోయింది.

ఒకళ్ళ యింట్లో వంటపనికి కుదిరాను. నేను తలవంచుకుని నా పని నేను చూసుకుని వచ్చేసేదాన్ని! అయితే మాత్రమేం ? ఒక రోజున యింటాయన, వాళ్లావిడ యింట్లో లేని సమయం చూసి, వంట చేస్తున్న నా దగ్గరకి వచ్చాడు తన మాట వింటే, నాకు ఎలాటి యిబ్బంది లేకుండా గడిచిపోయేట్టు చూస్తానన్నాడు. నా మీద వ్యామోహం నిండిన అతని మాటలు వింటుంటే నాకు భగ్గున కోపం వచ్చింది. చేతిలో వున్నది పెట్టి, అతన్ని ఎడా, పెడా కొట్టి యింటికి పారిపోయి వచ్చాను.

మర్నాడు పొద్దుటే ఆ ఇంటావిడ వచ్చి, నానాగొడవ చేసింది. నేను వాళ్ల యింటాయన్ని లోబరుచుకుని, డబ్బు కాజేయాలని, ఆ ఇంటికి యజమానురాలిని అవాలని చూస్తున్నానట. నిన్న తను యింట్లో లేనప్పుడు, వాళ్ళాయనతో నేను ఆడిన నాటకం అంతా ఆవిడకి తెలిసిందట. అసలు ఇలాటి కులుకులాడిని ఇంట్లో పెట్టుకోవడం తనదే తప్పంటూ అనరాని మాటలు అని వెళ్లిపోయింది.

నేను జరిగినదంతా చెప్పి ఏడుస్తుంటే మంగమ్మ దగ్గరకు తీసుకుని ఓదార్చింది. ఇరుగూ పొరుగూ ఈ గలభా విని చెవులు కొరుక్కోసాగారు. నాకేం భయం, నేనేం తప్పు చేయనప్పుడు ? అని నాకు నేనే ధైర్యం చెప్పుకున్నాను.

తర్వాత ఒక రోజున-పేపర్లో "పిల్లల్ని చూసుకోవటానికి, ట్యూషన్ చెప్పటానికి, ఎలాంటి బాదరబందీ లేని స్త్రీ కావాలి" అని ఒక ధనిక కుటుంబీకురాలు అయిన స్త్రీ ప్రకటించటం చూశాను.

నేను ఎంతో ఆశతో, ఆ అడ్రసు వెతుక్కుంటూ వెళ్లాను. అది చాలా ధనవంతుల ఇల్లు లాగానే వుంది. నేను తలుపు తట్టగానే, ఆవిడే వచ్చి తలుపు తీసింది. నేను వచ్చిన పని చెప్పగానే ఆవిడ ఎంతో గౌరవంగా ఇంట్లోకి తీసుకు

వెళ్లింది. నాతో ఆత్మీయంగా మాట్లాడింది. ఆవిడ భర్త విదేశాల్లో వున్నాడట పిల్లలు వున్నారట, ఆవిడ చాలా క్లబ్బుల్లో మెంబరు. క్షణం తీరదుట. పిల్లల్ని క్రమశిక్షణలో తయారుచేయాలిట. ఆవిడ వస్త్రధారణ, మాటల ధోరణి చాలా సంస్కారపూరితంగా గౌరవ కుటుంబానికి చెందిన వ్యక్తిగా కనిపించాయి నాకు !

నేను ఎంతో ఆనందంగా ఆ బాధ్యత తీసుకోవటానికి ఒప్పుకున్నాను ఆవిడ ఇస్తానన్న జీతం కూడా చాలా ఎక్కువగానే వుంది.

ఆవిడ నా గురించి వివరాలు అడిగింది.

నాకు భర్త లేడని, ఒక పాప వుందని, నాకెవరూ లేరని, ఒంటరి దాన్ననీ చెప్పాను.

ఆవిడ చాలా సానుభూతిగా చూసింది.

నేను కూర్చుని మాట్లాడుతుండగానే బాగా వర్షం ప్రారంభమైంది. కుండపోతగా వున్న ఆ వర్షం ! అంతకంతకీ బాగా ఎక్కువ అయిందే తప్ప తగ్గలేదు ! టైమ్ చాలా అయింది. నేను చాలా దూరం వెళ్ళాలి. నేను శలవు తీసుకుని వెళతానని లేచాను. ఆవిడ ఆ చీకట్లో ఒంటరిగా నన్ను పంపటానికి భయపడినట్టుగా మాట్లాడింది. "ఇంత రాత్రి వేళ, అంత దూరం ఒక్కదానివే వెళ్లటం మంచిది కాదమ్మా ! బస్సులు మారాలి అంటున్నావు. బస్సు దొరక్కపోతే వంటరిగా చిక్కడిపోతావు. ఇక్కడ నీకేం భయం లేదు. నా చెల్లెళ్ళతో పాటు పడుకోవచ్చు. రాత్రికి వుండి ఉదయమే వెళ్ళు" అని హెచ్చరించింది.

నేను కొత్త చోటులో వుండటానికి తటపటాయించినా, బైట చీకటి, వాన చూసి, గత్యంతరంలేక ఆగిపోయాను ! నాకు అక్కడ వుండటానికి బెరుకుగానే తోచినా, ఆవిడ చెప్పినది సబబుగానే తోచింది.

ఆవిడ నాకు తన చెల్లెళ్ళతో పాటు, ఎంతో ఆప్యాయంగా భోజనం వడ్డించింది. నాకు పడక గదిలో పడక ఏర్పాటు చేసింది.

కొత్త చోటు కావటంవల్ల, పడుకున్నా నన్నమాటేగాని నాకు కంటిమీదకి కునుకే రాలేదు. పాప ఏడుస్తుందేమో ! నేను యింటికి రాలేదని, రంగయ్య - మంగమ్మ ఎంత కంగారు పడుతున్నారో ! నేను ఇక్కడ చిక్కడిపోయాను, అనుకుంటూ తెల్లవారటానికి గంటలు లెక్కపెడుతూ మంచం మీద కూర్చున్నాను. రాత్రి బాగా పొద్దుపోయింది. వాన పూర్తిగా తగ్గి పోయింది.

మంచంమీద పడుకోబోతున్న నాకు, యింతలో ఎవరో తలుపు తట్టిన శబ్దం అయింది. లేచి వెళ్లి తలుపు తీశాను.

ఎదురుగా ఒక అపరిచిత వ్యక్తి నిలబడి వున్నాడు.

"ఎవరు మీరు ? ఏం కావాలి ?" అన్నాను.

అతను వెకిలిగా నవ్వి, లోపలకు తోసుకుని వచ్చి తలుపులు మూశాడు.

నాకు భయంతో ప్రాణం ఎగిరిపోయినట్టే అనిపించింది.

"ఎవరు నువ్వు ? శక్తి కూడదీసుకుని గర్జించాను.

"ఈ రాత్రికి నీ వాడిని ?" అతను నా దగ్గరగా రాబోయాడు.

"రాస్కెల్ ? పో బైటకి" ఈసారి నిజంగానే ఆవేశం వచ్చింది.

"కోప్పడకు ! నీచేత తిట్లు తినటానికి కాదు, నేను మీ మేడమ్‌కి 100 రూపాయలు యిచ్చింది."

"నోర్ముయ్ ! నే నెవరు అనుకుంటున్నావు ?"

"అందమైన రామచిలకవి ! ఈ రాత్రికి నా కౌగిలిలో గువ్వలా ఒదిగిపోయే దానివి."

"నువ్వు చాలా పొరబబడ్డావు ! ఈ యింట్లో పిల్లలకి నేను ట్యూషను చెప్పటానికి వచ్చాను."

ఈ మాట వినగానే అతను విరగబడి నవ్వాడు.

"ట్యూషనా !" అతనికి మళ్లీ నవ్వు పొంగులా వచ్చింది. "భేష్ ! సాని కొంపలో ట్యూషనా ! ఆ ! ఆ ! కరెక్టు బాగా చెప్పావు. యిప్పుడు చాలామంది యిదే ట్యూషన్ చెప్పుకుంటున్నారు" అంటూ నా దగ్గరికి వచ్చాడు.

"ఛీ ! పాపిష్టి వాడా ! వదులు-వదులు" అంటూ అతని పట్టు నుంచి విడిపించుకోటానికి పెనుగులాడాను. అతని పశుబలం ఎదుర్కోవడం కష్టమైనా ప్రాణానికి తెగించినదానిలా ఎదురు తిరిగాను.

ఇంతలో తలుపు తట్టిన శబ్దం అయింది. నాకు ప్రాణం లేచివచ్చింది పరుగెత్తుకు వెళ్లి తలుపు తీయబోయాను. అతను "ఊ ! అంటూ, కళ్ళెర్రచేసి, నన్ను దూరంగా ఒక్క తోపు తోశాడు. నేను వెళ్లి మంచంమీద పడ్డాను.

"ఎవరే అది ? మధ్యలో ఎందుకు తలుపు తట్టటం ?" అతను చిరాగ్గా అంటూ వెళ్లి తలుపు తీశాడు.

ఎదురుగా పోలీసులువున్నారు.

వాళ్ళని చూడగానే అతను ఖంగుతిన్నాడు.

"ఏయ్ ! వీళ్ళని అరెస్టు చేయండి" అన్నాడు పోలీసు అధికారి.

"ఎందుకండీ ! మేమేం తప్పు చేశాం ? ఈమె నా భార్య" అన్నాడతను.

"షటప్ !" పోలీసు అధికారి గర్జించాడు.

నేనెంత చెప్పినా పోలీసులు వినకుండా, నన్ను కూడా అరెస్టు చేశారు. నా కన్నీళ్ళు, వేడికోలు వాళ్ళని కరిగించలేదు. "చాల్లే ! నీ నాటకం" అన్నట్టు ఏవగింపుగా చూశారు. మేమంతా అరెస్టయ్యాం.

ఆ తెల్లవారి వ్యభిచార నేరనిరోధక చట్టంక్రింద మమ్మల్ని విచారణ జరిపారు.

అందరితోపాటు నాక్కూడా రూ. 200/-లు జరిమానా, లేదా రెండు వారాలు జైలుశిక్ష వేశారు.

నేను నిర్జీవంగా కూర్చుండిపోయాను. నా దగ్గర రూ. 200/-లు ఎక్కడివి .జైలుశిక్ష తప్పదనుకున్నాను.

కానీ ఎవరో జమునాబాయిగారుట ! సోషల్ వర్కర్ ఆవిడ వచ్చి మాలో జరిమానా కట్టలేని వాళ్ళకి తను కట్టించి విడిపించింది. మా అందరి సంగతులు, స్థితిగతులు స్వయంగా కనుక్కుంది.

నేను నాకెవ్వరూ లేరని, బిడ్డ తల్లిని అని చెప్పాను ఆవిడ నామెడ వైపు చూసింది. నేను పెళ్లికానిదాన్ని అని అర్థం చేసుకుంది. సానుభూతిగా మాట్లాడింది.

నాకు ఏడుపు వచ్చింది.

"నా పాపమీద ఒట్టేసి చెబుతున్నానమ్మా ! నాకే పాపం తెలియదు" అన్నాను.

"నాకేదయినా దోవ చూపించండి. నా కాళ్ళమీద నేను నిలబడగలిగే పనేదయినా చెప్పండి. మీకు జీవితాంతం ఋణపడి వుంటాను" అన్నాను.

ఆవిడ నా చదువు, వివరాలు అడిగింది, నేను చెప్పాను.

దానికి వుద్యోగాలంటే ఏవీరావు. నాకు వచ్చిన వంట, ట్యూషన్లు చెప్పటం, యివి నా వయసు మూలంగా కుదరవు. ఆవిడ ఆలోచించసాగారు.

జమునాబాయిగారికి ఆప్తమిత్రురాలట ! సుమిత్రాదేవికూడా అక్కడే వుంది. ఆవిడ నన్ను చూసి యిదంతా విన్న తర్వాత "జమునా ! ఈ అమ్మాయిని డాన్స్ ఎందుకు నేర్చుకోమనకూడదూ ?" అంది.

నేను తృళ్ళిపడ్డాను. "ఈ వయసులోనా ! డాన్సా ! బిడ్డ తల్లిని అయిన తర్వాత" అన్నాను.

"ఎంత వయసమ్మా నీది. ఇరవై కూడా దాటినట్టు లేదు. నీకు మంచి ఫిగర్ వుంది. డాన్స్ నేర్చుకుంటే, నువ్వు బాగా రాణిస్తావని నాకు నమ్మకం వుంది." అన్నరావిడ.

"ఏం సరోజా ! ఏమంటావు ?" అన్నారావిడ.

"నువ్వు ఒప్పుకుంటే, రోజూ ఒక గంట, జమునాబాయిగారింట్లోనే నీకు నేను నేర్పుతాను." అంది సుమిత్రాదేవి.

"అమ్మా ! మీరు పెద్దవారు అనుభవజ్ఞులు. మీరెలా చేయమంటే అలా చేస్తాను." అన్నాను.

ఆ విధంగా జమునాబాయిగారి యింట్లో, నేను డాన్స్ నేర్చుకునేందుకు ఏర్పాటు అయింది.

డాన్స్ నేర్చుకుంటే, నలుగురు పిల్లల్ని యింటికి పిలిచి ఆ విద్య నేర్చుకోవచ్చునని, నా కాళ్లమీద నేను నిలబడగలిగే ఆర్థికస్తోమత సంపాయించు కోవచ్చునని ఆవిడ అన్నారు.

చదువుకుని, ఆఫీసులకెళ్లి ఉద్యోగాలుచేసి, నలుగురి కళ్ళలో పడే కంటే నాకు యిదే నయంగా అనిపించింది.

17

రోజూ సాయంత్రం జమునాబాయిగారి ఇంట్లోనే నాట్యం అభ్యసించ సాగాను.

నా కాళ్లకీ, చేతులకీ, కళ్లున్నాయా అన్నంత చురుగ్గా నేను నాట్యం నేర్చుకోసాగాను. చిన్నప్పుడు, మన పక్కింటి భాగవతారుగారు, నాకు ముద్దుగా ఒక సంవత్సరం నేర్పి మానేసిన నాట్యం నాకు దాంట్లో ప్రాధమిక సూత్రాలు తేలికగా ఆకళింపు చేసుకునేందుకు బాగా ఉపయోగపడింది. నేను తిరిగి మళ్లీ యిలా నాట్యం నేర్చుకుంటాననిగాని, అదే నా జీవనాధారం అవుతుందని గాని కలలోకూడా అనుకోలేదు.

నా గురువుగారయిన సుమిత్రాదేవి, జమునాబాయిగారితో, నేను చాలా చురుగ్గా నాట్యం నేర్చుకుంటున్నానని ప్రశంసిస్తూ వుండేది.

నేను నాట్యం నేర్చుకోవటం పూర్తి అయింది. నేను డిప్లోమా పొందాను. ఆ రోజు నా ఆనందానికి అంతులేదు.

జమునాబాయిగారు నన్ను పిలిచి “సరోజా ! నీ జీవితానికి ఒక గమ్యం ఏర్పడింది. యింక నీ యిష్టం” అన్నారు.

ఈ మధ్య కాలంలో జమునాబాయిగారు, ఆర్థికంగా నాకు చాలా సాయం చేశారు.

రంగయ్య పూర్తిగా మంచం పట్టాడు అతనికి సరైన వైద్యం ఆహారం లేదు.

నేను పిల్లలకి డాన్స్ నేర్పుతానని పేపర్లో ప్రకటించాను. కానీ ఎవ్వరూ రాలేదు.

ఒకరు యిద్దరు తెలిసినవాళ్ళ యింటికి వెళ్లి స్వయంగా అడిగాను. వారు ఎగాదిగా చూసి, “మాకు అవసరంలేదు” అన్నారు.

నా జీవితం మళ్ళీ మొదటికి వచ్చింది. ఎక్కడ వున్నావే గొంగళి అంటే వేసినచోటనే వున్నాను అనే సామెతలా అయింది. ఇదివరకు, నాచేతిలో ఏదీ విద్యలేదు అని నిరుత్సాహపడ్డాను. యిప్పుడు వుండికూడా అవకాశాలు రావటంలేదు.

అసలే ఒంటరిదాన్ని, అందులో నేను డాన్స్ చేసేదాన్ని అనగానే, అందరూ నన్ను తేలికదృష్టితో చూడసాగారు. నేను చాలా నిరుత్సాహ పడిపోయాను.

ఇలా వుండగా ఒక రోజున జమునాబాయిగారు నన్ను రమ్మనమని మనిషిచేత కబురుచేశారు, నేను వెళ్ళాను.

నేను వెళ్ళేసరికి ఆవిడ ఆఫీసు రూమ్‌లో, నడివయస్కుడైన ఒక వ్యక్తితో మాట్లాడుతూ వున్నారు.

ఆవిడ నన్ను చూడగానే, “రా ! సరోజా ! నీకోసమే చూస్తున్నాం” అంటూ పిలిచి ఆ నడివయసు అతన్ని పరిచయం చేస్తూ “ఈయన డత్తుగారని, హోటల్ “బ్లూస్టార్” మేనేజరు, నీతో పనుండి వచ్చారు” అన్నారు.

నాతో పనా ! నేను ఆశ్చర్యంగా చూస్తూ నమస్కరించాను.

జమునాబాయిగారు నన్ను ఆయనకి పరిచయంచేస్తూ, “ఈ అమ్మాయే నండీ నేను చెప్పిన సరోజ, చాలా మంచి డాన్సర్ !” అన్నారావిడ.

"మీరు! చెప్పండి వచ్చిన పని." అన్నాడాయన.

జమునాబాయిగారు నాతో చెప్పారు.

"చూడు సరోజా ! వీళ్ల హోటల్ చాలా ప్రసిద్ధి చెందినది. దానికి ఫారెన్ టూరిస్టులు కూడా చాలామంది వస్తుంటారు. దత్తుగారు, అన్ని హోటల్స్‌లాగా కేబరే పెట్టడానికి యిష్టపడటం లేదు. మన దేశానికి సంబంధించినవి కూచిపూడి, మణిపురి, కథక్, యిలా రకరకాల డాన్సులు, రోజుకొకటి వేయించాలని అనుకున్నారట. నువ్వు ఒప్పుకుంటానంటే ఆయన ఎగ్రిమెంట్ వ్రాస్తానంటున్నారు."

"ఆ డాన్సులన్నీ నాకు రావే !" అన్నాను.

"నువ్వు అసలు ఒప్పుకుంటే, అవన్నీ నేర్పే ఏర్పాట్లు వాళ్లే చేస్తా మంటున్నారు."

"నేను ఆలోచించి చెబుతాను !" అన్నాను సందేహంగా.

"అలాగే. మీరు జమునాబాయిగారికి చెబితే, ఆవిడ నాకు ఫోన్ చేస్తారు. ఆల్‌రైట్ ! వస్తాను !" అంటూ ఆయన లేచాడు. ఆయన వెళ్ళే ముందు నన్ను చూస్తూ "నన్ను డిసప్పాయింట్ చేయరని నమ్ముతాను" అనేసి వెళ్లిపోయాడు.

"హోటల్లో డాన్సా !" ఆయన వెళ్లిపోయిన తర్వాత జమునాబాయిగారితో బెరుకుగా అన్నాను.

"ఫర్వాలేదమ్మా. నిన్ను ఆయన చేయమంటోంది, అసభ్యకరమైన అర్ధనగ్న నృత్యాలు కాదుగా. తప్పేంలేదు. నువ్వు ఇంకా డాన్సులో ఎంతో అభివృద్ధికి వచ్చే అవకాశం వచ్చింది. దత్తుగారు నాకు చెప్పగానే, నాకు నువ్వు గుర్తుకు వచ్చావు. కబురుచేశాను" అన్నారావిడ.

దత్తుగారు ఎగ్రిమెంట్ వ్రాస్తానన్న వివరాలు ఆవిడ నాకు చెప్పారు.

నెలకి వేయిరూపాయలు జీతమట ! వుండటానికి వాళ్ళే యిల్లు ఇస్తారు! ఆవిడ నన్ను యీ సువర్ణావకాశం చేయిజార్చుకోవద్దని చెప్పారు. నేను ఆలోచించి చెబుతానని వచ్చేశాను.

నేను సుదీర్ఘంగా ఆలోచించాను ! కానీ అది ఎంత మంచి అవకాశం అయినా, నాకు ఎలాగో అనిపించింది. హోటల్లో డాన్స్ అంటే బెరుకుగానే వుంది.

ఇలా వుండగా రంగయ్య ఆరోగ్యస్థితి నానాటికీ దిగజారిపోసాగింది. వీధి చివరన మేం చూపిస్తున్న డాక్టర్, ఇక నా వల్ల కాదని, పెద్ద డాక్టర్‌కి చూపించమని హెచ్చరించాడు. పెద్ద డాక్టర్‌ని సంప్రదించాలంటే డబ్బు కావాలి. ఇంట్లో గడవటం

కూడా చాలా కష్టంగా వుంది ! మంగమ్మ చేస్తున్న ఉపవాసాలు, పాపకి చాలీచాలని తిండి నన్ను ఒక నిర్ణయానికి రమ్మనమని వేధించసాగాయి.

ప్రస్తుతానికి ఏదో ఒక ఉపాధి ! ముందు రంగయ్యకి వైద్యం చేయించాలి. ఆ విధంగా పరిస్థితులు వత్తిడివల్ల, నేను సంకోచం చంపుకుని, ఎగ్రిమెంట్ చేయటానికే నిశ్చయించుకున్నాను, పోనీ ఈ రూపంగానైనా నా పాప సుఖంగా పెరగనీ ! అనిపించింది.

జమునాబాయిగారి ముందే నేను ఎగ్రిమెంట్ మీద సంతకం చేశాను దత్తుగారు నన్ను అభినందిస్తూ ఒక నెల జీతం అడ్వాన్స్‌గా ఇచ్చారు.

ఆ డబ్బు చూడగానే నా మనసు తేలికపడ్డట్టుగా అయింది. మా దరిద్రం తీరిపోయింది అనుకున్నాను.

డబ్బు చేతికి రాగానే, సరాసరి ఆ పెద్ద డాక్టరుగారి దగ్గరకు వెళ్లి ఆయన్ని రంగయ్యని చూపించటానికి ఇంటికి తీసుకువచ్చాను.

కానీ అప్పటికే ఆలస్యం అయిపోయింది. పెద్ద డాక్టర్‌ని తీసుకు వచ్చాను ! ఇక ఫర్వాలేదు అన్న నా ఆశ దురాశే అయింది !

డాక్టర్‌గారు వచ్చేసరికి రంగయ్యకి ఆఖరి క్షణాలు సమీపించాయి. డాక్టర్‌ని వెంటపెట్టుకుని వచ్చానని, ఇక నీకేం భయంలేదని నేను అంటుంటే రంగయ్య కళ్ళలో ఆరిపోవటానికి సిద్ధం అవుతున్న జీవం ఆఖరిచూపు అన్నట్టుగా కృతజ్ఞతగా చూసింది.

“అమ్మా ! పాపని ఎలా సాకుతావో, నేను లేకుండా ఎలా బ్రతుకుతారో మీరు, ముసలిది జాగ్రత్తమ్మా” అన్నాడు ఆఖరి మాటలుగా, నాకు చెప్పలేని దుఃఖం వచ్చేసింది. రంగయ్య నన్ను కష్టసమయంలో ఆదుకుని, రెక్కలు ముక్కలు చేసుకుని శ్రమపడి నన్ను బ్రతికించాడు. అతని ఋణం తీర్చుకునే అవకాశం చిక్కేసరికి అతను లేకుండా వెళ్లిపోయాడు. నా చేతిలో డబ్బు అతని అంత్యక్రియలకి మాత్రమే ఉపయోగపడింది.

ఆ విధంగా జీవితం అడుగడుక్కీ నన్ను కాటు వేసింది రవీ. నాలాటి బాధలు యీ ప్రపంచంలో ఏ ఆడపిల్లకీ వద్దు ! శేషగిరి నన్ను సగం ప్రాణంతో ఇంట్లోంచి తరిమేస్తే, యీ లోకం నన్ను పూర్తి ప్రాణం హరింపచేసి, జీవన్మృతురాలిని చేసింది. నా ధ్యేయం ఒక్కటే, పాపని పెంచి పెద్దచేయటం. నాకీ జీవితం ఎంత ముళ్ళకంపగా ఉన్నా, ఎంత నిట్టూర్పులమయం అయినా నా చిన్నారి

పాపకోసం, చిరునవ్వుతో భరించటం అలవాటు చేసుకున్నాను అందుకే సరోజని నా గుండెల్లో సమాధి చేసి రోజీగా ! నవ్వుతూ, ఈ లోకం ముందు ఆడుతూ, దాన్ని ఆడిస్తూ, బ్రతుకు ఆటగా మార్చుకున్నాను. హోటల్ డాన్సర్‌గా చేరిన తర్వాత నాకు దేనికీ లోటులేని మాట నిజమే ! కానీ నేనంటే ఎవరికీ గౌరవం లేదు.

ఇన్ని కష్టాలు పడిన తర్వాత బ్రతకటం దేనికి అని నువ్వు అడగవచ్చు. ప్రాణం తీసుకోటానకి మార్గమే దొరక్కపోయిందా అని ప్రశ్నించవచ్చు. కానీ నిజం చెబుతున్నాను. పాప పుట్టిన తర్వాత నేను చావుగురించే ఆలోచించలేదు. జీవితం ఇంతకింత రెట్టింపు భారమైనా, సమస్యలమయం అయినా, ఎదురు తిరిగి పోరాడి, బ్రతకటానికే నిశ్చయించుకున్నాను. నా జీవితానికి వూపిరి పాప. నా జీవనానికి వెలుగు పాప ! దానికి తల్లిని అని చెప్పుకోవటం కూడా ఇష్టంలేదు, చెప్పుకోవటంలేదు. ఆంటీ అని పిలిపించుకుంటున్నాను. ఎందుకో తెలుసా ? పాప పెరిగి పెద్దదైతే, ఎవరూ లేని తనని దగ్గరకుతీసి, ఏ లోటూ లేకుండా పెంచానని అనుకుంటే, నా మీద గౌరవం అభిమానం కలుగుతాయేమోనని ఆశపడుతున్నాను. రవీ ఇదీ జరిగిన కథ, పాపమీద ఒట్టేసి చెబుతున్నాను. ఇందులో ఒక్క అక్షరం కూడా" సరోజ మాట పూర్తిచేయలేకపోయింది. కన్నీళ్లు జలజలా రాలినాయి.

"అబద్ధంలేదని నేను నమ్ముతున్నాను" రవి మధ్యలోనే అన్నాడు. "సరోజా! విషయం తెలియకుండా, ఆవేశంతో తొందరపడి మాటలు అన్నందుకు మన్నించు !" అతని కళ్ళలో నీళ్లు తిరిగి వున్నాయి. దగ్గరికి వచ్చిన సరోజ కన్నీళ్ళు తుడిచాడు. "ఎంత పని జరిగింది, చిన్నతనంతో తెలియకుండా, ఒక పొరపాటు చేసినందుకు ఇన్ని కష్టాలా! అయినవాళ్ళం వుండికూడా నిన్ను ఆదుకోలేకపోయాం." అన్నాడు బాధగా.

"అది నా దురదృష్టం రవీ !"

"ఆ రోజు బ్రిడ్జి మీద నుంచి అమ్మాయి పడిపోతే నువ్వే అనుకున్నాం. సరే జరిగిందేదో జరిగింది, పాప ఎక్కడ ?"

"మంగమ్మ దగ్గర పెరుగుతోంది. ఇక్కడికి దగ్గరగా వున్న పల్లెటూరులో మంగమ్మ అక్క వుంది, అక్కడ వుంటున్నారు."

"అలాగా ! అయితే నేను మళ్ళీ వస్తాను, పాపని పిలిపించు."

"రవీ ! ఒక్క ప్రార్థన."

"ఏమిటి చెప్పు ?"

"నేను రోజీగా బ్రతుకుతున్న విషయం ఎవరికీ తెలియనీయద్దు, ముఖ్యంగా నాన్నగారికి. ఇది వింటే ఆయన భరించలేరు."

"అలాగే సరోజా."

"మనం అపరిచితుల్లాగానే వుందాం ! తెలిసినవాళ్ళం అంటే నా గత చరిత్ర అంతా బైటికి వస్తుంది.

రవి నిట్టూర్పు విడిచాడు.

"సరే, నీ ఇష్టం. నీ కోరిక ప్రకారమే కానీ" అన్నాడు.

18

చిదంబరం మాటమీద నమ్మకంతో రవి, తండ్రికి నచ్చచెప్పి, వేణుని తీసుకువచ్చి, వాళ్ళ ఇంట్లో ఉంచాడు. రవి వేణు ఖర్చులకని, "ఇది ఉంచు మామయ్యా" అంటూ కొంత డబ్బుతీసి ఆయన చేతిలో పెట్టాడు.

"ఎందుకులేరా ? నాకేం పరాయివాడివా ? అంటూనే చిదంబరం ఆ డబ్బు తీసుకున్నాడు: రవి వేణుని, పిచ్చివేషాలు మాని, శ్రద్ధగా చదువుకోమని! మామయ్య చెప్పినట్టు వినమని హెచ్చరించి వెళ్ళాడు.

షోకిల్లా, మాటలపోగు అయిన వేణుకి, ఆడపిల్లగాలి సోకితేనే చదువు మీద ధ్యాస నిలవదు, ఇంట్లో వయస్సువచ్చిన పిల్ల రాధ వుండటంతో, అతనికి పరమానందం అయింది. పుస్తకం ముందు పెట్టుకుని కూర్చోగానే, రాధ చేతి గాజుల చప్పుడో, పాదాల పాంజేబుల ధ్వనో అతని తలలో దూరి కలవర పెడుతూ ఉండేవి.

చిదంబరం ఇంట్లో వున్నప్పుడు, బుద్ధిమంతుడిలా, వంచిన తల ఎత్త కుండా ఉండే వేణు, ఆయన కాస్త కనుమరుగు అయితే చాలు ! రాధ వేపున చేరి, సినిమాల కబుర్లు చెప్పి, నవ్విస్తూనే వుండేవాడు. సహజంగా బెరుకు స్వభావంగల రాధ అంత చనువు ప్రోత్సహించేది కాదు.

ఒకటి రెండుసార్లు చిదంబరం వేణు ధోరణి పసిగట్టకపోలేదు. వేణుని ఏమీ అనకుండా రాధని పిలిచి తలవాచేట్టు చివాట్లు వేసేవాడు. "పెళ్ళిగావాల్సిన పిల్లవి, పిచ్చివేషాలు వేయకు" అంటూ మందలించాడు. చిన్న కూతురు చిట్టిని రహస్యంగా, చాటుకి పిలిచి, తను యింట్లో లేనప్పుడు అక్కయ్య వేణుతో ఏం మాట్లాడుతుందో అంతా చెప్పమని నిఘా వేయించాడు.

ఆ రోజు మధ్యాహ్నం - భోజనంచేసి చాపమీద పడుకున్న చిదంబరం లేచి వంకెన వున్న చొక్కా తీసుకుని వేసుకోసాగాడు.

"ఎక్కడికి నాన్నా ? ఇప్పుడు బైలుదేరావు ?" అంది రాధ.

"ఏం తోచటం లేదమ్మా ! మంగరాజు వున్నాడేమో కాసేపు బాతాఖానీ వేసివస్తాను" అని వెళ్లాడు.

చిదంబరం వెళ్లిన పదినిమిషాలకి వేణు ఇంటికి వచ్చాడు.

"అదేమిటి బావా ! అప్పుడే వచ్చేసావేం ?" అంది చిట్టి.

"మా లెక్చరర్ ఒకడు చచ్చి మాకు శలవు ఇచ్చాడు కాని, నువ్వు వెళ్లి మీ అక్కయ్యని మంచినీళ్లు పట్టుకురమ్మని చెప్పు" అన్నాడు.

మంచినీళ్లు పట్టుకుని చిట్టే వచ్చింది.

"నువ్వు తెచ్చావేం ? మీ అక్కయ్య ఏమైంది ?" అన్నాడు.

"వంటయింట్లో బియ్యం ఏరుతోంది. అక్కయ్య పనిచేస్తోంది కదా అని నేను తెచ్చాను" అంది.

"నాన్న ఎక్కడ ?"

"మంగరాజుగారింటికి వెళ్ళాడు." చిట్టి గచ్చగాయలు తెచ్చుకుని కూర్చుని ఆడసాగింది. వేణు లేచి వంటయింట్లోకి వచ్చాడు.

"రాధా" అతను పిలవటం పొంతం అవనేలేదు. చిట్టి గచ్చకాయలు ఆడటం మానేసి అక్కడకు వచ్చింది.

"ఏమిటి బావా ?" అంది రాధ.

"ఏం లేదు తలనొప్పి పగిలిపోతోంది" అని వేణు చిట్టివైపు తిరిగి "చిట్టీ దుకాణం దగ్గరకెళ్ళి శారిడాన్ తెస్తావమ్మా ?" అని అడిగాడు.

"యింట్లో వుంది బావా !" చిట్టి పరుగెత్తుకు వెళ్లి మాత్ర తెచ్చి యిచ్చింది.

వేణుకోపం దిగమింగుతూ చూశాడు.

"రాధా ! కాస్త కాఫీ యివ్వు" అనేసి తనగదిలోకి వెళ్లాడు.

పదినిముషాల్లో రాధ వేడి వేడి కాఫీ కలిపితెచ్చి అతనికి యిచ్చింది.

వేణు చిట్టిచూడకుండా, శారిడాన్ కిటికీలోంచి అవతల పారేసి కాఫీ తీసుకుని తాగాడు.

ఐదు నిమిషాల అనంతరం, "అబ్బా ! కణతలు బ్రద్దలవుతున్నాయి" అంటూ ఆపసోపాలు పడటం ప్రారంభించాడు.

"అమృతాంజనం వుంది, రాచుకుంటావా బావా ?" అంది రాధ.

"తీసుకురా !" అన్నాడు.

రాధ తీసుకువచ్చింది.

"నా కేమిటో కళ్ళు తిరుగుతున్నాయి రాధా !" అంటూ మంచం మీద వెనక్కు వాలాడు.

"నేను రాయనా ?" అంటూ రాధ అతని దగ్గరికి వచ్చింది.

"నీకు శ్రమ !"

"ఇందులో శ్రమేముంది బావా ?" అంటూ రాధ అతని కణతలకి రుద్దసాగింది.

వేణు రాధ చేయిపట్టి మంచంమీద కూర్చోపెట్టుకున్నాడు.

చిట్టిని ఆ గదిలోనుంచి అవతలకి పంపాలని శతవిధాల ప్రయత్నించాడు. కానీ సాధ్యం కాలేదు. చిట్టి కాపలా మనిషిలా అక్కడే కూర్చోవటంతో, అతని ప్రాణం వుసూరుమంది.

అరగంట తర్వాత ఇంటికి వచ్చిన తండ్రికి రహస్యంగా చెవిలో జరిగిన దంతా వూదేసింది చిట్టి.

19

సరోజ కూతురికి తలదువ్వి, మంచి గౌను తొడిగి ముస్తాబు చేస్తోంది.

"ఏమిటమ్మా ఈ హడావుడి ! ఎవరొస్తున్నారు ?" అంది మంగమ్మ.

"ఎవరా ? దేవుడు మంగమ్మా ! దేవుడికంటె మంచిమనసుగలవాడు"

"దేవుడంటే ?" ఉమ మాయకంగా అడిగింది.

"నీకు బొమ్మలు, బిస్కెట్లు, చాకలెట్లు ఎన్నెన్నో తెచ్చేవాడు."

"ఓ ! నాకు తెలిసిపోయింది. ఎవరొస్తున్నారో !" ఉమ చప్పట్లు కొట్టింది.

"ఎవరు ?" అంది సరోజ కుతూహలంగా.

"నాకు చాకలెట్లు, బిస్కెట్లు, బొమ్మలు ఎవరు తెస్తారు ? మా డాడీ ! నువ్వే చెప్పావుగా ఆంటీ ! మా డాడీ అవన్నీ తెస్తాడని !"

ఒక్క క్షణం సరోజ ప్రాన్పడిపోయినట్టుగా అయింది.

"డాడీయా !" అంది అస్పష్టంగా.

"అవును డాడీయే ! నాకు తెలుసు, నాకు తెలుసు !" అంటూ ఉమ ఆడుకోటానికి పరుగెత్తింది.

మంగమ్మకూడా ఉమ వెనక వెళ్లింది.

"డాడీయా !" సరోజ తనలో తనే మళ్ళీ అనకుంది.

అన్నటైమ్ ప్రకారం రవి రానేవచ్చాడు. ఉమ అన్నట్టుగానే చాకలెట్లు, బొమ్మలు, బిస్కెట్లు ఎన్నెన్నో తెచ్చాడు.

"ఇవన్నీ ఎందుకు రవీ ?" అంది సరోజ.

"పాపకి, నేను చాలా ఆత్మీయుడిని అని చెప్పుకోవటం కోసం ? ఏది ? పాప ఎక్కడ ?" అన్నాడు రవి.

"పిలుస్తాను కూర్చో" సరోజ లోపలికి వెళ్ళింది.

"ఉమా ! ఎవరొచ్చారో చూడు" అంటూ పిలిచింది.

ఆడుతున్న ఉమ బొమ్మలు వదిలేసి ముందుగదిలోకి పరుగెత్తుకు వచ్చింది.

రవి కూర్చుని, బొమ్మలు వరసగా పెడుతున్నాడు.

ఉమ వెనకనుంచి వచ్చింది, ఆ బొమ్మలు చూడగానే ముఖం ఆనందంతో వికసించింది.

"డాడీ !" అని పిలుస్తూ వెనకనుంచి అతని మెడకి చేతులు పెనవేసింది.

రవి ఆ పిలుపుకి దిమ్మెరపోయినట్టు అయాడు. ఉమని రెండు చేతులు పట్టి ముందుకు లాక్కున్నాడు.

క్షణం సేపు రెప్పవాల్చకుండా చూశాడు. బంగారపు బొమ్మలా వుంది. అభం, శుభం తెలియని అమాయకత్వంతో, మచ్చలేని చందమామలా వుంది. స్వచ్ఛంగా, నిర్మలంగా వున్న ఆ కళ్ళు దేవుడికళ్లులా వున్నాయి.

సరోజ కూడా అక్కడికి వచ్చి నిలబడి, ఆ ఇద్దర్నీ కుతూహలంగా చూస్తోంది.

ఉమ బుంగమూతి పెట్టింది.

"డాడీ ! నీ మీద నాకు కోపం వచ్చింది."

"ఎందుకు తల్లీ ?"

"యిన్నాళ్లు నువ్వెందుకు రాలేదు ? నేనంటే యిష్టంలేదా ? నన్ను ఆంటీ దగ్గర ఎందుకు వదిలేశావు ?" చిన్నబోయిన ముఖంతో అంది.

రవి గొంతులో ఏదో అడ్డుపడ్డట్టే అయిది.

"యింకెప్పుడూ వదలనుగా ? ఏదీ ఒక చిన్నముద్దు యివ్వు ?" చెంప చూపించాడు.

ఉమ అతని చెంపమీద గట్టిగా ముద్దుపెట్టింది. అతని తొడమీద కూర్చుని బొమ్మలు చూసింది, కబుర్లు చెప్పింది.

కాఫీ తెచ్చిన సరోజ, "ఉమా ! చాలు, యిక వెళ్లి ఆడుకోమ్మా !"

"నేను వెళ్ళను." పాప అడ్డంగా వూపింది.

"వెళ్లు, మా తల్లివి కదూ !" రవి బ్రతిమాలాడాడు.

"నేను వెళితే నన్ను మురిపించి నువ్వు వెళ్లిపోతావు."

"వెళ్ళనని చెబుతున్నాగా " రవి వాగ్దానం చేశాడు.

"నీతో నన్ను తీసుకెళ్తావా మరి ?"

"తీసుకువెళ్తాను. ఇకనుంచి ఒక్క క్షణంకూడా నిన్ను వదలను."

పాప సంతృప్తి పడినట్టుగా, బొమ్మలు పట్టుకుని వెళ్ళిపోయింది.

సరోజ చిన్నబోయిన ముఖంతో చెప్పింది.

"క్షమించు రవీ ! పాపకి ఒకసారి మమ్మీ, డాడీ ఫారిన్‌లో వున్నారని, వాళ్ళకి చాలా పనులు వుంటాయని నా దగ్గర వదిలారని, వీలు దొరకగానే చూడటానికి వస్తారని చెప్పాను. ఆ మాట నేను మర్చిపోయినా, ఆ పసి హృదయం మర్చిపోలేదు. ఆడుకుంటూ తోటిపిల్లలతో మా డాడీ వస్తాడని అంటూ వుండేది నేను చెప్పినప్పుడు, కలలో కూడా నువ్విలా వస్తావనిగాని, పాప నిన్ను డాడీ అనుకుంటుందనిగాని వూహించలేకపోయాను."

"ఇప్పుడు మాత్రం ఏమైంది సరోజా ! నా మనసులో వున్నమాటే పాప పెదవులు పలికినాయి."

"రవీ !"

"నిజం సరోజా ! నేను బాగా ఆలోచించాను. పాప భారం నేను స్వీకరించటానికి నిశ్చయించుకున్నాను. యికనుంచి పాపకి తల్లి తండ్రీ అన్నీ నేనే!"

సరోజ కళ్ళలో నీళ్లు చిప్పిల్లినాయి.

"వద్దు రవీ వద్దు ! ఈ పాపిష్టిదాని పాపఫలం నీకు కర్తవ్యం కానియ్యద్దు! అంత భారం నేను నీమీద పెట్టలేను."

"ఇందులో భారం ఏముంది ? నువ్వుకూడా బాగా ఆలోచించు, తల్లి చేసిన తప్పుకి బిడ్డని శిక్షించే లోకం ఇది. నీ దగ్గర పాప పెరిగి పెద్దదయితే, ఏనాటికైనా ఈ విషయం బైటకి రాకమానదు. నీకు కావాల్సింది పాప భవిష్యత్తు. పాప క్షేమంగా వుండాలంటే పెద్దదయిన తర్వాత సగర్వంగా, నలుగురిలో తలెత్తుకు తిరగాలని నువ్వనుకుంటే పాపని నాకిచ్చేయ్ !"

"....................."

"ఏమిటి సరోజా ? ఏమిటి నీ భయం ? ఎందుకు నీకు తటపటాయింపు?"

సరోజ ముఖం ఉద్విగ్నంగా అయింది.

"రవీ ! నాకేం పాలుపోవటం లేదు. ఏం చెయ్యాలో, ఏది మంచో అసలే తెలియటంలేదు."

"నా మీద నమ్మకం వుంచు. పాపని నాతో తీసుకువెళ్తాను. మంగమ్మతో బట్టలన్నీ సర్దమని చెప్పు."

"రవీ ! పెళ్ళికాని వాడివి ! ఎలా పెంచుతావు ?"

"అదంతా నాకు వదిలేసి నువ్వు నిశ్చింతగా వుండు. పాప మనసులో నేను తండ్రిననే ఆశ బలపడనీ ! ఆ నమ్మకం ఆ చిన్న హృదయంలో ఆనందంగా పరిణమించనీ !"

"నీ మాట కాదనలేను, నీ యిష్టం. నువ్వేది మంచిదనుకుంటే అలాగే చెయ్యి" సరోజ కళ్ళు తుడుచుకుని లోపలికి వెళ్ళింది.

పదినిమిషాల తర్వాత చేత్తో చెక్‌బుక్‌తో తిరిగి వచ్చింది.

"మంగమ్మకి చెప్పాను. బట్టలు సర్దుతోంది" అంటూ ఒక చెక్ మీద సంతకంచేసి 'ఇదుగో' అంటూ అందించింది.

సిగరెట్ వెలిగించబోతున్న అతను ఆగాడు.

"ఏమిటది ?"

"పాప నీకు బాధ్యత అయినా, ఆర్థికంగా భారం కాకూడదు. బ్యాంక్‌లో నా పేరిట వున్న డబ్బుకి చెక్ యిస్తున్నాను. అది నీ యిష్టం వచ్చినట్టుగా దాచి పాప ఖర్చులకి వినియోగించు"

రవి ముఖంలో రంగులు మారాయి, మౌనంగా అందుకున్నాడు. దాన్ని సరిగ్గా చూడకుండానే సిగరెట్ లైట్ వెలిగించి దానికి అంటించాడు.

సరోజ స్తబ్ధురాలయినట్టు నిలబడింది.

నీ సంపాదనలో ఒక్క రూపాయికూడా వద్దు. పాప భవిష్యత్తు నా కష్టార్జితం మీద నిర్మింపబడనీ."

రోజ ముఖం పాలిపోయినట్టయింది.

"ఈ డబ్బుని నేను మాత్రం ఏం చేసుకోను రవీ ? పాపకోసమేగా మనసు చంపుకుని సంపాయించాను."

"ఈ ప్రపంచంలో నా అనేవాళ్ళు లేని అనాధలు చాలామంది వున్నారు సరోజా ! వాళ్ళకి అందేలా చూడు. అంతేకాదు, పాపకోసమే నువ్వు ఈ వృత్తి చేపడితే యికముందు ఆ అవసరంలేదు. నువ్వు గౌరవంగా, నిర్మలంగా బ్రతికే ప్రయత్నంచెయ్."

"అది, అది సాధ్యమా రవీ !"

"నా అనేవాళ్లు అండవున్నప్పుడు, సాధ్యంగానిదంటూ ఏమీలేదు."

క్షణంసేపు సరోజ ఏమీ మాట్లాడలేదు పాలిపోయినట్టున్న ఆ ముఖంలోకి క్రమంగా ఆవేశం పొంగులా వచ్చింది.

"నీకు తెలియదు రవీ ! నీకేం తెలియదు. ఈ ప్రపంచంలో ఆడది చెడి పోవటానికి, అడుగడుగునా ఎన్నో మార్గాలున్నాయి. ఎందరో సాయంచేస్తారు. కానీ కానీ ఒక కాలుజారిన స్త్రీ మనసు మార్చుకుని మంచితనంగా బ్రతకాలంటే, మార్గమే లేదు. ఎవ్వరూ చేయూత యివ్వనే యివ్వరు. అసలు ఈ లోకం వాళ్లని బ్రతకనివ్వదు తన వ్యంగ్యోక్తులతో, ఛీత్కారాలతో క్షణం క్షణం శూలాల్లా పొడిచి చిత్రవధ చేస్తుంది. బ్రతుకంటే భయంపుట్టి పారిపోయేలా తరిమి తరిమి వినోదం చూస్తుంది."

"ఆవేశపడకు సరోజా ! లోకం మరీ నువ్వనుకున్నంత గుడ్డిది కాదు. మనసున్న ఏ మనిషి అయినా నీలాటివాళ్ళకి సానుభూతి చూపిస్తారు. ఇకనుంచీ పాపతోపాటు నీ మంచిచెడ్డలు కూడా నావే."

"రవీ ! నువ్వు చెప్పేది నిజమైతే-నేను, మళ్ళీ మామూలుగా బ్రతకటానికి వీలవుతుంది అంటే, అంతకంటే నాకు యింకేం కావాలి ! ఈ నాట్యం చేసి చేసి విసుగెత్తిపోయాను. నేను రోజూ, సాయంత్రం అయేసరికి యిష్టంవున్నా లేకపోయినా, ముఖానికి రంగు పూసుకుని, కాలికి గెజ్జెకట్టి, మరబొమ్మలా ఆడటమే నా బ్రతుకు అయిపోయింది. నాకీదర్జాలు, సుఖాలు, ఆడంబరం, ఐశ్వర్యం ఏమీ వద్దు ఇవి

కావాలని నేను ఎప్పుడూ కోరుకోలేదు. చితికిపోయిన నా బ్రతుక్కి ఎక్కడన్నా ప్రశాంతంగా, చిన్న యింట్లో పూలమొక్కలు పెంచుకుంటూ, యిష్టమైన పుస్తకాలు చదువుకుంటూ, ఒకరి వత్తిడి లేకుండా, ఒకరి ఆజ్ఞలకి బద్ధురాలిగా గాకుండా, ఒకరి కనుసన్నల్లో మెలగాల్సిన కర్మలేకుండా, స్వతంత్రంగా, నిర్మలంగా, హాయిగా! నా బ్రతుకు, నా యిష్టంగా గడిపితే చాలు, ఆ స్వర్గం నాకు లభిస్తుందా ? అంత అదృష్టం నాకుందా యీ జన్మలో."

"అంత పెద్దమాటలు వద్దు ! నువ్వు కోరుకున్న అవకాశం కల్పించే పూచీ నాది."

"రవీ !" సరోజ చప్పున అతని పాదాల మీదికి వంగింది.

"అరే ! ఏమిటీ పిచ్చితనం !" రవి మధ్యలోనే లేవదీశాడు.

"నీ మాటలతో నాకు పునర్జన్మ వస్తున్నట్లుంది రవీ !"

"నువ్వు మళ్ళీ పునర్జన్మలోకి రావాలి సరోజా ! ఈ క్షణం నుంచి- ఒంటరితనం అనేది నీ దరిదాపులకి కూడా రాకూడదు. నాకు రవి వున్నాడు అనే ధైర్యంతో నువ్వు నిశ్చితంగా ఉండాలి, ఉంటానని మాట యివ్వు."

ఇంతలో మంగమ్మ చిన్న సూట్‌కేసు తీసుకుని, పాపని వెంటబెట్టుకుని అక్కడికి వచ్చింది, ఉమ చాలా హుషారుగా ఉంది.

"ఓ ! నేను మా డాడీతో వెళ్ళిపోతున్నాను." అంటూ గంతులేసింది.

సరోజ కూతురుని దగ్గరకు తీసుకుని బుగ్గలు పుణికి గట్టిగా ముద్దు పెట్టుకుంది. కళ్లనుంచి నీళ్లు జలజలా రాలినాయి.

"ఆంటీ ఏడుస్తున్నావా ? ఎందుకు. నేను వెళ్లిపోతున్నాననా ?"

ఉమ సరోజ కన్నీళ్లు తుడిచింది. "ఏడవకు ! డాడీ, మమ్మీ నేనూ మళ్లీ నిన్ను చూడటానికి వస్తాంగా !" అంటూ ఓదార్చింది.

సరోజ చప్పున ఉమని హృదయానికి హత్తుకుంది.

"తప్పకుండా రావాలి ! ఆంటీని మర్చిపోవుగా !"

"ఉహూ ! మర్చిపోను" పాప తల అడ్డంగా తిప్పింది.

సరోజ పాపని ఎత్తుకుని, తెచ్చి రవికి అందించింది రవి చేతులు చాపగానే పాప ఉరికినట్టుగా వచ్చింది.

"వెళ్తాను సరోజా ! వీలయినంత తొందరలో మళ్ళీ నిన్ను కలుసు కుంటాను," అన్నాడు రవి.

"ఆంటీ ! టా ! టా !" పాప చెయ్యి వూపింది.

"టా ! టా !" సరోజ కూడా చెయ్యి ఊపింది. ఉబికి వస్తున్న కన్నీళ్లు బలవంతంగా నిగ్రహించుకుని పెదవులమీద చిరునవ్వు నిలుపుకుంది.

రవి, పాప ఎక్కిన టాక్సీ కదిలి వెళ్ళిపోయింది.

"ఏమిటమ్మా ఈ నిర్ణయం బాగా ఆలోచించే చేశావా ?" అంది మంగమ్మ.

"బాగా ఆలోచించే చేశాను మంగమ్మా ! నేను బ్రతికున్నదే పాప కోసం. రవి వచ్చి నా జీవితంలో భారం చాలా తగ్గించేశాడు. పుట్టెడు దిగులుని ఎక్కడలేని శాంతిగా మార్చి వెళ్ళాడు. అందుకే దానినుంచి ఆలోచించే కన్న మమకారం తెంచుకున్నాను" సరోజ ముఖంలో వెలుగునీడల్లా ఆనందం, దుఃఖం రెండూ పోటీపడ్డాయి. ఆ క్షణంలో కూతురు భవిష్యత్తు గురించి నిశ్చింత కలిగినా, కూతురు వెళ్లిపోయిన వెలితి భరించలేకపోయినట్టుగా, మంగమ్మ భుజంమీద వాలి బావురుమంది.

20

జైలు సూపరిన్‌టెండెంట్ గది.

శేషగిరి బొంబాయినుంచి విదేశీ బట్టలు, సువాసన ద్రవ్యాలు హైదరాబాద్‌కి రహస్యంగా చేరవేస్తూ పట్టుబడి అరెస్ట్ అయాడు. మూడు నెలలు శిక్ష అనుభవించి ఆ రోజే విడుదల అయాడు.

శేషగిరికి జైలు కెళ్లడం అనేది అలవాటు అయిపోయింది ! ఆఫ్టరాల్! అదీ ఈ దేశంలో ఒక భాగమేకదా, అనే స్థితికి వచ్చాడు. గౌరవం మర్యాద అనేవి వదిలేస్తే మనిషి ప్రాణానికి ఎంత సుఖమో అతను ఎవరైనా కదిపితే గంటన్నర ఆపకుండా లెక్చర్ ఇవ్వగలడు.

"వెళ్లొస్తానండి !" జైలు సూపరింటెండెంట్‌కి ఎంతో నమ్రతగా నమస్కరించాడు.

"అదుగో ఆ మాటే అనకూడదంటాను. క్రిందటిసారి కూడా ఇలాగే అని, ఆర్నెల్లు తిరక్కుండానే మళ్ళీ వచ్చావు. "వెళ్తాను ఇక కనిపించనండీ." అను, బాగుంటుంది. చూడు శేషగిరీ ! కండబలం, బుద్ధిబలం అమోఘంగా వున్న

యువకుడివి నువ్వు ! ఈ స్మగ్లింగ్ నాన్సెన్స్ లేకుండా నిజాయితీగా కష్టపడి పనిచేస్తే ఎంతో వృద్ధిలోకి వస్తావు !" అంటూ హితబోధచేశాడు.

"నాకు బుద్ధితో తప్ప, శరీరంతో కష్టపడటం రాదండీ ! అట్లాంటి పనేదయినా వుంటే, మీరే చూపించండి ! మిమ్మల్ని నమ్ముకుని, మీ దగ్గరే వుంటాను" ఎంతో నిజాయితీగా అన్నాడు.

"నీ కెవ్వరూ లేరా శేషగిరీ !"

"ఎవ్వరూ లేరండీ ! వున్న ఒక్క భార్యా నేను బీదవాడినని, నాతో కాపురం చేయనని పోట్లాడి, పుట్టింటికి పోయింది. అప్పటినుంచి బ్రతుకుమీద విరక్తి పుట్టింది. ఎలాగైనాసరే డబ్బు సంపాయించాలనే యావతో, యీ పనులు, మొదలుపెట్టాను!" అంటూ కళ్లు వత్తుకున్నాడు.

"ప్చ్ ! పాపం ! పూర్‌మాన్ !" ఆయన సానుభూతిగా చూశాడు.

"వెళతానండీ ! తమ సలహా మర్చిపోను ! ఇకనుంచీ పస్తులతో మాడి చచ్చిపోతాను గానీ, ఇలాటి వెధవ పన్లు చేయనండీ ! నిజాయితీగా వుంటాను నన్ను గుర్తుపెట్టుకోండి." శేషగిరి మాటల మధ్యలో సూపరిన్‌టెండెంట్ గారి ఖరీదయిన పార్కర్ పెన్ కొట్టేసి, లాల్చీ జేబులో తోసేశాడు.

"వస్తానండీ ! అదే ! ఆ మాట అనద్దన్నారుగా ! ఇక కనిపించనండీ!" ఎంతో నమ్రతగా నమస్కరించి వెళ్లిపోయాడు.

"పాపం ! పూర్ ఫెలో !" ఆయన సానుభూతిగా చూశారు.

21

కుంభవృష్టిగా వాన పడుతోంది. రాజారావుగారు ఇంట్లో లేరు. జ్యోతి హాలులో కూర్చుని చదువుకుంటోంది. కిటికీలోనుంచి రివ్వు రివ్వున వీస్తున్న గాలికి, వానజల్లు లోపలికి పడుతోంది.

విసుగ్గా చూసిన జ్యోతి, చదువుతున్న పుస్తకం పక్కన పెట్టి, వెళ్లి తలుపులు సగం మూసింది.

జ్యోతి సగం తలుపులుమూసి, వెనక్కు తిరిగేసరికి, సగం తడిసి ముద్దయి రవి లోపలికి అడుగు పెట్టాడు.

అతన్ని చూడగానే, జ్యోతి ముఖంలో సంతోషం వెల్లివిరిసింది.

"రండి, రండి, ఏమిటిలా వానలో వూడిపడ్డారు ?" అంది.

"అబ్బబ్బ ! ఏం వాన ! ఎంతసేపు చూసినా ఆటోగాని, టాక్సీగాని దొరకలేదు. బస్సు వచ్చిందికదా అని ఎక్కేశాను. బస్సు దిగి, ఈ కాస్త దూరం నడచి రావటంలో తడిసిపోయాను." అన్నాడు చెప్పులు గుమ్మందగ్గరే వదిలేస్తూ.

"గొప్ప పని చేశారు.కాస్త డాడీకీ ఫోన్ చేస్తే కారు పంపేవారు కదా ! అయినా వూరకరారు మహాత్ములు అన్నారు. ఏమిటో అంత అర్జెంట్ పని ?"

"నాన్నగారితో మాట్లాడాలి."

"సరే ! అయితే ఆయన "ఆరు" గంటలకి గాని ఆఫీసునుంచి రారు. అప్పటివరకూ, అలా సోఫాలో కూర్చుని మౌన వ్రతం పట్టండి."

"ఎదురుగా మీలాటి అల్లరి అమ్మాయి వుంటే స్వాముల వారికిగూడా మౌనం సాధ్యంగాదు."

"ఆ ! పాపం ! వుండండి ! తల బాగా తడిసిపోయినట్టుంది." జ్యోతి లోపలకు పరుగెత్తి టవలు, తండ్రి లుంగీ తెచ్చి యిచ్చింది.

"ఊ ! ఊ ! తల తుడుచుకుని బట్టలు మార్చుకోండి," అంది.

"ఫర్వాలేదు జ్యోతీ ! అవే ఆరిపోతాయి !" అన్నాడతను మొహ మాటంగా.

"బాగుంది, అంతవరకూ ఆ తడిబట్టల్లో నానుతూ కూర్చుంటారా, విప్పండి అట్లా సోపామీద వేసి, ఫాన్ వేస్తే అవే ఆరిపోతాయి."

రవి తటపటాయింపుగా చూశాడు.

"అబ్బ ! ఏమిటండీ మీ మొహమాటం. ఇన్ని నెలల నుండి ఇంత పరిచయం అయిన తర్వాత కూడా అంత సిగ్గు పడతారేం ? అదే నేనే అయితేనా ? ఇంట్లో అడుగు పెట్టగానే, జ్యోతీ ! నా బట్టలు తడిసిపోయినాయి. చలేస్తోంది. లుంగీ పట్టుకురా" అంటూ కేకలు పెట్టి వుండేదాన్ని.

"మీ అంత చొరవ నాకు లేదని నేను ఎప్పుడో ఒప్పుకున్నానుగా !"

"ఆ ! పాపం ! మీ అమాయకత్వం అంతా పెద్ద నటన అని నాకెప్పుడో తెలుసు. మీరు షర్టు మార్చుకుంటూ వుండండి . నేనిప్పుడే వస్తాను" అని లోపలకు వెళ్లబోయి ఆగి, "ఇదుగో ! నేను వచ్చేసరికి ఆ షర్టు విప్పి, తల తుడుచుకోకపోయారంటే, నేనే బలవంతంగా ఆ పన్లు చేస్తా," అని బెదిరించి వెళ్లింది.

లోపలకు వెళ్లిన జ్యోతి పది నిమిషాల్లో, చకచకా కాఫీకలిపి, వేడివేడిగా తెచ్చింది. జ్యోతి వచ్చేసరికి రవి లుంగీ కట్టుకుని, టవల్ భుజాలు నిండుగా కప్పుకుని, సోఫాలో కూర్చుని, అక్కడున్న పుస్తకం తిరగేస్తున్నాడు.

"గుడ్ ! అలా చెప్పిన మాట వినాలి. చలికి గజగజలాడుతున్నట్టున్నారు ఇదుగో కాఫీ తీసుకోండి" అంటూ అందించింది.

"థ్యాంక్ యూ !" అన్నాడు రవి.

"ఓస్ ! ఈ కాస్త కాఫీకేనా ?"

"ఉహూ! కాఫీతో పాటు ఇంకా చాలా ఉన్నాయి."

"ఏమిటో అవి ?"

ముఖ్యంగా నా ఫ్యాక్టరీ విషయం ! మీరూ, మీ నాన్నగారూ తలుచుకోకపోతే ఇంత త్వరగా, దానికి రూపం, జీవం వచ్చేవి కావు ! మీ ఋణం జన్మలో తీర్చుకోలేనేమో అనిపిస్తోంది ! అస్తవ్యస్తంగా, అయోమయంగా వున్న నా భవిష్యత్తుకి ఒక ఆధారం అంటూ ఏర్పడింది ?"

"ఇది మరీ బాగుంది ! మధ్యలో నేనేం చేశాను ?"

"నాన్నగారికి ఎప్పటికప్పుడు గుర్తుచేస్తూ ఆ లోన్ శాంక్షన్ అయే వరకూ వూపిరి ఆడనివ్వలేదని, ఆయన నాకంతా చెప్పారు.

జ్యోతి ముఖం ఎర్రగా అయింది !

"చాలించండి మీ స్తోత్రాలు, మీరే చెప్పారుగా మీకు చొరవ తక్కువని అందుకని, మా నాన్నగారి ప్రాణ స్నేహితుడి కుమారరత్నం కదా అని నేనే చొరవ తీసుకున్నాను."

జ్యోతి అంటుండగానే, ఇంతలో రాజారావుగారు రానేవచ్చారు.

"అబ్బబ్బ ! ఏం వాన ! వెధవ వాన ! న్యూసెన్స్ !" అంటూ తిడుతూ లోపలికి వచ్చారు.

రవి లేచి నమస్కరించాడు.

"ఏమోయ్ ? ఎంత సేపయింది వచ్చి ? కూర్చో కూర్చో ! ఏమిటీ అవతారం?"

"వానకి తడిసిపోయారు డాడీ !" అంది జ్యోతి.

"ఆహా ! జలుబుచేసి, జ్వరం రాకుండా జాగ్రత్త పడ్డారన్నమాట !" అంటూ ఆయన కూర్చున్నారు.

"ఊఁ ! ఏమిటోయ్ విశేషాలు . ఎంతవరకూ వచ్చింది నీ ఫ్యాక్టరీ ?" అని అడిగారు.

అంతా పూర్తి అయిందండీ ! వచ్చే గురువారం తిధి నక్షత్రం చాలా బాగుందని చెప్పారు. ఆ రోజునే ఫ్యాక్టరీ ఓపెనింగ్ పెట్టుకున్నాం. ఈ ప్రయత్నానికి మీరే నాంది పలికారు. మీ సహాయం లేకపోతే యిది నాకు సాధ్యం అయేది కాదు, మీరే వచ్చి ఓపెన్ చెయ్యాలి.

"అవునోయ్ ! యిదే మాట మీ నాన్న కూడా ఉత్తరం వ్రాశాడు. ఈ రోజే వచ్చింది." అంటూ జేబులోనుంచి తీసి కూతురికి యిచ్చారు.

"కానీ యిలాటి వేవీ నాకు అలవాటు లేవే మరి ?" అన్నారు.

"అబ్బ ! అలవాటు చేసుకో డాడీ ! మీ స్నేహితుడు ఇంత ఇదిగా ఉత్తరంవ్రాస్తే !" అంది జ్యోతి.

"సరే ! అలాగేలేవయ్యా !" ఆయన వెంటనే అంగీకరించారు.

22

"రవీ ఫ్రూట్ కానింగ్ ఇండస్ట్రీ" అన్న బోర్డు దూరానికే కొట్టొచ్చినట్టు కనిపిస్తోంది. కొత్తగా కట్టిన ఆ ఫ్యాక్టరీ ఆవరణ అంతా రంగు రంగుల కాగితాలతో తోరణాలు వేళ్లాడుతున్నాయి.

గేటుకి ఎర్రటి గుడ్డమీద తెల్లటి అక్షరాలతో సుస్వాగతం అని వుంది.

ఫ్యాక్టరీ ఆవరణ అంతా, అప్పటికే వచ్చి వున్న ఆహూతులతో కిటకిటలాడుతోంది. రవి - వేణు హడావుడిగా అటూ ఇటూ తిరుగుతున్నారు. ఫ్యాక్టరీకి మేనేజరుగా నియమించబడిన చిదంబరం, పెత్తనం అంతా తనదే నన్నట్టు గడబిడ చేస్తున్నాడు.

ఇంతలో ఫ్యాక్టరీ గేటు ముందు రాజారావుగారి కారువచ్చి ఆగింది. అందులో నుంచి ఆయన, జ్యోతి దిగారు. వాళ్ళని చూడగానే పురుషోత్తంగారు, రవి గబగబా ఎదురు వెళ్లారు. చిదంబరం మాత్రం ఆయన్ని చూడగానే ముఖం చిట్లించి, పని వున్నట్లు, మెల్లిగా ఓ పక్కకి జారుకున్నాడు.

పురుషోత్తంగారు రాజారావుని చూడగానే, "ఏరా ! ఎంత గొప్ప ఆఫీసరు వయితే మాత్రం ! మరీ యింత లేటా ?" అంటూ దబాయించాడు.

"నీకు తెలియదులే వూరుకోరా ! చీఫ్ గెస్టు లెప్పుడూ అట్లాగే లేటుగా రావాలి. అందరూ ఎదురుచూస్తూ వుండాలి." అంటూ ఎదురు డబాయించా రాయన.

"రండి" ఆహ్వానించాడు రవి.

రాజారావుగారు రిబ్బన్ కత్తిరించారు.

పురుషోత్తంగారు కొబ్బరికాయకొట్టి దేవుడికి హారతి యిచ్చారు. ఆయన వెంటనే పక్కకి తిరిగి రాజారావుని గాఢంగా కౌగిలించుకున్నారు.

"రాజా ! నువ్వు మళ్ళీ హఠాత్తుగా కనిపించడం, మా రవికి ఇంత సాయం చేయటం, చాలా సంతోషంగా వుందిరా నాకు !" అన్నారు.

"చాలా అంటే ఎంతరా ?"

"అంటేనా ? యింత !" రాజారావుగారికి తలని పట్టుకుని, తన తలకి ఢీకొడుతూ అన్నారాయన.

అందరూ ఫక్కున నవ్వారు.

"రండి ! టీ తీసుకుందురుగాని !" అన్నాడు రవి.

"ఇప్పు డీ ఆర్భాటం అంతా ఎందుకోయ్ !" అన్నాడు రాజారావు.

"రిబ్బన్ కత్తిరించినందుకు నీకు లంచం నాన్నా !" అంది జ్యోతి.

"ఏమిటీ నాకు లంచమా ! ఏం రవీ ? నిజమేనా ?"

"లంచం యివ్వటం, పుచ్చుకోవటం, రెండూ నాకు అలవాటు లేవండీ !" అన్నాడు రవి.

అందరూ టీ తీసుకుంటుండగా, రవి, వేణు, వర్కర్సుకి స్వీట్ పంచి పెట్టసాగారు.

"మొత్తానికి ఆ పల్లెటూరు వదిలివచ్చావు ! ఒక నెల రోజులపాటు యిక్కడ వుండి వెళ్ళు" అన్నారు రాజారావుగారు.

"లేదురా ! నల్లావు యీనటానికి సిద్ధంగా వుంది. శ్రీరామనవమి ఉత్సవాలు దగ్గరకి వచ్చాయి. ప్రతియేడూ నేను దగ్గరుండి శ్రద్ధగా జరిపించటం అలవాటు. ఇప్పుడు కూడా నేను రాలేనురా అంటే రవి బలవంతంగా తీసుకువచ్చాడు. రేపు ఉదయమే వెళ్లిపోతున్నాను" అన్నారాయన.

"ఆ నల్లావుని తోలుకువచ్చి, ఆ రాములవారిని జేబులో పెట్టుకుని రాలేకపోయావుట్రా ?" అంటూ చలోక్తి విసిరారు రాజారావుగారు.

వాళ్ళిద్దరి మాటలూ విని నవ్వుకున్న జ్యోతి కాఫీ త్రాగటం పూర్తి కాగానే లేచి, రవీ వాళ్ళు తిరుగుతున్న చోటికి వచ్చింది. గబగబా, వూపిరాడనట్టుగా, అటూ యిటూ తిరుగుతున్న రవిని చూస్తూ "కష్టమంతా మరీ మీరే పడకండి కాస్త నన్ను కూడా పంచుకోన్వివండి !" అంది.

"ఇప్పటికే మిమ్మల్ని చాలా శ్రమపెట్టాను. యింకా కష్టపెడితే ఋణపడి పోతానేమోనని నా భయం" రవి నవ్వాడు.

"అట్లా ఎందుకు అనుకోవాలి ? క్రిందటి జన్మలో మీరే మాకు బాగా సాయంచేసి వుండవచ్చుగా మేమే మీ ఋణం తీర్చుకుంటున్నామేమో."

"అయితే క్రిందటి జన్మలోకూడా మనం పరిచయస్థులమేనంటారు"

ఆహా ! ఆ క్రిందటి జన్మలోకూడానని నా విశ్వాసం ?" అంటూ జ్యోతి అతని చేతిలో స్వీటుపళ్ళెం అందుకుని వెళ్ళిపోయింది.

చాలా సేపయిం తర్వాత -

వచ్చినవాళ్ళంతా వెళ్ళిపోయారు కుర్చీలు, బల్లలు సర్దేస్తున్నారు. పురుషోత్తంగారు రాజారావుగారు, బాతాఖానీలో పడ్డారు. వేణు-చిదంబరం కూడా అక్కడే వున్నారు.

రవి లోపల ఏవో సర్దుతున్నాడు జ్యోతి స్వీట్ పళ్లెంలో నుంచి ఒక స్వీట్ పట్టుకుని, అతనికి దగ్గరగా వెళ్లింది. ఆ చుట్టుపక్కల యెవరూ లేరని తెలుసుకుని, చేయి వెనక్కు పెట్టుకుని, "ఏవండీ ! ఒక్కసారి నోరు తెరవండీ!" అంటూ తొందర చేసింది.

"ఎందుకు ?"

"అబ్బ ! తెరవమంటుంటే !"

రవి నోరు తెరిచాడు.

జ్యోతి చప్పున స్వీట్ అతని నోటిలో కుక్కింది.

"విష్ యూ బెస్ట్ ఆఫ్ లక్" అంది.

"రవి తిని 'థాంక్ యూ ! అనేసి వెళ్లబోయాడు.

జ్యోతి ముఖంలో ఆశాభంగం వెల్లువలా వచ్చింది. వెనకనుంచి, "ఇదుగో! ఏమండీ !" అంటూ పిలిపింది.

రవి వెనక్కు తిరిగాడు.

"మీరు ఎంత హృదయం లేనివారండి ! నేను మీకు స్వీట్ తినిపించాను కదా ! మీరు కనీసం నేను తిన్నానో లేదో అనయినా కనుక్కున్నారా? మా నాన్న, మీ నాన్నగారిని బడుద్దాయి అనంటారుగాని, మీరు బడుద్ధాయిన్నర"

"ఓ ! అయామ్ సారీ." రవి చప్పున ప్లేట్‌లో నుంచి స్వీట్ తీసి అందించాడు.

జ్యోతి ముఖం సీరియస్‌గా పెట్టింది. "నాకేం వద్దులెండి. అడిగి విందు చేయించుకునే అలవాటు నాకేం లేదు." అంటూ బుంగమూతి పెట్టింది.

"సారీ అన్నానుగా" అతను బ్రతిమలాడుతున్నట్టు చూశాడు.

"ఓ కె అంటున్నానుగా" అతన్ని అనుకరిస్తూ అంది

రవి ఒక అడుగు వేసి దగ్గరగా వచ్చాడు.

"మీరు స్వీట్ తింటారా ? లేదా ?"

"తినను."

"తినరూ ?"

"ఉహు !"

రవి ఒకసారి చుట్టూచూసి, చటుక్కున జ్యోతిని పరదాచాటుకి చేయి పట్టి లాగి, బలవంతంగా నోట్లోకుక్కాడు.

23

సిటీలో కెల్లా ప్రసిద్ధి చెందిన కాన్వెంట్ స్కూలు అది.

ఆ రోజున స్కూలు వార్షికోత్సవం జరుగుతోంది.

ఆహ్వానితులైన పిల్లలతో, వారి తల్లిదండ్రులతో హాలంతా కిటకిట లాడుతోంది.

ఆనాటి కార్యక్రమానికి మేయరుగారు అధ్యక్షత వహించారు. హెడ్మిస్ట్రెస్ స్కూలునివేదిక చదివి వినిపిస్తూ, ఉపన్యాసం ముగించే ముందు, చివరన యీ స్కూలుకి ధారాళంగా, పెద్ద మొత్తంగా, విరాళం యిచ్చిన ప్రసిద్ధ నర్తకి మిస్ రోజీని వేనోళ్ల కొనియాడింది.

ఆహ్వానితుల్లో మొదటి వరుసలో, ముఖ్య అతిధిగా కూర్చుని వుంది. రోజీ, ఆ స్కూలుకి ఎక్స్ స్టూడెంట్ అయిన జ్యోతి ప్రతి సంవత్సరం ఎన్ని పనులున్నాసరే

మానుకుని, వార్సికోత్సవానికి హాజరు అవటం అలవాటు. ఈసారికూడా, సలుగురైదుగురు స్నేహితులతో బిలబిలలాడుతూ వచ్చింది. ఆ కూర్చునే వరసలో రోజీ పక్కకు వచ్చింది.

రోజీ విరాళం యిచ్చిందని ప్రకటించగానే, జ్యోతి, స్నేహితులు బిగ్గరగా కరతాళ ధ్వనులు చేయటం ప్రారంభించారు మిగతా అందరూ కూడా అనుసరించారు.

జ్యోతి తన పక్కనే వున్న రోజీతో, 'వెరీ జనరస్ ఆఫ్ యూ మేడమ్ !' అంటూ ప్రశంసించింది.

స్కూలు నివేదిక చదవటంపూర్తి అవగానే బహుమతి ప్రదానం ప్రారంభమైంది.

ఆటల పోటీల్లో గెలుపొందిన చిన్న పిల్లల్లో, మాటిమాటికీ బేబీ ఉమ పేరు ఎక్కువగా వినిపించింది. స్టేజీ మీదకి ఎక్కువసార్లు ఆ పిల్ల పరుగెత్తుకు రావడంచూసి, మేయరుగారు ఉమ బుగ్గ గిల్లుతూ, "ప్రైజులన్నీ నువ్వే కొట్టేసినట్టున్నావే !" అన్నారు.

తడవతడవకి ! బహుమతి గ్రహీతగా ! బేబీ ఉమ హెడ్ మిస్ట్రెస్ పేరు ప్రకటిస్తుంటే ఉమ పరుగెత్తుకు వచ్చి; తన చిన్నారి చేతులతో బహుమతులు అందుకుంటుంటే అందరూ అభినందిస్తుండగా చప్పట్లు మోగిస్తుంటే, రోజీ కళ్లారా చూసుకుంటున్నట్టు కూర్చుంది. ఆనందంతో గర్వంతో ఆమె ముఖం దీప్తి వంతమైంది. మునుపెన్నడూ ఎరగని చిత్రమైన శాంతితో ఆమె మనసు తేలికగా అయింది.

కూర్చున్న వారిలో వెనక కుర్చీలోంచి తన పక్కన కూర్చున్న జ్యోతి, స్నేహితలు ఉమని చూసి, "ఈ పిల్లెవరో చాలా రేచులా వుందే" అని ప్రశంసించటం వినగానే పులకించినట్టు అయింది రోజీకి.

పిల్లల నృత్య నాటిక ప్రారంభమైంది.

ఉమ సిండరెల్లాగా వేసింది అందరు పిల్లలు ఎంతో బాగా చేశారు.

ప్రోగ్రామ్ అవగానే ఉమ, ఆంటీ ! అంటూ చేతుల నిండా వున్న బహుమతులన్నీ సంబరంగా చూపించింది.

రోజీ ఉమని చప్పున దగ్గరకు లాక్కుని హృదయానికి హత్తుకుంది. వెర్రి ఆనందంతో ఉక్కిరిబిక్కిరి అవుతున్నట్టుగా ఉమ నుదురు మీద గట్టిగా ముద్దు పెట్టుకుంది.

"ఎవరండీ ఈ అమ్మాయి ?" పక్కనే కూర్చుని వున్న జ్యోతి కుతూహలంగా అడిగింది.

"మా బంధువుల అమ్మాయి" అంది రోజీ.

"తెలివితేటలే కాదు చిదిపి దీపం పెట్టేంత అందం కూడా వుంది. పెద్దదయితే మీలాగే మంచి డాన్సర్‌ని చేయండి" అంది.

ఈ మాట వినగానే, రెప్పపాటుగా రోజీ ముఖంలో అవ్యక్తమైన బాధ మెరమెరలాడింది.

"ఆంటీ ! డాడీ రాలేదేం ?" ఉమ మారాం చేస్తూ అడిగింది.

"పనుందిటమ్మా ! నిన్ను చూడటానికి ఊరినించి రేపు వస్తానన్నారు" అంటూ రోజీ నచ్చచెప్పింది.

"అదేం ! తల్లీ తండ్రీ ఈ ఊళ్లో ఉండరా !" అని అడిగింది జ్యోతి.

రోజీ వుండరన్నట్టు తల తిప్పింది.

ఇంతలో హెడ్మిస్ట్రెస్ అక్కడకు రావడంతో, రోజీ ఉమని ఎత్తుకుని ఆవిడవైపు వెళ్లింది. జ్యోతి ఫ్రెండ్స్ వెళ్లిపోయారు.

రోజీ వెళ్ళటానికి కారుదగ్గరకు వచ్చింది. హెడ్మిస్ట్రెస్ స్వయంగా కారు వరకూ వచ్చి సాగనంపుతూ, డొనేషన్ యిచ్చినందుకు మరోసారి కృతజ్ఞతలు చెప్పింది.

కారు కదిలింది.

స్కూలుగేటు బైట, సరిగ్గా గేటుముందు, దారికడ్డంగా రోడ్డుమీద వీధిన పోయే ఆటోరిక్షా ఒకటి చెడిపోయి ఆగివుంది. డ్రైవర్ దాన్ని బాగుచేయటానికి తంటాలు పడుతున్నాడు.

అందులో కూర్చున్న పాసెంజర్ విసుగ్గా "యింకెంత సేపటికి ఇది బాగుపడేది ?" అంటూ అందులోనుంచి దిగాడు. దాని పక్కగా నిలబడి, సిగరెట్ దమ్ములాగుతూ, స్కూలు ఆవరణలోనుంచి రంగు రంగుల బట్టలతో వస్తున్న రకరకాల స్త్రీలని వినోదంగా చూస్తున్నాడు. ఉన్నట్టుండి అతని కళ్ళు పత్తి కాయల్లా అయినాయి.

స్కూలు హెడ్మిస్ట్రెస్ వచ్చి స్వయంగా సాగనంపగా కారులో కూర్చుని శలవు తీసుకుంటున్న రోజీని చూసేసరికి అతనికి భూమి ఆకాశం గిర్రున తిరిగినట్టయింది.

అతను నోరు తెరిచి చూస్తుండగానే, రోజీ ఎక్కిన కారు కదిలింది. దారికి అడ్డంగావున్న ఆటోరిక్షాని చూసి డ్రైవర్ హారన్ బొఁయ్ బొఁయ్ మనిపించాడు. ఆటోరిక్షా అతను లాభంలేదని, అది యిప్పుడే కదలదని సూచిస్తూ చేయివూపాడు. కారు రోడ్డు దిగువనుంచి మళ్ళీ, అక్కడున్న వాననీళ్ళు చింది శేషగిరి బట్టలమీద మరకలుగా కొట్టి విలాసంగా వెళ్లిపోయింది.

ఖరీదైన కారులో, మెరుపు తీగలా, ఒంటరిగా కూర్చుని వున్న సరోజన్ని చూసేసరికి శేషగిరికి మతిపోయినంత పనైంది.

రోజీ ఎక్కిన కారు నంబర్‌ని ఎక్కడ మర్చిపోతానో అన్నట్టు గబగబా నాలుగైదుసార్లు వల్లెవేసుకున్నాడు.

గడ్డం మాసి, బట్టలు దుమ్ముకొట్టుకుని, బికారిలావున్న శేషగిరిని సరోజ చూడలేదు. చూసినా గుర్తు పట్టగలిగేది కాదేమో ! తన జీవితంలో, దురదృష్టం మరోసారి పిశాచంలా వికటంగా నవ్వుతోందని తెలియని సరోజ కూతురు భవిష్యత్తు గురించిన నిశ్చింతతో ఆనందంతో, మనసు తేలిక అవగా సంతృప్తిగా, వెనక్కు జారగిలబడి కూర్చుంది.

24

గదిలో మంగమ్మ సరోజ చీరెలు యిస్త్రీ చేస్తోంది. క్షణం క్రితం ఆ గదిలో నుంచి కూనిరాగంతీస్తూ, హుషారుగా వెళ్లిన సరోజ ఉన్నట్టుండి భీతహరిణిలా పరుగెత్తుకు వచ్చింది. తల్లిని చేరిన లేగదూడలా, చప్పున మంగమ్మని పట్టు కుంటూ, "మంగమ్మా ! త్వరగా వాకిట్లోకి వెళ్ళు. అతనితో అతడడిగే పేరుగల వాళ్లు ఎవరూ యిక్కడ లేరనిచెప్పు త్వరగా ఊఁ !" అంటూ తొందరచేసింది.

సరోజ ముఖంలో భయంచూసి మంగమ్మ ఆశ్చర్యపోయింది.

"ఎవరమ్మా అతను ?" అంది.

"ఎవరా ? నా పాలిట భూతం. అతన్ని లోపలకు రానివ్వకు, మంగమ్మా! నేను యిక్కడ ఉన్నాని తెలియనీయకు. ఎలాగైనా సరే ! యిది అతను అనుకునే యిల్లుకాదని తెలియచెప్పి పంపేసెయ్యి"

"అలాగేనమ్మా !" అంటూ మంగమ్మ బైటకి వచ్చింది.

ముందు హాల్లో, సోఫాలో, కాలుమీద కాలువేసుకుని, దర్జాగా, శేసగిరి కూర్చుని వున్నాడు.

"ఎవరు కావాలి మీకు ?" అంది మంగమ్మ కాస్త కరుగ్గానే.

"సరోజిన్ని పిలువు"

"సరోజా ! ఆ పేరుగల వాళ్లెవరూ లేరే యిక్కడ, యిది మిస్. రోజీ యిల్లు."

"అదేలే ! శ్రీమతి సరోజ మిస్. రోజీ అయింది. నేనావిడకు కావాల్సిన వాడినిగాని, నువ్వెళ్లి శేషగిరి వచ్చాడు రమ్మంటున్నాడని చెప్పు !"

"బాబూ ! మీరెవరోగానీ"

"షటప్ అధిక ప్రసంగం చేయకు ఆవిడ అసలు పేరు, వూరు నాకు బాగా తెలుసు. నేనామె భర్తని వెతుక్కుంటూ వచ్చానని, ఆవిడని చూడందే వెళ్ళనని చెప్పు" అని ఆజ్ఞాపించాడు.

మంగమ్మకి ఒళ్లు మండింది.

"మీరెవరైనా కానీయండి ! అమ్మగారు ఇంట్లో లేరు, యిప్పుడు రారు."

"అబద్ధాలాడావంటే పళ్లు రాల్తాయి. సరోజయింట్లో వుంది, నేను నేను చూశాను. పిలువు బైటికి, ఆవిడరాకపోతే నేనే లోపలికి వస్తానని చెప్పు.

మంగమ్మ యిక ప్రసంగం పెంచటం యిష్టంలేక లోపలికి వెళ్లింది.

శేషగిరి ఆతురతగా యిల్లంతా కలయచూశాడు. ఆ హాలులో వున్న సామాను, ఆ వైభవం చూసేపరికి అతనికి పరమానందం వేసింది. జేబులో నుంచి సీసాతీసి ఒకగుక్క తాగి, మళ్ళీ జేబులో పెట్టుకున్నాడు. ఫర్వాలేదు! బాగానే సంపాయించి నట్టుంది ఏం జాతకం ! తంతే బూర్ల గంపలో పడ్డట్టు, ఇంట్లోంది గెంటితే వచ్చి యింత చక్కటి ! మేడలో రాణివాసం వెలగబెడుతోంది. అదృష్టవంతులు ఎప్పుడూ అంతే, వాళ్ల సుడే అంత, కష్టాలే సుఖాలు అయిపోతాయి. కాస్త కాళ్లావేళ్లాబడి, లెంపలేసుకుని, మంచిచేసుకుంటే నేను సుఖంగా బ్రతవకవచ్చు" అనుకున్నాడు.

ఇంతలో వాకిట్లో టాక్సీవచ్చి ఆగింది. అందులోనుండి రవి దిగాడు. గబగబా లోపలకు వెళుతున్న రవి హాలులో సోఫాలో కూర్చునివున్న శేషగిరిని చూసి ఆగిపోయాడు. గడ్డంమాసివున్న అతన్ని వెంటనే గుర్తు పట్టలేకపోయాడు.

"ఎవరూ?" అన్నాడు.

"నేను రవీ ! శేషగిరిని, సరోజ భర్తని !"

"నువ్వా !"

"అవును నేనే ఈ రూపంలో మీ దగ్గరికి రావటానికి ఎంతో సిగ్గు పడుతున్నాను. కానీ ఏం చెయ్యను, తప్పలేదు ! అయితే సరోజ నీ అండలోనే బ్రతుకుతోందన్నమాట, పోనీలే సరోజని సమర్థురాలిని చేశావు."

రవి ఆగ్రహాన్ని నిగ్రహించుకున్నాడు.

"ఎందుకొచ్చావు ?" అన్నాడు.

"భలేమాట అడిగావు ! ఎందుకొస్తాను . భర్త భార్య దగ్గరికి ఎందుకు వస్తాడు ?"

"భార్య ! యిన్నాళ్ళూ ఎక్కడికి పోయిందా భార్య ! ఇంట్లోంచి తన్ని తరిమేసినప్పుడు ఏమైందా భార్య ?"

"క్షమించు రవీ ! అంతా నా కర్మ ! తాగిన తిమ్మిరిలో ఏదేదో చేశాను. కానీ సరోజ మీద నాకు ప్రేమలేదంటావా ? సరోజ వెళ్ళి పోయిన తర్వాత ఎంత ఏడ్చాననుకున్నావు . అప్పటినుంచీ కళ్ళల్లో వత్తులేసుకుని గాలిస్తూనే వున్నాను. నా సరోజకి ఏ బాధా లేకుండాచెయ్యి భగవంతుడా అని కన్పించిన చెట్టుకీ పుట్టకీ మొక్కుతూనే వున్నాను. నువ్వు సరోజకి చెప్పు రవీ ! ఒక్కసారి ఆ దేవత కాళ్ళ మీద పడి, ప్రాయశ్చిత్తం చేసుకుంటాను, రవీ ! నే నప్పటి శేషగిరిని కాను ! సరోజ వెళ్ళిపోయిన తర్వాత జీవితంలో చాలా దెబ్బలు తిన్నాను. మారిపోయిన నన్ను సరోజ అర్థం చేసుకునే ట్టు చెయ్యి. మా కాపురం నిలబెట్టి పుణ్యం కట్టుకో !" అంటూ కన్నీళ్ళతో రవి చేతులు పట్టుకున్నాడు.

రవి అతని చేతులు విడిపించుకుని లోపలికి వెళ్లాడు.

లోపల సరోజ దిండులో ముఖం దాచుకుని ఏడుస్తోంది, మంగమ్మ అనునయిస్తోంది.

"ఎందుకు సరోజా ఏడుపు" అన్నాడు రవి.

"ఎందుకా ! యిన్నాళ్ళకి భర్త తిరిగి వచ్చినందుకు ! నా మీద ప్రేమ ఒలకబోస్తూ మాట్లాడుతున్నందుకు ! ఆనందంగా వుంది !" సరోజ లేచి కూర్చుంది.

"రవీ ! నువ్వా మాటలన్నీ నిజమేనని నమ్ముతున్నావా ?"

"అతను చాలా మారినట్లున్నాడు సరోజా !"

"ఎంత అమాయకుడివి ! పులి పుట్టుకతో వచ్చిన చారలు మార్చుకో గలదా ! నీకు తెలియదు అతని స్వభావం. నాకు బాగా తెలుసు."

"అతను మారినప్పుడు, ఆదరించటం నీ ధర్మం సరోజా !"

"అతను జన్మలో మారడు. అతను ఇక్కడకు రావడంలోగల అర్థం ఏమిటో నాకు బాగా తెలుస్తోంది, ఈ ఇల్లు, ఈ వైభవం చూసి, నే నేదో బాగా సంపాయించి వుంటానని, అది పీక్కు తిందామని వచ్చాడు."

"ఒక్కసారి ప్రయత్నించి చూడు ! కనీసం ఉమకోసమైనా."

"ఉమకోసమే నేను జాగ్రత్త పడుతున్నాను."

ఇంతలో శేషగిరి లోపలికి రానేవచ్చాడు ! అప్పటికే అతని జేబులో వుంచుకున్న సీసా ఖాళీచేసాడేమో మనిషి తూలుతున్నాడు. మాట తడబడుతోంది.

"నేను మారాను. సరోజా ! నన్ను క్షమించి నీ దగ్గర వుండనీ !" అంటూ చేతులు జోడించాడు.

సరోజ చప్పున కళ్ళు తుడుచుకుంది.

"మారారా ! రవి అదే మాట యిప్పుడే చెబుతున్నాడు. రండి, మీరు రావటం నా అదృష్టం. నేను చాలా ఆపదలో వున్నాను, బహుశ దేవుడే మిమ్మల్ని యిలా నన్ను ఆదుకోవటానికి పంపారు కాబోలు" అంది సరోజ నటిస్తూ.

"ఆపదలా ? నీకేం ఆపదలు ? డబ్బున్న వాళ్ళకేం బాధలు ?" అతను ముఖం చిట్లించాడు.

"నాకేం బాధలున్నాయో మీకేం తెలుసు ? అన్నీ సమస్యలే అయి పోయినాయి! విలాస జీవితానికి అలవాటుపడి, ఒళ్లు తెలియకుండా, వచ్చినదంతా విచ్చలవిడిగా ఖర్చు పెట్టేశాను. పీకలవరకూ అప్పుల్లో మునిగి పోయాను. ఈ యిల్లు, సామానుతో సహా నిన్ననే వాళ్లు స్వాధీనం చేసుకున్నారు ఖాళీ చేయటానికి నాకు రెండు రోజులు గడువు యిచ్చారు. రవి ఏదయినా మార్గం చూపిస్తాడేమోనని పిలిపించాను, ఇంతలో మీరేవచ్చారు. ఇక నాకు దిగులేముంది . రవీ ! నీ ఫ్యాక్టరీలో శేషుకి ఏదయినా ఉద్యోగం చూపించు వచ్చిన తృణమో పణమో పెట్టుకుని కలో గంజో తాగుతూ బ్రతుకుతాం !"

శేషగిరి ముఖంలో రంగులు మారాయి.

"ఏమిటీ ! ఈ యిల్లు అప్పులవాళ్లు స్వాధీనం చేసుకున్నారా ?"

"అవునండీ ! మనం కాపురం పెట్టాలంటే కుంపటితోసహా అన్నీ కొత్తగా కొనుక్కోవాల్సిందే !"

"ఈ ఇల్లు ఒక్కటేనా నీకుంది ? నువ్వు యింకా చాలా సంపాయించావని విన్నానే . అదంతా ఏమైంది ?"

"చెప్పాను కదండీ ! అంతా ఖర్చుయిపోయింది."

"నోర్ముయ్ ! ఖర్చుట ఖర్చు. నేనంత వెఱ్ఱివెంగళాయిని అనుకున్నావా ? నీ డబ్బంతా యీ రవికి తినబెట్టి వుంటావు ! వాడు తినేసి, హాయిగా ఫ్యాక్టరీ కట్టుకుని, నీకు జోలె యిచ్చినట్టున్నాడు."

"గిరీ ?" రవి కోపంగా అరిచాడు.

"ఏం నామాట అబద్ధమా ? నువ్వు ఫ్యాక్టరీ పెట్టలేదూ ? నీకు హఠాత్తుగా అంత డబ్బు ఎక్కడనుంచి వచ్చింది ? దానికి మొదటినుంచీ నీ మీద మోజే ?"

"ఇప్పుడేగా సరోజ నా భార్య అన్నావు. దేవత అన్నావు !" రవి పళ్లబిగువున అడిగాడు.

"అవును ! అన్నాను. ఎందుకు ? ఏమైనా కాస్తో కూస్తో వుందేమో నని. భార్యట, భార్య ! ఎవడిక్కావాలి. యీ చెడిపోయిన భార్య ! వున్నదంతా నువ్వు కాజేసి, దానిచేతికి చిప్పయిచ్చి నా మెడకి అంటగట్టాలని నువ్వు చూస్తున్నావా ! మీ చావు మీరు చావండి ! మధ్య నాకెందుకు !"

"అయితే నడు బైటికి !"

"నడుస్తాను. నడుస్తాను. గానీ రవీ ! యిది మాత్రం బాగా గుర్తు వుంచుకో నా భార్యచేత బాగా డబ్బు సంపాయించి, అదంతా నువ్వు కాజేసి కులుకుతూ వుంటే, చూస్తూ వూరుకునే దద్దమ్మని అని మాత్రం అనుకోకు. జాగ్రత్త. ఎప్పటికైనా నీ గోళ్లూడగొట్టి అదంతా లాక్కోకపోతే నా పేరు శేషగిరే కాదు" అంటూ గుండెమీద చరుచుకుంటూ వెళ్ళిపోయాడు.

"చూశావు కదూ రవీ ! అతని అసలు స్వరూపం."

"ఛీ ఛీ ! ఏం మనిషి."

"రవీ ! వున్నదంతా స్కూలుకి విరాళం ఇచ్చేశాను. నా దగ్గర యిప్పుడేమీ లేదంటే ఎవరూ నమ్మటంలేదు. శేష నన్ను చూశాడు ఇక వెంటాడక మానడు. చావు ఒక్కటే నాకు శరణ్యంలా వుంది." అంటుండగానే సరోజ కళ్ళలో గిర్రున నీళ్లు తిరిగాయి.

"ఛీ ఛీ ! ఏం మాటలవి సరోజా. ఈ కాస్తదానికే అంత బెంబేలు పడితే ఎలా ? నువ్వు మారావు నిజమే, కానీ పరిసరాలు మారలేదు. నువ్వు యిట్లా వున్నంతకాలం లోకం నిన్ను రోజీగానే చూస్తుంది."

"నేనేం చెయ్యను రవీ."

"నేను చెబుతానుగా ! ప్రసాద్‌తో మాట్లాడాను. అతను నిన్ను నర్స్ ట్రెనింగ్‌కి పంపిస్తానన్నాడు. ట్రెనింగ్ అయి వచ్చిన తర్వాత తన నర్సింగ్ హోమ్‌లోనే నిన్ను నర్స్‌గా తీసుకుంటానన్నాడు. యిక నీ భవిష్యత్తు గురించి నువ్వు దిగులు పడాల్సిందేమీ లేదు."

ప్రసాద్ పేరు వినగానే సరోజ త్రుళ్లిపడింది.

"రవీ" సంశయంగా చూసింది.

"ఇందులో నువ్వు అభిమానపడాల్సిందేమీ లేదు సరోజా ! ప్రసాద్ చాలా మంచివాడు ముఖ్యంగా నా ప్రాణమిత్రుడు. ఈ పరిస్థితుల్లో నీకు నాలా చూసేవాళ్ళ అండ చాలా అవసరం, మన పరిచయం అజ్ఞాతంగానే వుండాలంటే నువ్వు ప్రసాద దగ్గర వుండటమే మంచిది."

"నీ యిష్టం రవీ," అంది సరోజ మెల్లగా.

25

డాక్టర్ ప్రసాద్ క్లినిక్.

అందులో అడుగు పెట్టగానే చూసేవారికి మొట్టమొదట పురుషోత్తం గారి ఫోటో కనిపిస్తుంది. ఎవరైనా ఆ ఫోటో ఎవరిదని అడిగితే ప్రసాద్ "నాకీ చదువు చెప్పించిన దైవం" అని కృతజ్ఞతగా సమాధానం చెప్పేవాడు.

ప్రసాద్ ప్రాక్టీసు మూడు పువ్వులూ, ఆరు కాయలూ అన్నట్టుగా వర్ధిల్లుతోంది. ఎప్పుడు చూసినా క్షణం తీరని డాక్టరు అయాడతను, నలుగురిలో సమర్థుడూ, మంచివాడు అనే పేరు తెచ్చుకున్నాడు వూళ్ళో ధనిక కుటుంబాల వారిలో, ఆడపిల్లలున్న తల్లితండ్రులు అతనితో పరిచయం పెంచుకోవడానికి తహతహలా డుతున్నారు.

ఆ రోజున ప్రసాద్ రోగులని పరీక్ష చేస్తున్నాడు. ఇంతలో రవి లోపలకు వచ్చాడు.

రోగికి అవసరమైన ప్రిస్క్రిప్షన్ వ్రాస్తున్న ప్రసాద్, తలెత్తి రవిని చూడగానే, "రా ! రా !" అంటూ ఆహ్వానించాడు.

గదిలో వున్న మరో పేషెంట్‌ని కూడా, పరీక్షచేసి పంపేయగానే, ప్రసాద్ వచ్చి కూర్చుంటూ, "ఏం రవీ ఏదీ నువ్వు చెప్పిన అమ్మాయి ? ఈ రోజుకూడ తీసుకురాలేదు ? నర్స్ ట్రయినింగ్‌కి అప్లికేషన్ తెప్పించి అన్నీ సిద్ధం చేశాను" అన్నాడు.

"థాంక్స్ ప్రసాద్. నీ మేలు మరువలేను !"

"చాలించు నీ గొప్పలు ఈ కాస్తకే నువ్వంత గొప్పగా భావిస్తే నన్ను దగ్గరకు తీసి డాక్టర్ చదివించిన మిమ్మల్ని నేనెలా భావించాలి ? యింతకీ ఆ అమ్మాయి ఎవరు ?"

రవి టేబిల్ మీద వున్న కాగితాలు సర్దాడు.

"ఒకప్పుడు నీకిచ్చి పెళ్లి చేయాలనుకున్నాం !" అన్నాడు సీరియస్‌గా

"వాట్ ?"

"అవును ప్రసాద్ నాన్న మీ ఇద్దరికీ పెళ్ళిచేసి మిమ్మల్ని భార్యా భర్తలుగా కళ్ళారా చూసుకోవాలని ఎంతగానో అనుకున్నాడు ప్చ్. విధి వేరుగా వుంది. నాన్న కోరిక ఫలించలేదు."

"రవీ ! ఏమిటి నువ్వనేది ? సరోజ సంగతి కాదు కదా నువ్వు మాట్లాడేది?"

"సరోజే, ఈ రోజు నిన్ను నర్సు ట్రెయినింగ్‌కి పంపమని నేను అర్థిస్తోంది సరోజనే."

"సరోజా ఏది ? ఎక్కడుంది ?"

"బైట కూర్చుని వుంది. ఇక్కడ పేషెంట్స్ వున్నారని అక్కడ కూర్చోపెట్టి వచ్చాను. వుండు పిలుస్తాను" రవి లేచి వెళ్లాడు.

రవి, సరోజని వెంటబెట్టుకుని తీసుకువచ్చాడు.

ప్రసాద్ మనసంతా ఎలాగో అయింది. క్షణం సేపు నోట్లో మాట రానివాడిలా అయాడు.

సరోజ కళ్ళలో అభిమానం స్పష్టంగా కనిపిస్తోంది.

ప్రసాద్‌ని చూడగానే తల దించుకుంది.

"కూర్చో సరోజా" అన్నాడతను కుర్చీ చూపిస్తూ.

సరోజ కూర్చుంది.

"నువ్వేవో అడగాలనుకున్నావుగా ! అడుగు అన్నాడు రవి.

సరోజా, నువ్వీ ట్రెయినింగ్‌కి వెళ్లే ముందు ఒకటి బాగా ఆలోచించుకోవాలి. ఇది చాలా సహనం కావాల్సిన వృత్తి. అసహ్యం అనేదాన్ని వదులు కోవాలి. నిస్వార్థంగా, నిష్కల్మషంగా, మానవ సేవే మాధవసేవ అని నమ్మగలిగిన వాళ్లే ఈ వృత్తిలోకి అడుగు పెట్టాలి ! నీ కిష్టమేనా ?" అన్నాడు.

సరోజ తల దించుకునే అంగీకారంగా తల వూపింది.

ప్రసాద్ టేబిల్ సొరుగులాగి, అందులోనుంచి అప్లికేషన్ ఫారాలు తీశాడు.

"ఇదిగో యిక్కడ సంతకం పెట్టు" అంటూ చూపించాడు.

సరోజ పెన్ అందుకుని సంతకం పెట్టసాగింది.

తల దించుకుని, సరోజ సంతకం పెడుతుంటే తదేకంగా చూస్తున్న ప్రసాద్ ముఖంలో విషాదం ఆవరించుకోసాగింది. విధి ఎంత విచిత్రమైనది మనుష్యుల్ని బొమ్మల్నిగా చేసుకుని, ఆడుకుని, వినోదంగా చూస్తుంది. లేకపోతే ఏమిటిది ? తన ఇంటికి వధువుగా, తన జీవితానికి దేవతగా రావాల్సిన అమ్మాయి, తన కలలు పంచుకోవాల్సిన సరోజ.

కొద్ది సంవత్సరాల క్రితం, చదువుకునే రోజుల్లో, రవి ఒకసారి, "ప్రసాద్! నాన్న సరోజని నీకిచ్చి పెళ్ళి చేయాలనుకుంటున్నారు. నీ ఉద్దేశ్యం ఏమిటి?" అని అడిగినప్పుడు సంతోషించాడు ? ఎన్నో ఊహించుకున్నాడు ?

రవి వూరు వెళుతూ, "నాన్నకి చెప్పి వెంటనే లగ్నం పెట్టించమంటాను" అని వెళ్ళాడు.

కానీ - ఆ తర్వాత ఏమైందో ఏమో. ఓ రోజున హఠాత్తుగా రవి వ్రాసిన ఉత్తరంలో "సరోజకి, వేరే అతనితో వివాహం అయింది" అనే పిడుగులాటి వార్త చదివి దిమ్మెరపోయాడు. తర్వాత రవి ప్రసాద్‌ల మధ్య సరోజ ప్రసక్తే రాలేదు. కానీ ప్రసాద్ ఈ ఆశాభంగం మనసులో దాచుకుని, ధ్యాస అంతా చదువు మీదనే కేంద్రీకరించుకున్నాడు.

రవి "ఎవరో నిర్భాగ్యురాలికి నువ్వు సహాయం చేయా"లని కోరితే ఇంకెవరో అనుకున్నాను. సహజంగా రవి అడిగినది క్షణాలమీద చేసే, అతను యీ ట్రెయినింగ్‌కి పంపడం కోసం కూడా అలాగే చేశాడు.

సరోజ హఠాత్తుగా, యిలా కనిపించి, ఆ పాత గాయాన్ని రేపుతుందని అతను కలలో కూడా అనుకోలేదు.

26

ధరలు మండిపోతున్న ఈ రోజుల్లో, పిల్లా, జెల్లా గల తనలాటి మధ్య తరగతి కుటుంబీకులు ఎంత బాధపడిపోతున్నారో, చిదంబరం పురుషోత్తానికి లబలబలాడుతూ చెబుతున్నాడు. "చూడండి బావగారూ ! ఈ రోజు పేపరులో ఏముందో ? "పిల్లలకి పెళ్ళిళ్ళు చేయలేని ఒక గృహస్తు ఆత్మహత్య !" అంటూ చేతిలో వున్న పేపరు చదివి వినిపించసాగాడు.

పురుషోత్తంగారు సానుభూతిగా వింటున్నారు.

నిన్న పురుషోత్తంగారు భార్య చనిపోయిన రోజు ! హైదరాబాదు నుంచి రవితో పాటు చిదంబరం కూడా "బావని చూసి చాలా రోజులైంది" అంటూ వచ్చాడు, ఈ రోజు మధ్యాహ్నం బస్సుకి తిరిగి వెళుతున్నాడు.

ఇంతలో యింటి ముందు కారు ఆగిన శబ్దం అయింది.

పేపరు దండకంలా చదువుతున్న చిదంబరం ఆపి, "ఎవరూ ?" అంటూ తొంగిచూశాడు.

రాజారావుగారు కారు దిగి, విలాసంగా చేతికర్ర వూపుకుంటూ లోపలికి వస్తున్నారు.

ఆయన్ని చూడగానే చిదంబరం ముఖం మాడిపోయింది. చప్పున కుర్చీలో నుంచి లేచి, ఓ పక్కగా వినయంగా నిలబడ్డాడు.

"ఏరా ? ఏంచేస్తున్నావు ?" అంటూ వచ్చారాయన.

"రా ! రా ! ఏముంది చేసేటందుకు . తినడం కూర్చోవటం, కృష్ణా రామా అనుకోవటం, ఏరా ! నిన్న జానకి పోయిన రోజు ! తప్పకుండా రా అని వ్రాస్తే యీ వేళ వచ్చావేమిటి ?"

"ఆ గారెలు, బూరెలు తినలేనురా, అదీగాక ఈ రోజు ఆదివారం, అందుకని వచ్చాను. "ఏమయ్యా చిదంబరం నిలబడ్డావేం ? కూర్చో" అన్నారు తను కూర్చుంటూ."

"చిత్తం," అలవాటు చొప్పున అనేశాడు.

"ఇంకా ఏం చిత్తమయ్యా, నా దగ్గర ఉద్యోగం మానేసి అన్ని రోజుల యినా నువ్వు యింకా ఈ చిత్తాలు మానలేదేమిటి ? కూర్చో, కూర్చో.

చిదంబరం ముళ్ళమీద కూర్చునట్టు అక్కడున్న కుర్చీలో కూర్చున్నాడు.

ఇంతలో అక్కడికి రవి వచ్చాడు.

రాజారావుగారిని చూడగానే నమస్కరిస్తూ, "ఎంతసేపయిందండీ వచ్చి?" అని పలకరించాడు.

"ఇప్పుడే ! ఊ ! ఎలా సాగుతోంది నీ ఫ్యాక్టరీ ?"

"నీ దయ వల్ల బాగానే వుందిరా. అబ్బాయికి క్షణం వూపిరాడటం లేదంటే నమ్ము. తల్లి పోయిన రోజు తప్పకుండా రమ్మనమని నేను మరీ మరీ వ్రాస్తే వచ్చాడు" అన్నారు పురుషోత్తంగారు.

"నేను అడిగింది నిన్ను కాదురా బడుద్దాయి ?" డబాయించారాయన.

రవి నవ్వాడు.

"మీ దయవల్ల బాగానే వుందండీ ! నిన్ననే ఫారన్ ఎక్స్‌పోర్టుకి లైసెన్సు కూడా వచ్చింది. మీరు స్వయంగా కలిపించుకోకపోతే అది యింత త్వరగా దొరికేది కాదు"

రాజారావుగారు ఆ మాట వినగానే ఏదో గుర్తుకు వచ్చినట్టుగా, జేబులు తడుముకుని అందులో నుంచి ఉత్తరం ఒకటి తీశాడు.

"నా మాట విని నువ్వు సాధ్యమైనంత తొందరలో సింగపూర్ వెళ్లు. అక్కడ "షా" అని నా ఫ్రెండ్ ఒకతను వున్నాడు. అతనికి డిపార్ట్‌మెంట్ స్టోర్ వుంది. అతనికి నీ గురించి వ్రాశాను. నిన్ననే ఈ జవాబు వచ్చింది. నిన్ను పంపమని వ్రాశాడు. అతను ఈ మార్కెటింగ్ బిజినెస్‌లో మంచి ఎక్స్పర్టు ! అంటూ ఉత్తరం అందించాడు.

రవి ఆతురతగా ఆ ఉత్తరం చదువుకున్నాడు. అతని ముఖం ఆనందంతో దీప్తివంతమైంది.

"థాంక్ యూ సర్ !" అన్నాడు.

"అదుగో, ఆ సర్ అన్న పదమే వద్దన్నాను" అన్నారాయన.

"సారీ, థాంక్ యూ అంకుల్" అన్నాడు రవి.

నాయనా, వంట అయిందేమో కనుక్కో, 12 గంటలు కావస్తోంది" అన్నారు పురుషోత్తంగారు.

"అలాగే నాన్నా. మీరు మాట్లాడుతూ కూర్చోండి. నే నిప్పుడే ఆ ఏర్పాటు చేయిస్తాను" అంటూ రవి లోపలికి వెళ్ళాడు.

"వురేయ్ పురుషోత్తం, ఈ ఒక్క రోజే కాదురా. ఎప్పుడూ నువ్వు మా యింట్లోనే, నేను మీ యింట్లోనే కలిసి భోజనం చేసేలా ఏర్పాటుచూడు" అన్నారు.

"నాకూ యిష్టమే, ఏం చేద్దాం. ఇద్దరం కలిసి ఒకే వంట మనిషిని పెట్టుకుందామా ?"

"అరే బడుద్ధాయీ, నేను అంతకంటే మంచి మార్గమే ఆలోచించాను."

"ఏమిటది ?"

"చెప్పమంటావా ?"

"చెప్పు"

ఆయన చెప్పబోయి ఆగి సందేహంగా చూశారు.

"తీరా నేను చెప్పిన తర్వాత నువ్వు కాదనవుగా ?"

"ఏమిటీ, నువ్వు చెప్పినమాట నేను కాదనడమా. అన్ని గుండెలు నాకు వున్నాయిట్రా."

"అదీ, అలా అను. ఇదుగో అబ్బాయి పురుషోత్తం. నేను ముక్కుసూటిగా పోయే మనిషినని, మిలట్రీవాడినని నీకు తెలుసుగా. పాతకాలపు పద్ధతులు నాకు నచ్చవు. మధ్యవర్తులమీద నాకేమాత్రం నమ్మకంలేదు. మా అమ్మాయి పెళ్ళి విషయంలో నేనే పెళ్ళిళ్ళ పేరయ్యని అనుకో, అందుకే సూటిగా అడిగేస్తున్నాను. మా జ్యోతిని మీ రవికి చేసుకుంటావా లేదా ?"

చిదంబరం అదిరిపడ్డట్టు చూశాడు.

పురుషోత్తం ఆనందంతో, ఆశ్చర్యంతో వుక్కిరిబిక్కిరి అయిపోతూ, "ఒరేయ్ ఒరేయ్" అన్నారు.

"ఒక్క మాట తెగేసి చెప్పు, చేసుకుంటావా లేదా . అవును, కాదు. జవాబు ఒకటే మాట." ఆయన చూపుడు వేలు చూపించారు.

పురుషోత్తం గభాల్న లేచి, రాజారావుగారు కూర్చున్న బల్లమీదికి, వచ్చి కూర్చుని, స్నేహితుడిని గట్టిగా కౌగిలించుకున్నారు.

"ఒరేయ్, తుపాకి గుండులా ఏమిటిరా యీ ప్రశ్న ?"

"నా పద్ధతి అంతే యివాయి చెప్పు ?"

"నే నేమంటాను ? ఊహించరా ?"

"కష్టపడి కొడుకుని చదివించుకున్నాను. కట్నం కావాలంటావు. అంతేగా?"

"ఉహూ !"

"మరి ? మా అబ్బాయికి మీ అమ్మాయి తగదుపోరా అంటావా ?"

"ఉహూ ! నా జన్మలో యింత సంతోషకరమైన వార్త ఎప్పుడూ వినలేదు, వినబోను కూడా" అంటాను.

"నిజమేనా ?"

"ముమ్మాటికి, అంతేకాదు. యింత మంచి స్నేహితుడు నాకు తప్ప యింకెవరికీ వుండదని గర్వపడుతున్నానని కూడా అంటాను" పురుషోత్తంగా ప స్నేహితుడి తలకి తన నుదురువేసి డీ కొట్టారు.

ముఖం పాలిపోయినట్టు అవగా చిదంబరం చప్పున కుర్చీనుంచి లేచి, మూలనున్న గొడుగు తీసుకుని, వుత్తరీయంపైన వేసుకుంటూ "నేను వస్తాను బావా" అన్నాడు.

"అదేమిటయ్యా భోజనంచేసి వెళ్ళు."

"ఉహూ. పనుంది వస్తాను బస్సుకి టైమ్ అయింది." అనేసి మరో మాట వినిపించుకోకుండా పెద్ద పెద్ద అంగలతో వెళ్ళిపోయాడు.

పురుషోత్తంగారు బల్లమీద నుంచి లేస్తూ "వుండరా యిప్పుడే అబ్బాయికి చెప్పివస్తాను" అంటూ గబగబా లోపలికి వచ్చారు.

రవి లోపల గుమ్మందగ్గిరే నిలబడి వున్నాడు. అతని ముఖం చూస్తే ముందు గదిలోకి రాబోయి, ఈ మాటలు విని, సందేహంగా ఆగిపోయినట్టుగా వున్నాడు. పురుషోత్తంగారు కొడుకుని చూడగానే ఆనందంగా, "రవీ ! రాజా ఏమంటున్నాడో విన్నావా ?" అన్నారు.

"అంతా విన్నాను నాన్నా. మీరిలా రండి" రవి తండ్రి చేయి పట్టుకుని కాస్త పక్కకు తీసు కెళ్ళాడు. "నాన్నా, యిప్పుడప్పుడే నాకు పెళ్లి చేసుకోవాలని లేదు, నేను ఈ మాట అంటున్నానని ఆయనకి చెప్పండి" అన్నాడు.

"నీ కేమైనా మతిపోయిందా ?" తండ్రి తెల్లబోయాడు.

"లేదు నాన్నా ! ఫ్యాక్టరీ యిప్పుడిప్పుడే పైకి వస్తోంది ! ఒకటి రెండు సంవత్సరాలు మనం అందులో వచ్చిన ప్రతిపైసా, దాన్ని అభివృద్ధి చేయటానికే

ఖర్చుచేయాలి, మనం ఆర్థికంగా చాలా నలుగుడు తినే పరిస్థితుల్లో మరొక వ్యక్తి వచ్చి మనతో యిబ్బంది పడటం నాకే మాత్రం యిష్టంలేదు. ఫ్యాక్టరీ ఒడిదుడుకులు లేకుండా బాగా సాగేటంతవరకూ, పెళ్లి ప్రసక్తి వద్దంటున్నా నని ఆయనకి చెప్పండి."

కొడుకు నిశ్చలంగా చెబుతున్న ఈ మాటలు వినగానే పురుషోత్తంగారి ముఖంలో ఆనందం యిట్టే ఎగిరిపోయింది.

"రవీ ! వాడు ఎంతో ఆశతో వచ్చాడురా ! కాదంటే బాధపడతాడేమో!"

"అంత్య నిష్ఠూరంకంటే ఆదినిష్ఠూరం మేలు నాన్నా ! జ్యోతిని నాకు యివ్వాలని ఆయనకి వుంటే ఒకటి రెండు సంవత్సరాలు ఆగటం పెద్ద కష్టమేమీ కాదు."

"ఏమోరా ! ఆ మాటేదో నువ్వే చెప్పు. నావల్లకాదు."

"నేను చెబితే ఆయన మరోలా అనుకోవచ్చు. మీరు చెబితే బాగుంటుంది, మీరు చెప్పలేనంటే నేనే చెబుతాను."

"నిజమే ! వాడు నన్నే అడిగాడు. నేనే చెప్పాలి. నేనే చెబుతాను." రక్త విహీనమైన ముఖంతో ఆయన మెల్లగా రాజారావుగారున్న గదిలోకి వెళ్ళారు.

27

చిదంబరం యింటికి తిరిగివచ్చి, వుస్సురంటూ భుజంమీద ఉత్తరీయం తీసి వంకెకు తగిలించాడు రాజారావు. స్వయంగా వచ్చి పురుషోత్తాన్ని రవికి జ్యోతిని చేసుకోమని అడగటం విన్నప్పటినుంచీ ఆయనకి ఒంటిమీద చీమలూ, జెర్రులూ పాకినట్టుగా వుంది. తన కళ్ళముందు వాళ్లు మారిపోతున్నారు. స్థితి ఎదిగిపోతూ వుంది. జ్యోతి ఆగర్భ శ్రీమంతురాలు, రాజారావుగారికి ఒక్కగా నొక్క బిడ్డ ! యిక ఆ ఆస్థిపాస్థులన్నీ రవికే దక్కుతాయి. ఇటు రాజారావుగారి ప్రాపకం పుణ్యమా అని ఫ్యాక్టరీ కూడా బాగానే సాగుతోంది. రవి వూళ్ళో యిల్లు తీసుకుని కాపురం పెట్టడంతో వేణు చిదంబరం యింట్లోంచి మకాం మార్చేశాడు. ఏదో విధంగా రాధ అంటే వేణు పడిచచ్చేలా చేయాలని చిదంబరం వేసిన ఎత్తు మధ్యలోనే తేలిపోయింది. వేణుని ఎట్టా గుప్పెట్లోకి లాగి, రాధతో ముడి వెయ్యాలా అన్నదే చిదంబరానికి సమస్య అయిపోయింది.

ఆడపిల్లల తల్లిదండ్రులకి ఈ రోజుల్లో ఎన్ని తిప్పలు, పెళ్లిళ్ళు చేయాలంటే ప్రాణంమీదికి వచ్చినంత పనవుతోంది. ప్రసవవేదన పడేటప్పుడు తల్లి ఎంత మరణయాతనకి గురి అవుతుందో, వాళ్ళు పెరిగి పెద్దయిన తర్వాత తగిన సంబంధం

చూసి, పెళ్లిచేసేసరికి తండ్రి తలప్రాణం తోకకి వస్తోంది. ఏకాస్త పని తలపెట్టినా, ఈ రోజుల్లో డబ్బు నీళ్ళులా అయిపోతోంది. వేణగనక రాధని చేసుకుంటే, తనకి కానీ కట్నం యివ్వాల్సిన బాధ తప్పుతుంది. రాజారావు డబ్బుగలవాడు కాబట్టి మా అమ్మాయిని చేసుకోండి అని ధైర్యంగా అడిగాడు, తనేతాహతుతో అడగ్గలడు. తెలివితేటలుంటే వేణూకి రాధ అంటే పడిచచ్చేలా చేసి, పురుషోత్తంగారే స్వయంగా వచ్చి మా అబ్బాయికి మీ అమ్మాయిని చేసుకోండి అని ఆయన నోటితోనే అనిపించాలి.

భోషాణం దగ్గర కుర్చీలో తలమీద చేయి పెట్టుకుని వుసూరుమంటూ కూర్చున్న చిదంబరం దగ్గరికి రాధ వచ్చింది. తండ్రిని చూడగానే "అదేమిటి నాన్నా అలా కూర్చున్నావేం ? ఎంత సేపయింది వచ్చి ?" అంది.

"యిప్పుడే వచ్చాను."

"ఊళ్ళో మామయ్యా వాళ్ళు బాగున్నారా ?"

"వాళ్ళకేం ! నిక్షేపంలా వున్నారు. రాజారావుగారు వచ్చారు. వాళ్ల జ్యోతిని రవికి చేసుకోమని అడుగుతున్నారు.

ఈ మాట వినగానే రాధ ముఖం వికసించింది.

"నిజంగా, జ్యోతి నాకు బాగా తెలుసుగా, డబ్బున్నా అసలు గర్వం లేదు. రవి-జ్యోతి యీడు జోడుగా బాగుంటారు కదూ !"

"ఊరివాళ్ళని చూసి సంతోషిస్తే మనకేం వస్తుంది లేమ్మా ?"

"అదేమిటి నాన్నా అలా అంటావు ?"

"మొదటి నుంచీ డబ్బున్న వాళ్ళకి అసలేం గర్వం ఉండదమ్మా. మధ్యలో వచ్చిన వాళ్లకే కళ్లు మీదికి వస్తాయి. ఈ రాజారావుతో వియ్యం అందనీ, మీ మామయ్యా రవీ యిక మనల్ని వాకిట్లోకి రానిస్తారేమోచూడు"

"ఛ-ఛ ! మామయ్యా-బావా అలాటివాళ్ళు కానేకాదు. మనం అంటే అభిమానం లేకపోతే ఫ్యాక్టరీ పెట్టుకుంటున్నప్పుడు రవి బావ వచ్చి నువ్వు మేనేజరుగా వుండాలని ఎందుకు బలవంతం చేస్తాడు ?"

"అయ్యో పిచ్చి తల్లీ ! ఊరికే మనమీద ప్రేమతో యిచ్చారనుకుంటున్నావా ? చాకిరీ చేయించు కుంటున్నారు. జీతం పారేస్తున్నారు. నువ్వొక వెర్రిబాగుల దానివి. ప్రపంచం పోకడ నీకేం తెలుసు ? డబ్బు పాపిష్టిదని వూరికే అన్నారా ? చూస్తుండు. ఆ వేణుకి కూడా యిట్లాగే బాగా డబ్బున్న అమ్మాయిని చూసి ముడేస్తారు. వాళ్ళ ఎత్తులు నీకేం తెలుసునమ్మా ?"

"వేణు బావకా !" రాధ ముఖం చిన్నబోయింది.

"అవును, వేణు బావకే. మన ఇంట్లోవున్న ఇన్ని నెలలూ అంత అపేక్షగా వున్నాడా ఇప్పుడు చూశావా ? రవి ఇక్కడ కాపురం పెట్టగానే అన్నగారి దగ్గర చేరి మళ్ళీ మన ముఖం చూశాడేమో."

"ఇంత క్రితమే బావ వచ్చి వెళ్ళాడు నాన్నా ?" తలదించుకుని అంది రాధ.

ఈ మాట వినగానే చిదంబరం ముఖం చాటంత అయింది. ఏదో ఆశ కళ్ళల్లో తళుక్కుమంది, కానీ అది పైకి కనపరచలేదు.

"వచ్చాడా ? పెళ్లి సంబంధం సంగతి ఏమైనా చెప్పాడా ?"

"అదేం చెప్పలేదు."

"అదుగో చూశావా ! చెప్పరమ్మా వాళ్లు. ఏదయినా డబ్బున్న అమ్మాయి తగిలితే గుట్టు చప్పుడు కాకుండా ముడేసుకుంటారు. ఇదుగో రాధా ! ఇక నాన్చి లాభం లేదు. నీకు తల్లి అయినా, తండ్రి అయినా నేనే. మీ అమ్మ లేదు కాబట్టే ఈ మాట నేనే అడగాల్సి వస్తోంది. వేణు బావ అంటే నీ కిష్టం వుందా లేదా ?"

రాధ మాట్లాడలేదు.

"చెప్పమ్మా ! యిది సిగ్గు పడేందుకు సమయం కాదు."

రాధ మెల్లిగా ఇష్టమే నన్నట్టు తల వూపింది.

"అయితే నీ కన్న తండ్రిగా నీ క్షేమంకోరి చెబుతున్నాను. వేణుని చేయిజారి పోనివ్వకు, వేణు బుద్ధిమంతుడు ముఖ్యంగా నువ్వన్నా నేనన్నా మన మాట వినే గురి వుంది. మంచివాడు కూడా, ఇదివరకు రోజులంటే వేరు. మా ముత్తాతల కాలంలో అందరికి ఎంత తిన్నా తరగని ఆస్తులు వుండేవి. కాబట్టి పనిగట్టుకువెళ్ళి వెతికి పిల్లలకి సంబంధాలు చూసి, పెళ్లిళ్ళు చేసేవాళ్లు ఇప్పటి తలిదండ్రులు ఏం చేయగలరమ్మా. పిల్లలకి భోజనం పెట్టి, బట్టలు యిచ్చేసరికే కళ్ల నీళ్లు తిరుగుతున్నాయి. అందుకని ఈ రోజుల్లో పిల్లలే చొరవ చేయాలి. కాస్త జోడయిన మగపిల్లవాడు కనిపిస్తే ఏదోవిధంగా అతనితో బ్రతుకు ముడిపెట్టుకునే తెలివితేటలు నేర్చుకోవాలి."

"నన్నేం చేయమంటావు నాన్నా !"

"వేణు మేదకుడు, నువ్వంటే అతనికి ఇష్టం వుంది. ఆ యిష్టాన్ని పెళ్లి అనే పీటముడిగా నువ్వు మార్చేయాలి."

"నేనా, నేనేం చేయగలను."

"నేను చెబుతానుగా. నువ్వు బుద్ధిమంతురాలిలా అక్షరాలా ఆచరించు నీకు బావ మొగుడుగా దొరుకుతాడు. నాకు నా బిడ్డ భవిష్యత్తు నిక్షేపంగా వుంది అన్న ధైర్యమూ దక్కుతుంది."

"కానీ మనం యిలా ప్లాన్ వేశామని మామయ్యకీ - జానకికీ తెలిస్తే?"

"నీ మొహం! వాళ్ళకి తెలియనిస్తామేమిటి మనం." చిదంబరం కూతురిని దగ్గరకు రమ్మనమని మంత్రోపదేశం చేస్తున్నట్టు రహస్యంగా చెప్పాడు.

రాధ భయంగా చూసింది, 'కానీ'-

"నీకేం భయం లేదు నువ్వు కాస్త నిగ్రహంగా వుంటే చాలు. అంతా దానంతట అదే జరిగేలా చూస్తాను. నువ్వు జాగ్రత్తగా మెలగాలి. ఇది పెళ్ళికి ప్రయత్నం మాత్రమే అన్నమాట కలలో కూడా మర్చిపోకూడదు, తెలిసిందా!" అంటూ హెచ్చరించాడు.

రాధ సరేనన్నట్టు తల వూపింది.

28

పురుషోత్తంగారు బైటికి వెళ్లటానికి బైలుదేరుతూ, చెప్పులేసుకుని చిన్న కొడుకున్న గదిలోకి వచ్చారు. అక్కడ వేణు దర్జాగా రెండు కాళ్ళూ బారచాపి టీపాయిమీద పెట్టి, పుస్తకం ఒళ్ళో పెట్టుకుని చదువుతున్నాడు. ఎదురుగా ట్రాన్సిస్టర్ మోగుతోంది. ఇది చూడగానే ఆయనకి ఒళ్ళు మండింది.

"ఒరేయ్ ! ఆ పుస్తకాలయినా చదువు. లేకపోతే ఆ రేడియో అయినా విను. అంతేగాని రెండూ మాత్రం చేయకు. అదీ యిదీ రెండూ ఒంటబట్టవు" అంటూ మందలించాడు.

ఆయన ఆశించినట్టుగా, వేణు వెంటనే ట్రాన్సిస్టర్ మూసెయ్యలేదు పుస్తకం చప్పున మూసి, ట్రాన్సిస్టర్ వాల్యూమ్ పెద్దదిచేసి శ్రద్ధగా ముందుకు వంగి మరీ వినసాగాడు.

పురుషోత్తంగారికి చిరాకు రెట్టింపు అయింది.

"ఒరేయ్ ! వివిధ భారతిలో పాటలు వింటే పరీక్షల్లో మార్కులు రావురా! నీ పరీక్షకి ఫీజు కట్టి కట్టి ప్రాణం విసుగెత్తి పోతోంది. ఈసారయినా పాసయి ఏడుస్తావన్న నమ్మకం నాకేం లేదు."

"చెప్పేసారుగా, శుభమా అంటూ జ్యోతిష్యం ! యింక నేను చదవటం దేనికి ?" వేణు ముఖం ముడిచాడు.

"అన్నయ్యని చూసి బుద్ధి తెచ్చుకోరా, వాడు చూడు, ఆ ఫ్యాక్టరీ కోసం రాత్రింబవళ్ళూ నిద్రాహారాలు లేకుండా ఎలా కష్టపడుతున్నాడో ! చెట్టులా ఎదిగావే తప్ప, కాస్త అన్నయ్యకి సాయంచేద్దామనే బుద్ధే లేదు నీకు."

"చదువు మానిపించేయండి ఫ్యాక్టరీ పన్లు నేనుకూడా చూస్తానని చెప్పానుగా."

"ఏడిశావు, యింకా బాగా తిని, వూరుమీద పడి తిరగవచ్చునని. నేనలా మునసబుగారి దగ్గరకు వెళుతున్నాను గానీ తలుపులేసుకో. అన్నయ్య ఎక్కడో లోపల వున్నట్టున్నాడు. నేనిటు వెళ్ళగానే నువ్వేటయినా తోక ఝాడించకు."

"నా మీద అంత నమ్మకం లేనప్పుడు ఆ జాగ్రత్త ఏదో మీ పెద్ద కొడుక్కే చెప్పుకుంటే మంచిది."

"నోర్మూయ్, చదువూ సంధ్యా లేకపోతేమానె, పెద్దవాళ్లతో కాస్త మర్యాదగా మాట్లాడటం అయినా నేర్చుకో.

"చిన్నవాళ్ళని అభిమానించటం మీరు కూడా అలవాటు చేసుకోవాలి."

"అసలు నీతో మాట్లాడటం నాదే బుద్ధితక్కువ. ఈ జన్మలో నీకు జ్ఞానం అనేది రాదనుకుంటా" అంటూ ఆయన వెళ్లిపోయారు.

"ఈ మాట నాకు బుద్ధి తెలిసినప్పటినుంచీ వింటున్నాను." వేణు తండ్రి వెళ్ళిపోగానే పుస్తకాల మధ్య దాచిన డిటెక్టివ్ నవల తీశాడు.

పురుషోత్తంగారు ముందు గదిలోకి వచ్చేసరికి, బైట కారు ఆగింది. అందులో నుంచి జ్యోతి, రాధ యిద్దరూ దిగి, చకచకా మెట్లెక్కి వచ్చారు.

"శుభం, కళకళలాడుతూ ముద్దబంతి పువ్వుల్లా ఇద్దరు ఆడపిల్లలు నాకు ఎదురువచ్చారు. రండమ్మా రండి" అన్నారాయన నవ్వుతూ.

"అంకుల్ ! ఏమిటి ? ఈ మధ్య మీరు బొత్తిగా వుత్తరాలే వ్రాయటం మానేశారు మాకు" జ్యోతి ఫిర్యాదుగా అంది.

"నేనా ! అబ్బే ! ఏం లేదమ్మా ! ఒంట్లో సరిగ్గా వుండటంలేదు. రాద్దామని అనుకుంటూనే వున్నాను. అశ్రద్ధ అయిపోయింది. మీ నాన్న సంగతేమిటి ? బొత్తిగా నల్లపూస అయిపోయాడు. ఎన్ని నెలలు అయింది కనిపించి ?"

"నాన్నగారు చాలా బిజీగా వున్నారు. ఇదుగో అంకుల్ !" అంటూ జ్యోతి చేతిలోవున్న అందమైన శుభలేఖ అందించింది.

"ఎవరిదమ్మా పెళ్ళి ?" అంటూ ఆయన తెరవబోయాడు.

"నాదే అంకుల్ ! అనుకోకుండా సెటిల్ అయిపోయింది. నాన్నగారి ఫ్రెండ్ కొడుకు ఒకతను ఫారిన్‌లో పనిచేస్తూ క్రిందటివారం శలవు మీద వచ్చాడు. నాన్నగారికి అతను బాగా నచ్చాడు, వచ్చే గురువారమే పెళ్లి. ఎక్కువ వ్యవధి లేకపోవటంతో అంతా హడావుడి అయిపోయింది. పరుగులూ వురుకులుగా వుంది. నాన్నగారు తను స్వయంగా రానందుకు ఏమీ అను కోకుండా మిమ్మల్ని తప్పకుండా పెళ్లికి రమ్మనమని మరీ మరీ చెప్పారు.

జ్యోతి ఎంతో ఉత్సాహంగా, గబగబా చెబుతున్న యీ మాటలు వినగానే పురుషోత్తంగారు మ్రాన్పడిపోయినట్టు నిలబడిపోయారు.

"అలాగా ! మీ నాన్న మాటమాత్రమైనా మాకు వుత్తరం వ్రాయలేదే ! ఆయన ముఖంలో తీవ్రమైన ఆశాభంగం, విచారం ఆవరించుకున్నాయి. అంతలోనే తనని తాను సర్దుకుంటూ "అవున్లేమ్మా ! వాడిదేం పొరపాటు లేదు. అలా చెప్పించుకునే అర్హత, అదృష్టం చేతులారా మేమే పోగొట్టుకున్నాం"

"అదేమిటి అంకుల్ !" జ్యోతి అర్థం కానట్టు ఆశ్చర్యంగా చూసింది.

"ఏం లేదమ్మా, ఏంలేదు" ఆయన చప్పున చేతిలో వున్న కవరు తెరవకుండానే, జ్యోతి చేతుల్లో పెట్టేస్తూ, "రవి లోపల వున్నాడు. వెళ్ళమ్మా ! వెళ్ళు, వెళ్లి ఈ శుభవార్త వినిపించు, నేనిప్పుడే అలా వెళ్లి వస్తాను." కోపం తొంగి చూస్తున్న కంఠంతో అని గబగబా వెళ్ళిపోయారు.

జ్యోతి కంఠం వినగానే ! అక్కడికి వచ్చిన వేణు, తండ్రి వెళ్లిపోగానే, "హాయ్ ! జ్యోతి హార్టీ కంగ్రాచ్యులేషన్సు!" అంటూ అభినందించాడు.

"థ్యాంక్ యూ మీ అన్నయ్య ఎక్కడ ?"

"అదుగో లోపల వున్నాడు. వారానికి 5 రోజులు మేం సిటీలో, రెండు రోజులు యీ పల్లెటూరులో పిల్లిపిల్లల్లా తిరుగుతూ వుంటాం. అన్నయ్యకి 24 గంటలూ ఆ ఫ్యాక్టరీ గొడవే ! రెండో ధ్యాసే లేదు. పొద్దుట భోజనంచేసి ఆ జమా ఖర్చులు పుస్తకాలు ముందేసుకుని కూర్చున్నాడు. యింతవరకు లేవలేదు. అబ్బా! కుర్చీకి అంటుకుపోయినట్లు, అట్లా ఎలా కూర్చుంటారో ? కాసేపు కూర్చుంటే - నా నడుం నొప్పిపుట్టి కాళ్లు తిమ్మెర్లు ఎక్కిపోతాయి." అంటూ ఒళ్ళు విరుచుకున్నాడు

జ్యోతి రవి గదిలోకి వెళ్లింది. జ్యోతి వెనకే జడవూపుకుంటూ వెళుతున్న రాధని వేణు చీరకొంగు పట్టి ఆపాడు, జ్యోతి వెళ్లిపోయింది.

రాధ చివ్వున వెనక్కు తిరిగింది.

"ఛీ ! యిదేం పని ? కొంగులాక్కుంటూ" కళ్ళెర్రచేసింది.

"రాధా ! యిక్కడికి వచ్చినప్పటినుంచీ ఇదే ధ్యాస, పుస్తకం తెరిస్తే నువ్వు! మూసి గోడకేసి చూస్తే అక్కడ కాలెండర్‌లో నవ్వుతూ నువ్వు. ఎటు చూసినా జడ వూపుకుంటూ, కళ్లెదుట ప్రత్యక్షం అయి నన్ను పిచ్చివాడిని చేస్తున్నావు."

"చాల్లే నీ కబుర్లు ! అందుకే కాబోలు మా యింటి దగ్గర నుంచి వచ్చేటప్పుడు "రోజూ కనిపిస్తాను రాధా' అంటూ చేతిలో చేయివేసి ఒట్టువేసి, వారం రోజులకి ఒకసారికూడా కంటికి కనిపించకుండా పోతున్నావు."

"నన్నేం చేయమంటావు చెప్పు. మా అన్నయ్య హైదరాబాద్‌లో ఫ్యాక్టరీ పెట్టి వుండటానికి ఇల్లు తీసుకోవటంతో నా కర్మ కాలింది. మీ ఇంట్లో ఎంత హాయిగా వున్నాను. అడవిలో పక్షిలా నాకు ఎంత స్వతంత్రం వుండేది ? యీ ఇల్లో జైలు, మా నాన్న ఒక ఘూర్కా. ఎంతసేపూ చదువుకోరా ! చదువుకోరా !" అంటూ ఒకటే నస. ఆ చదువుకోటానికి ఒక వేళా, పాళా, మనసుకి మూడ్ అనేది వుంటుందని ఆయనకి తెలియదు. రేడియో పెడితే చాలు "తీసుయ్ ! తీసెయ్" అంటూ ఒకటే సతాయింపు. వివిధభారతిలో పాటలు వినకుండా ఇప్పటివాళ్ల ప్రాణాలు నిలవవు అని చెప్పినా ఆయనికి అర్థంగాదు."

"మరి బాగా చదువుకుంటున్నావా ?"

"ఆ ! ఆ ! గుర్రాన్ని నీళ్ల దగ్గరకు తీసుకు వెళ్లగలం గానీ, నీళ్లు తాగించలేం అన్న సంగతి ఆయనకి తెలియదు.

"నీతో కమ్మగా కబుర్లు చెప్పి ఎన్ని రోజులు అయింది బావా. నువ్వు ఇప్పుడు చెప్పావే నాక్కూడా అంతే, ఏ పని చేస్తున్నా నువ్వే గుర్తుకు వస్తావు. మా ఇంటికి రా బావా !" రాధ గారాలు పోయింది.

"మీ ఇంటికి వచ్చి మాత్రం ఏంలాభం ? మీ చిట్టి పోలీసు జవానులా మనల్ని వదలదు కదా !"

"అయితే నేనో ఉపాయం చెప్పనా ?"

"అదేగదా నేను మొత్తుకునేది."

"నాకు నోటితో చెప్పటానికి సిగ్గేస్తుంది బాబూ ! ఇదిగో కాగితం మీద వ్రాసి తెచ్చాను. నీతో అసలు ఇంత మాత్రం మాట్లాడటానికి వీలు అవుతుందని నేను అనుకోలేదు. ఈ వుత్తరం చూసి నవ్వుకోనంటే ఇస్తాను."

"నవ్వుకోను ఏదీ ?" రాధ బాగ్‌లోనుంచి తీసిన వుత్తరం వేణు తటాలున లాక్కున్నాడు. అది గబగబా చదవగానే అతని ముఖం చాటంత అయింది. "అమ్మ దొంగా !" అంటూ చేయిపట్టి గుంజాడు.

జ్యోతి గదిలోకి వచ్చేసరికి, అతను దీక్షగా, సర్వం మరిచి పోయినట్టుగా, టేబిల్ దగ్గర కూర్చుని ఫైల్స్ మాటిమాటికీ చెక్ చేస్తూ పక్కనున్న కాగితంమీద వ్రాసుకుంటున్నాడు.

ఒక్క నిముషం అతన్ని అలాగే చూస్తూ నిలబడిన జ్యోతి, తర్వాత తలుపుమీద మెల్లగా వేళ్లతో కొడుతూ "నమస్తే" అంది.

చిరాకుగా అంకెలని గబగబా కూడుతున్న రవి చివ్వున తలతిప్పి చూశాడు.

ఎదురుగా గుమ్మంలో, తెల్లటి బట్టలతో, అప్పుడే విచ్చిన గులాబిలా, వికసించిన ముఖంతో జ్యోతి నిలబడి వుంది.

రవి కళ్ళముందునుంచి అంకెలు, కూడికల పుస్తకాలు ఫైల్స్ అన్నీ ఒక్కక్షణం మాయమైనాయి. జ్యోతిమీదనుంచి దృష్టి మరల్చుకోలేనివాడిలా చూస్తూ వుండి పోయాడు.

"ఒక్క నిముషం లోపలికి రావటానికి అనుమతి యిస్తారా !" ఇంగ్లీషులో ఎంతో అణకువగా అడిగింది జ్యోతి.

రవి ఒక్క అంగలో లేచివెళ్ళి జ్యోతిని రెండుచేతులతో చుట్టేసి ఎత్తుకుని లోపలికి లాక్కురావాలనిపించింది. ఎలాగో నిగ్రహించుకుని పెన్ మూసి టేబిల్‌మీద పెట్టేసి, కుర్చీలో వెనక్కి ఆనుకుంటూ ! "ఈ మర్యాదలు ఎప్పటినుంచి ? రా ! రా !" అన్నాడు.

జ్యోతి లోపలకు వచ్చింది.

"మేం మీకు పరాయివాళ్ళం అని తెలుసుకున్నప్పటినుంచీ !"

"నిజంగా? అదెప్పుడు తెలిసిందట" అన్నాడు నవ్వుతూ.

"ఓ శుభముహూర్తాన నాన్నగార్కి మీరు తెలియచెప్పినప్పటినుంచీ"

"అయితే నా మీద కోపం పోదన్నమాట !"

"కోపం ఎందుకులెండి, పేదవాడి కోపం పెదవికి చేటు అన్నారు."

"నువ్వు పేదవానివా ? మైగాడ్ !" రవి ఫకాల్న నవ్వాడు.

ఫైల్స్ అన్నీ చకచకా సర్దేసి, పక్కన పెడుతూ "జ్యోతీ ! రేపు రాగానే నేనే నిన్ను కలుద్దామని అనుకుంటున్నాను" అన్నాడు.

"ఎందుకో ?"

"నిన్నెక్కడికైనా లాక్కెళ్లి నా మనసులో మాట విశదంగా చెపుదామని."

"ఆ పని యిన్నాళ్ళూ ఎందుకు చేయలేదు ?"

"నిజం చెబుతున్నాను, ఈ ఫ్యాక్టరీ పన్లతో నాకు క్షణం తీరటం లేదు. వచ్చే వారమే కాస్త వూపిరి తీసుకునేందుకు వీలవుతోంది."

"మీకు తీరిక చిక్కేటప్పటికి నాకు తీరిక వుండద్దూ ?"

"అంటే ?"

"నాకిప్పుడు మీ మాటలు వినేటంత తీరుబడిలేదు. ఇదుగో యిది చూస్తే కారణం మీకే తెలుస్తుంది" అంటూ జ్యోతి చేతిలో శుభలేఖ అతని ముందు పెట్టింది.

"శుభలేఖా ! ఎవరిది పెళ్ళి" అతడు కుతూహలంగా చేతుల్లోకి తీసుకున్నాడు.

"ఇంకెవరిదో అయితే స్వయంగా వచ్చి యివ్వాల్సిన పని నాకేమిటి ? పెళ్లి నాదే. నాన్నగారు ఫోన్‌చేసి చెబుతానంటే నేనే వద్దన్నాను. స్వయంగా యివ్వటం మర్యాద అని వచ్చాను."

రవి దిగ్భ్రాంతి చెందినట్టు చూడసాగాడు. శుబలేక తెరవబోతున్న అతను షాక్ తిన్నట్టుగా ఆగిపోయాడు.

జ్యోతి తల దించుకొని, తగ్గు స్వరంతో అంది.

"పెళ్లి వచ్చే ఆదివారం. మీరు తప్పక రావాలి.వస్తే చాలా సంతోషిస్తాను."

రవి ముఖం ఉద్వేగం, ఆగ్రహం, ఆశాభంగం లాటి రకరకాల భావాలతో వుక్కిరి బిక్కిరి అవుతున్నట్టుగా వుంది కుర్చీలోనుంచి చటుక్కున లేచి కిటికీ దగ్గరగా వెళ్లి నిలబడ్డాడు.

అతని మనసు పాతాళానికి కృంగిపోతున్నట్టుగా వుంది.

ఒక్క నిముషం ఆ గదిలో భయంకరమైన నిశ్శబ్దం ఏర్పడింది.

జ్యోతి మెల్లని స్వరాన అంది.

"కనీసం కంగ్రాచ్యులేషన్స్ అయినా చెప్పరా మీరు ?"

రవి దివ్వున వెనక్కు తిరిగాడు. ఇక ఆగ్రహం అపుకోవటం అతని వశం కాలేదు. వెళ్లినంత వేగంగా మళ్లీ టేబిల్ దగ్గరికి తిరిగి వచ్చాడు,

"జ్యోతీ ! ఈ పెళ్లికి నువ్వు ఒప్పుకున్నావా ?"

నాన్నగారికి అతను నచ్చాడు."

"నేను అడిగేది నీ సంగతి ?"

"........................"

జ్యోతి మౌనంగా అతని ఆవేశాన్ని మరింత రెచ్చగొట్టింది.

"మాట్లాడవేం జ్యోతి ?"

"ఏం మాట్లాడను ! నాకు నచ్చినవాడు నల్లరాయిలా వూరుకుంటే నేనేం చెయ్యను ? నాన్నగారు నా పెళ్ళికి తొందరపడుతున్నారు. ఆయనకి ఒక్కగానొక్క బిడ్డగా ఆయన్ని బాధపెట్టలేక పోతున్నాను. నా సంతోషం కంటే ఆయన నిశ్చింతే నాకు ముఖ్యం అనిపించింది."

"కనీసం ఈ పెళ్లి నిశ్చయం అయే ముందయినా ఒక్కసారి నాకు చెప్పాలని నీకు తోచలేదా ? నువ్వు నన్ను అర్దం చేసుకుంటావనుకున్నాను. నీ మనసులో నాకు తప్ప ఎవరికీ స్థానం వుండదనీ, ఒక్క సంవత్సరం ఆగటం నీకేమీ కష్టం కాదనీ, నా అభిమానం అర్థం చేసుకుని మీ నాన్నకి నచ్చ చెప్పగలవనీ ఆశించాను."

"నన్ను క్షమించండి," జ్యోతి ముఖంలో బాధ కనిపించింది.

"ఇంతకీ ఎవరతను ? ఈ కాస్తలో ఎక్కడనుంచి వూడిపడ్డాడు ?"

"నాన్నగారికి ఒక ఫ్రెండ్ కొడుకు, ఫారిన్‌లో వుంటున్నాడు. చదువు-హోదా అన్నీ వున్నాయి కవరు తెరిచిచూడండి, అతని అంతస్తు మీకే తెలుస్తుంది."

"ఐసీ !" రవి కవరు తీసుకున్నాడు.

"నేను వస్తాను. ఇంకా చాలామంది ఇళ్ళకి వెళ్ళాలి."

"జ్యోతి చప్పున కుర్చీలోనుంచి లేచింది. మనసులోనుంచి ఉప్పెనలా వస్తున్న ఉద్వేగాన్ని అణచుకోటానికా అన్నట్టుగా, నోటిమీద చేయి వేసి నొక్కుకుంది.

పైన ఎంతో అందమైన రంగులతో, సన్నాయి వాయిద్యం మంగళ సూత్రాలు బొమ్మతో, అందంగా వున్న ఆ కవరులోంచి, అతను విసురుగా శుభలేఖ బైటికి లాగాడు, వెంటనే అతను చకితుడైనాడు.

కవరు లోపల తెల్లకాగితం మాత్రమే వుంది. దానిమీద, అందమైన అక్షరాలతో, జ్యోతి స్వదస్తూరితో, "ఏప్రిల్ ఫూల్" అని వుంది. అది చూడగానే, అతను చప్పున తల తిప్పి టేబిల్‌మీద వున్న కేలండర్ వైపు చూశాడు. అందులో నుంచి ఏప్రిల్‌ఫస్టు వెక్కిరిస్తూ, కొంటెగా నవ్వుతూ కనిపించింది. అతని కళ్ళలో కోపంలో నుంచి నవ్వు, నవ్వులో నుంచి సంభ్రమం, సంభ్రమంలో నుంచి సంతోషం, ఒకదాన్ని ఒకటి తరుముతూ వేగంగా పరుగెత్తినాయి.

జ్యోతి అతని ముఖం చూడగానే ఫకాల్నునవ్వి, అక్కడ నుంచి పారిపోబోయింది.

కానీ రవి మెరుపులా ఒక్క అంగలో వచ్చి, జ్యోతిని పట్టుకుని బిగియారా, రెండు చేతుల మధ్యా బంధించేశాడు.

"అమ్మదొంగా, ఒక్క క్షణంలో నన్ను ఎంత ఏడిపించేశావు. ఈ రోజు ఏప్రిల్ ఫస్టు అన్న సంగతే నాకు గుర్తులేదు" అన్నాడు.

"మీరు మాత్రం నన్ను ఏడిపించలా ? నాన్నగారు వచ్చి అడిగితే, యిప్పుడప్పుడే పెళ్లి చేసుకోనని ఎందుకనాలి ?" అతని కౌగిలిలో ఒదిగిపోయిన జ్యోతికి హఠాత్తుగా కళ్ల నిండా నీళ్ళు తిరిగినాయి. మనసుని అదిమిపెడుతున్న భారమేదో తొలగిపోయినట్టుగా వుంది.

"జ్యోతీ నన్నర్థం చేసుకో, ఫ్యాక్టరీ ఒక స్థితికి రానీ."

"అదుగో మళ్ళీ అదే మాట ! ఫ్యాక్టరీకి మన పెళ్లికి సంబంధం ?"

"నా దృష్టిలో చాలా వుంది. ఈ ఫ్యాక్టరీ పూర్తిగా నా స్వయం కృషి మీద అభివృద్ధి కావాలని నా ధ్యేయం, యిప్పుడే నిన్ను చేసుకున్నాననుకో నాతోపాటు నువ్వుకూడా యిబ్బందులు పడాలి. నవ్వుతూ, తుళ్లుతూ తిరుగుతున్న నిన్ను నా ఇబ్బందుల్లో ఇరికించడం నాకేమాత్రం ఇష్టంలేదు."

"ఇబ్బందులు ఎందుకు వస్తాయి ? నన్ను పెళ్లి చేసుకుంటే, నా డబ్బు కూడా మీది అవుతుంది, మీరు వూహించే చికాకులు రానేరావు."

"డబ్బున్న అమ్మాయిని పట్టాడురా వీడు, అని లోకం జీవితాంతం దెప్పుతుంది. నే నామాట పడటం నీ కిష్టమా ?"

జ్యోతి అతని కళ్లలోకి చూసింది. నిర్మలంగా చురుగ్గా వున్న ఆకళ్ళలో స్వాభిమానం స్పష్టంగా కనిపిస్తోంది.

"ఉహూఁ" యిష్టం లేదన్నట్టు తల తిప్పింది.

"అందుకే యీ జాగ్రత్త. నీ డబ్బు నేను తీసుకునే అవసరం రానే రాకూడదు జ్యోతీ. నాకోసం మన కోసం, ఒక్క సంవత్సరం ఎదురుచూడలేవా?"

జ్యోతి చెంప అతని చేతిమీద ఆనింది,

"అట్లా ఎదురు చూసినందుకు నా కేమిటి బహుమతి ?" అంది.

"జీవితాంతం నిన్ను పువ్వుల్లో పెట్టుకుని పూజించుకుంటాను."

"అయితే అర్జెంట్‌గా యిప్పుడే ఒక పూలతోట వేసేయండి మరి ?"

రవి నవ్వాడు జ్యోతిని వదలబోయి, జుట్టులోకి వేళ్లు పోనిచ్చి తలని మరింత దగ్గరగా అదుముకున్నాడు.

"అబ్బ, ఒక్క క్షణంలో నన్నెంత ఫూల్‌ని చేశావు ! ఒక్కసారి నా కళ్ల ముందు చీకటి అయిపోయింది. జీవితంలో రుచి యింకిపోయినట్టే అని పించింది."

"నాక్కావల్సిన రహస్యం నేను రాబట్టుకున్నాను, నాన్నగారు వచ్చి మీరు పెళ్ళికి సుముఖంగా లేరని చెప్పగానే నాక్కూడా కళ్ళముందు చీకటి అయింది. దానికి కారణం ఏమిటో స్వయంగా తెలుసుకోవాలని అనిపించింది. మీ మనసులో యింకెవరయినా ఉన్నారేమో, మీమీద ఆశలు పెట్టుకుని కలలు కంటూ నేనే ఫూల్ అవుతున్నా నేమోనని భయపడ్డాను. ఆ భయం యిప్పుడు తీరిపోయింది. నాకూ మీకూ మధ్య ఫ్యాక్టరీ తప్ప యింకేం అడ్డులేవు, ఇప్పుడు ఒక్క సంవత్సరం కాదు. వంద సంవత్సరాలయినా వేచి వుండగలను."

"అమ్మో ! అన్ని సంవత్సరాలే. నేను ఆగలేను ఒక్క సంవత్సరం కంటే గడువు యివ్వను, ఈ లోపల భూమీ, ఆకాశం తల్లక్రిందులు చేసి అయినా సరే ఫ్యాక్టరీ అభివృద్ధి చేస్తాను."

"ప్రామిస్ ?"

"ప్రామిస్ !"

29

పురుషోత్తంగారు ముందు గదిలో కూర్చుని పేపరు చూస్తున్నారు ఇంతలో చిదంబరం గొడుగు చంకన పెట్టుకుని "బావా ! బావా !" అని కేకలు పెడుతూ వచ్చాడు.

ఆయన పేపరు పక్కకు తీసి, హఠాత్తుగా వూడిపడిన చిదంబరాన్ని చూస్తూ ఆశ్చర్యంగా "ఏమిటి ?" అన్నారు.

పురుషోత్తంగారిని చూడగానే చిదంబరం "బావా !" అన్నాడు బేలగా.

ఆయన ముఖంచూస్తే రాకూడని ఆపద ఏదో వచ్చి నెత్తిమీదపడి కృంగ దీస్తున్నట్టుగా వుంది.

"ఏమిటయ్యా !" అన్నారాయన కంగారుగా.

చిదంబరం జవాబు చెప్పలేదు. గొడుగు క్రింద పడేసి, ఎదురుగా వున్న బల్లమీద కూర్చున్నాడు. కళ్ళనిండా నీళ్లు ముంచుకు రావటంతో ఉత్తరీయం చెంగు ముఖాన కప్పుకుని బావురుమన్నాడు.

"పురుషోత్తంగారు చప్పున లేచివచ్చి ఆయన పక్కన కూర్చుని భుజంతట్టి కుదుపుతూ, ఏమిటసలు ? ఏమైందో చెప్పు" అన్నారు గాభరాగా.

"ఏం చెప్పను బావా ! నా రాత బద్దలైంది. నా పరువు బజారులో పడింది, నిన్నటి నుంచి రాధ యింట్లో లేదు."

"ఆ !" ఆయన తెల్లబోయారు.

"మొన్న మధ్యాహ్నం జ్యోతితో కలిసి వెళ్లింది. ఇద్దరూ కలిసి ఇక్కడికి వస్తున్నామని చెప్పారు, వచ్చిందా అసలు ?"

"వచ్చిందే."

"జ్యోతితోపాటు తిరిగి వచ్చిందిట ! కానీ యింటికి సరాసరి రాలేదు, స్నేహితురాళ్ల అందరి యిళ్లూ వెతికాను. ఎక్కడా లేదు. కంగారేసిపోయి, ఏమైందో ఏమిటోనని పోలీసు రిపోర్టు యిచ్చాను."

"ఏమైనా ఆచూకీ దొరికిందా !"

ఆయన తలవూపి వూరుకున్నాడు.

"ఎక్కడుంది ?"

"హోటల్ రూమ్‌లో వుందిట ! పోలీసులు అరెస్టు చేశారు."

చిదంబరం రాగాలు వినిపించగానే, గదిలో పడుకున్న రవి కూడా లేచివచ్చాడు.

"ఏమిటి మామయ్యా నువ్వనేది ? మన రాధ సంగతేనా నువ్వుచెప్పేది?"

"అవున్రా బాబూ ! అదే మేకలాటి పిల్ల దానికింత ధైర్యం ఎలా వచ్చిందా అని విస్తుపోయాను. పోలీసులు ఆ మాట చెప్పగానే నరికి పోగులు పెడదామని వెళ్ళాను, వెళితే."

"ఊ ! వెళితే ?"

"రాధ పట్టుబడినది ఎవరితోనో కాదు. మన వేణుతో ! యిద్దరూ హోటల్లో భార్యా భర్తలుగా సంతకాలు చేసి రూమ్ తీసుకున్నారట !"

"ఆ !" రవి, పురుషోత్తం యిద్దరూ పిడుగు పడ్డట్లుగా చూశారు.

"ఈ కుంభకోణం నాకేం తెలుసు ! పిల్ల కనిపించకపోతే కంగారు పడి రిపోర్టు యిచ్చాను. ఇదేమిటమ్మా యిట్లా చేశావూ అని దాన్ని చీవాట్లు వేస్తే, బావ పెళ్లి చేసుకుంటానని అన్నారు నాన్నా! అతని మాట కాదనలేక పోయాను అంటూ బావురుమంది."

"ఇప్పుడు యిద్దరూ ఎక్కడున్నారు ?" పళ్ళ బిగువున అడిగారు పురుషోత్తం.

"పోలీసు స్టేషనులో."

"హరి భగవంతుడా ! వీడికిదేం పోయేకాలం ?" పురుషోత్తంగారు కృంగిపోతున్నట్టుగా అన్నారు.

"వయసు, బావా ! వయసు. అదే ఎన్ని కోతి వేషాలయినా వేయిస్తుంది" అంటూ సర్ది చెప్పాడు చిదంబరం.

"నాయనా రవీ !" పెద్దకొడుకు వైపు చూశారాయన.

"మీరేం కంగారుపడకండి నాన్నా ! నేను వెళ్లి వాళ్ళిద్దరినీ యిక్కడికి తీసుకువస్తాను" అన్నాడు రవి బైలుదేరుతూ.

"నేను కూడా వస్తాను" చిదంబరం క్రిందపడేసిన గొడుగు అందుకుని లేవబోయాడు.

"నువ్విక్కడే వుండు మామయ్యా ! నిన్ను చూసి రాధ యింకా బెదిరి పోతుందేమో !" అనేసి రవి వెళ్లిపోయాడు.

"నేనెంత త్వరగా దాటిపోతే అంత అదృష్టవంతుడిని. ఈ అప్రాచ్యుడి మూలంగా యింకెన్ని చూడాల్సి వస్తుందో ?" అన్నారు పురుషోత్తంగారు భారంగా.

30

"ఏరా ! నీకిదేం పోయేకాలం ? పెళ్లికాని ఆడపిల్లని అట్లా హోటల్‌కి తీసుకుపోవడానికి సిగ్గు లేదట్రా" పోలీసు స్టేషన్ నుంచి రాధని, వేణుని విడిపించి యింటికి తీసుకురాగానే పురుషోత్తంగారు వుడికిపోతూ అన్నారు.

"మామయ్య రిపోర్టు యిస్తాడని మాకేం తెలుసు ?" వేణు నిర్లక్ష్యంగా అన్నాడు.

"వాడు మగపిల్లవాడు, సరే అసలు దీనికి బుద్ధి ఎలా లేకపోయిందీ అని. ఇక జన్మలో దీనికి పెళ్లి అవుతుందా? చిదంబరం గొడుగుపెట్టి రాధని కొట్ట బోయాడు.

రవి అడ్డం వచ్చి ఆయన్ని వారించాడు.

"మామయ్యా" జరిగింది చాలక యింకా ఈ రాద్ధాంతం ఏమిటి ?"

"నీకేం తెలుసురా ? నా కడుపుకోత. ఇప్పుడు దీన్ని పెళ్లి ఎవరు చేసుకుంటార్రా ! రేపు ఏ నెలో తప్పిందనే వార్త తెలిస్తే యిక నేను యింత విషం పుచ్చుకుని గుటుక్కుమనాల్సిందేగా"

"నువ్వేం బాధపడకు మామయ్యా ! రాధకి వేణుకి పెళ్లి జరిపించేద్దాం."

"బాబూ ! రవీ !" చిదంబరం రెండు చేతులూ పట్టుకున్నాడు.

"ఈ మాట మీ నాన్న కూడా అనాలి కదా !"

"అనటానికి నాకేం అభ్యంతరం లేదయ్యా. కానీ పెద్దవాడు రవి పెళ్లి కాకుండా చిన్నవాడి పెళ్లి ఎలా చేస్తాం ? నలుగురూ ఏమైనా అనుకోరూ ?"

రవి తండ్రి దగ్గరగా వచ్చాడు.

"నాన్నా ! ఎవరూ ఏమీ అనుకోరు. మన యిబ్బందులు, కష్ట సుఖాలు మనవి. లగ్నం పెట్టించండి. వేణు పెళ్లి చేసేద్దాం ! అన్నాడు.

"ఏమోరా, నీ యిష్టం, నువ్వేది మంచి అనుకుంటే అలా జరిపించు అన్నారాయన.

చిదంబరం కూతురి వైపు చూశాడు.

ఆయన ముఖంలో రెప్పపాటుగా విజయగర్వం నాట్యం చేయటం ఒక్క రాధకే అర్థమైంది.

31

ఫ్యాక్టరీ ఆఫీసులో–

చిదంబరం తోటి గుమస్తాలు కూర్చుని పనిచేసుకుంటున్నారు. రాధ వేణుల పెళ్లి నిశ్చయం అయింది. చిదంబరం చాలా ఉత్సాహంగా వున్నాడు ఎకౌంటెంట్‌తో పరాచికాలు ఆడుతూ, ఫైల్స్ చూస్తున్నాడు.

ఇంతలో ప్యూన్ ఆనాటి పోస్టు తీసుకుని రవి గదిలోకి వెళుతున్నాడు.

"ఇదిగో సిన్న ! అయ్యగారు ఈ రోజు కూడా ఊరు నుంచి రాడుగానీ, ఆ పోస్టు యిక్కడికి పట్రా" అంటూ ఆజ్ఞాపించాడు.

ప్యూన్ ఉత్తరాలకట్ట ఆయన టేబిల్‌మీద పెట్టి వెళ్లాడు.

చిదంబరం ఒక్కొక్కటీ తిరగవేస్తుండగా అతని దృష్టి ఒక కవరుని ఆకర్షించింది. అది రవికి పర్సనల్‌గా వచ్చిన ఉత్తరం.

చిదంబరానికి ఒకళ్లు ఉత్తరాలు చదవాలంటే ఎక్కడాలేని సరదా. దాన్ని చించి చూశాడు. అది చదవగానే ఆయన కనుబొమలు పైకి లేచినాయి ! మళ్లీ మళ్లీ రెండు మూడుసార్లు చదివాడు. అందులో యిలా వుంది.

"డాడీ ! నువ్వు పంపిన బొమ్మలు చాలా బాగున్నాయి. సోమవారం మా స్కూల్‌లో పేరెంట్స్ డే జరుగుతుంది. కాబట్టి నువ్వు రా ! రాకపోతే నాకు కోపం వస్తుంది" అని వుంది.

చిదంబరం వెంటనే "అయ్యా ఎకౌంటెంటూ ఒకసారి ఇలా రండి ?" అంటూ పిలిచాడు.

ఆయన లేచి వచ్చాడు.

"ఈ బేబి ఉమ ఎవరండీ?"

"ఏమో నాకూ తెలియదండీ, ప్రొప్రయిటర్‌గారు ప్రతినెలా డబ్బు పంపిస్తూ వుంటారు"

"అలాగా, ఫ్యాక్టరీ పెట్టినప్పటి నుంచీ యిక్కడ పనిచేస్తున్నాను. లెక్కలన్నీ నేనే చూస్తున్నాను, ఒకనాడూ నాకు తెలియలేదే"

"ఎలా తెలుస్తుందండీ ! పంపించమన్న ఆయనకీ, పంపిస్తున్న నాకూ తప్ప మరో నరమానవుడికి తెలియదు. ఆ డబ్బు ఫ్యాక్టరీ ఖర్చుల్లో రానివ్వద్దనీ, ఆయన స్వంత ఖర్చులకి వాడుకున్నట్టు వ్రాయమనీ చెప్పారండి"

"అలాగా ! ఈ బేబీ ఉమ ఎవరో అనాధ పిల్లే అనుకుందాం దానికింత రహస్యం దేనికయ్యా !"

"ఏమోనండీ ! పెద్దవాళ్ల రహస్యాలు మనకేం తెలుస్తాయి ? మనం యిక్కడ వాళ్ళ ఉప్పు తిని బ్రతికేవాళ్లం. వాళ్లు ఏ పని ఎలా చేయమంటే అలా చేయటమే మన కర్తవ్యం."

"ఇది ఎన్నాళ్ల నుండీ జరుగుతోంది ?"

"ఈ ఫ్యాక్టరీ మొదలైనప్పటి నుంచీ నండి."

"సరే ! మీకు వెళ్లి మీ పని చూసుకోండి."

చిదంబరం డ్రాయరు తెరచి తాళం చెవులు తీసుకుని, లేచి రవి గదిలోకి వెళ్ళారు.

రవి డ్రాయరు సొరుగులు వెతకగా అందులో ఉమ ఫొటో సరోజ కృతజ్ఞతలు తెలుపుతూ వ్రాసిన ఉత్తరం కనిపించాయి.

"అబ్బో ! చాలా గ్రంథం వుందే" అంటూ అవన్నీ యథాప్రకారం సర్దివేశాడు.

చిదంబరం అల్మైరా మూసి డ్రాయరు సొరుగు తాళంవేసి తలెత్తేసరికి గుమ్మంలో ఆజాను బాహువు అయిన ఒక వ్యక్తి నిలబడి వున్నాడు. అపరిచితుడైన ఆ వ్యక్తిని చూడగానే చిదంబరం ఒక్క క్షణం తికమక పడి పోయాడు. ఆ వెంటనే ఎందుకయినా మంచిది "నమస్కారమండీ !" అన్నాడు.

చిదంబరం నమస్కారం చేయగానే శేషగిరిలో మరింత ఠీవి కనిపించింది.

"ఊ ! మీ ప్రొప్రయిటర్ ఎక్కడ ?" అన్నాడు లోపలికివస్తూ.

"ఊళ్ళో లేరు, రేపు సాయంత్రం వస్తారు."

చిదంబరం ఎంతో వినయంగా చెప్పాడు.

అతను సరాసరి రవి కూర్చునే కుర్చీలో కూర్చున్నాడు.

చిదంబరం కంగారుపడ్డాడు.

"తమరు" అన్నాడు సంశయంగా.

"ఈ ఫ్యాక్టరీకి అసలు ప్రొప్రయిటర్ని."

"అంటే"

"ఈ ఫ్యాక్టరీ పెట్టటానికి డబ్బు ఎక్కడ నుంచి వచ్చిందో తెలుసా ?"

"ఏదో లోన్ తీసుకున్నాం అని చెప్పుకుంటున్నారే"

"నాన్సెన్స్ ! అంతా నాటకం ! యిదంతా నాది, నా భార్య కష్టార్జితం"

"మీ భార్యదా ?" చిదంబరం ఇంకా ఆశ్చర్యపోయాడు.

"ఆవిడ ఎందుకు యిచ్చిందండీ ఇంత డబ్బు ?" అన్నాడు.

"ఎందుకా ! ఒక పెళ్లి అయిన ఆడది యింకో పరాయి మగాడికి ఎందుకిస్తుంది ? మోజు. మోజు పడితే యిక వుచితానుచితాలు ఎక్కడ తెలుస్తాయి?"

"అర్థమైంది, ఇక మీరేం చెప్పనవసరం లేదు నాకంతా అర్థమైంది. అబ్బో! ఇలాటి కేసులు నా జీవితంలో సవాలక్ష చూశాను" అన్నాడు చిదంబరం.

చిదంబరానికి చాలా ఆనందంగా వుంది. ఎక్కడయినా, ఏదయినా లొసుగు వున్న వ్యవహారం వింటే ఆయనకి పరమానందం. ఈ కుంభకోణానికి, బేబీ ఉమ ఉత్తరానికి తప్పకుండా సంబంధం వుంటుందని ఆయన మనస్సు యిట్టే పసి గట్టేసింది.

శేషగిరి చిదంబరాన్ని పరకాయించి ! చూశాడు.

"ఈ ఆఫీసులో నీ పనేమిటి ?"

"మేనేజర్ నండీ"

"సరే ! మీ ప్రొప్రయిటర్ వచ్చిన తర్వాత మళ్లీ కలుస్తానుగానీ డబ్బుంటే ఇప్పటికి కొంతయివ్వు."

"డబ్బయితే చాలావుంది. కానీ యిచ్చే అధికారం మాత్రం నాకు లేదు. తమరి డబ్బు తమకి న్యాయంగా అంతా దక్కాలంటే మార్గం నేను చూపించ గలను."

"ఏమిటది ?"

"ఈ ఫ్యాక్టరీ అంతా రాజారావుగారు అని ఆయన ప్రోత్సాహంవల్ల మొదలైంది. ఆయన తన కూతురిని రవికి యివ్వబోతున్నారు. మీ కేసు ఆయన దగ్గరికి వెళితే మీకు అన్ని విధాలా న్యాయం చేకూరుతుందని నా నమ్మకం."

"ఆయన ఎక్కడుంటాడు ?"

"అడ్రస్ నే నిస్తానుగా. కానీ ఆయన ముందు మీరిలా మాట్లాడితే పని జరగదు ఆయనసలే రిటైర్డు మిలటరీమాన్. ఫైర్ బ్రాండ్, షూట్, చేస్తానంటాడు, చేస్తాడుకూడా. మీరు బాధపడుతున్నట్టుగా, అనునయంగా అడగాలి. అప్పుడు పని జరుగుతుంది.

"థాంక్ యూ ! మీరెంత మంచివారండి." శేషగిరి కుర్చీలోనుంచి లేచి ఆయన రెండు చేతులు పట్టుకున్నాడు "ఈ లోకంలో యింకా మీలాటి ధర్మాత్ములు వున్నారు కాబట్టే నాలాటి అమాయకులు బ్రతకగలుగుతున్నారు. మీ మేలు మర్చిపోలేను." అని కృతజ్ఞతలు చెప్పుకున్నాడు.

చిదంబరం చేతిలో చాలా చక్కటి పావు చిక్కినంత ఆనందం కలిగింది. వేణు అల్లుడు కాబోతున్నాడు. ఎలాగైనా సరే, ఈ ఫ్యాక్టరీ అతనికి కట్టిపెట్టి దీనిమీద అధికారం తనచేతిలో యిముడ్చుకోవాలి.

దానికి అదృష్టవశాత్తు చక్కటి నాందీ ప్రస్తావన జరిగింది.

32

కన్నీళ్ళతో, గుండెలుపిండే ఆవేదన దిగమింగుతున్నట్టు శేషగిరి చెప్పలేక చెప్పుకుపోతున్నట్టుగా, చెప్పినదంతా వినగానే రాజారావుగారి నోట్లో సిగార్ జారి క్రిందపడినంత పనైంది.

ఆయన మనసులో కలిగిన కలవరం ముఖంలో కనిపించనివ్వలేదు.

శేషగిరి చేతులు జోడించి నమస్కరించాడు.

"బాబూ ! మీరు పెద్దవారు, మంచీ చెడూ తెలిసినవారు.రవి నా భార్యని ఎక్కడ దాచాడో నాకు తెలియటంలేదు. ఒక్కసారి నేను ఆమెతో ముఖాముఖీ మాట్లాడే అవకాశం కల్పించమని ప్రార్థిస్తున్నాను.

మీరు అనుభవజ్ఞులు. నా మాటలు గుడ్డిగా నమ్మవద్దు రవిని పిలిపించి అడగండి, మీరు ఆరాతీసి నిజానిజాలు తెలుసుకోండి. నేను చెప్పినదాంట్లో మీకేమయినా అబద్ధం వుందని తెలిస్తే నన్ను నిలువునా చీల్చేయండి. వస్తాను." ఎంతో నమ్రతగా అని వెళ్లిపోయాడు.

శేషగిరి గుమ్మందాటి బైటికి వస్తుంటే శుభలేఖ పుచ్చుకుని మెట్లెక్కి వస్తూ చిదంబరం ఎదురయాడు. ఇద్దరూ ఒక్కక్షణం చూసుకున్నారు. శేషగిరి చిదంబరానికి కన్నుగీటి వెళ్లిపోయాడు.

చిదంబరం ఆశ్చర్యం నటిస్తూ శేషగిరి తిరిగి, తిరిగి చూస్తున్నట్టుగా లోపలికి వచ్చాడు.

"రావయ్యా ! రా !" అన్నాడు రాజారావుగారు.

చిదంబరం చేతిలో పెళ్లి శుభలేఖ ఆయనకిస్తూ, "అమ్మాయి పెళ్లి నిశ్చయం అయిది. పెద్దలు తమరు తప్పకుండా వచ్చి ఆశీస్సులు అందచేయాలి." అన్నాడు వినయంగా.

"అలాగా ! ఎక్కడ పట్టావయ్యా అల్లుణ్ణి" అంటూ శుబలేఖ తెరిచి చూశారు.

"వాట్ ! వేణూ ఏనా ?"

"అవునండీ ! అయిన సంబంధం. మా అమ్మాయి వాళ్ళకి అన్ని విధాలా నచ్చిందిట. అడిగారు, సరేనన్నాను."

రాజారావుగారు శుభలేక చూడగానే ఆలోచనలో పడ్డాడు.

"అవునూ ! పెద్దవాడు ! రవి వుండగా చిన్నవాడి పెళ్ళేమిటయ్యా ! రవికి కూడా ఎక్కడయినా సంబంధం కుదిరిందా ?"

"లేదండీ ! నేను కూడా మా బావని యిదే నిలదీశాను. కానీ ఆయన సరిగ్గా సమాధానం చెప్పలేదు. రవికి పెళ్లి యిష్టంలేదుట. అసలు చేసుకోను అంటున్నాడుట ?"

"ఏం, ఎందుకని, కారణం ?"

"ఏమిటో ! అంతా అయోమయంగా వుంది, ఎవరినైనా ప్రేమించాడో ఏమిటో తెలియదు. ఈ కాలం కుర్రాళ్ళంతా గుంబన అనుకోండి. వాళ్ళ లోతుపాతులు కనిపెంచిన తలిదండ్రులకే తెలియటంలేదు. నేను చెప్పకూడదను కోండి మీరు మా బావకి ప్రాణస్నేహితులు రవి క్షేమంకోరే వారు. కాబట్టి చెప్పినా ఫర్వాలేదేమో ! మీరేమీ అనుకోనంటే-ఎక్కడా అననంటే"

"చెప్పవయ్యా ! ఏమిటదీ !"

"శేషగిరి అని ఒకతను చీటికీ మాటికీ మా ఫ్యాక్టరీకి వచ్చి గొడవ చేస్తూ వుంటాడండీ ! అతని భార్యని రవి దాచాడని అంటాడు. ఇదంతా నిజమో అబద్ధమో ఆ దేవుడికే తెలియాలి. రవి పెళ్లి చేసుకోను అనటానికి, యితని గొడవకీ ఏమైనా సంబంధం వుందో ఏమిటో ? మనమైతే చూడలేదు. వస్తాను యింకా చాలా చోట్ల శుభలేఖలు యివ్వాలి. తమరు తప్పక పెళ్లికి వస్తారుగా !" అన్నాడు చిదంబరం.

"అలాగే !"

చిదంబరం వెళ్లిపోయిన తర్వాత రాజారావుగారు చాలాసేపు అక్కడే ఆలోచనగా కూర్చుండి పోయారు. హఠాత్తుగా ఆయనకి మనసంతా భారంగా అయిపోయింది. రవి గురించి స్నేహితుడి కొడుకు అనే మమకారంతో కళ్లు మూసుకుపోలేదు కదా తనకి. ఏమీలేనిదే శేషగిరివచ్చి అంత ధైర్యంగా చెబుతాడా. అసలయినా జ్యోతితో పెళ్ళి అంటే సహజంగా ఏ యువకుడు అయినా వెంటనే అంగీకారం తెలిపివుండేవాడు. రవి కాదనటంలో అర్థం ఏమిటి ? వెనక పీకులాట ఏదో వుండబట్టేనా ? ఛీ ! ఛీ ! ఏం మనుష్యులు. ఈ రోజుల్లో ఎవరినీ నమ్మలేకుండా వున్నాం. ఆయన మనసంతా వికలం అయిపోయింది.

33

జ్యోతి అందంగా తయారై, గబగబా మెట్లు దిగి నచ్చింది.

హాలులో మామూలుగా కూర్చునివున్న తండ్రిని చూస్తూ "ఓ ! డాడీ ! నువ్వింకా పేపరు చదువుతూనే కూర్చున్నావా ? అవతల లగ్నం టైమ్ అయిపోతుందేమో" అంది.

"ఏం లగ్నం అమ్మా !" పేపరులో నుంచి తల తీయకుండానే అన్నారాయన.

"అబ్బా, ఈ రోజు యింత హఠాత్తుగా నీకు మతిమరుపు ఎలా వచ్చింది డాడీ. రాధ పెళ్లి ! మీ ఫ్రెండ్ పురుషోత్తం కొడుకు వేణుతో జరుగుతోంది.

"అదా ! నేను రానని రాత్రి చెప్పాను కదమ్మా. మన ఇంటికి సాయంత్రం బంధవులు వస్తున్నారన్నానుగా. నువ్వు బయలుదేరావేమిటి ?" అన్నారాయన.

ఆయన ముఖకవళికలు చూస్తే జ్యోతి ఆ పెళ్లికి వెళ్లడం ఆయనకి ఏమాత్రం యిష్టం లేనట్టుగా వుంది.

"ఫో డాడీ ! ఏమిటి నువ్వనేది ! రాధ స్నేహితురాలు ! వేణు మీ స్నేహితుడి కొడుకు. రెండు వైపులా మనకి కావాల్సిన వాళ్లే. మనం ఆరు గంటలకి తిరిగివచ్చేయచ్చు. కారులో ఎంతసేపు వెళ్లి వస్తాం. లే డాడీ."

"నాకు చాలా బద్ధకంగా వుందమ్మా. అంత దూరం వెళ్లి మళ్ళీ వెంటనే రావటం ఆ హైరానా తట్టుకోలేను. నువ్వు కూడా మానేస్తేనే బాగుంటుంది."

"బాగుంది. కనీసం నేనయినా వెళ్ళకపోతే ఏం బాగుంటుంది ? నేను వెళ్లి నీ తరపున క్షమాపణలు చెప్పేసి, నీ భోజనంకూడా నేను చేసి వస్తాను."

"జ్యోతీ" ఆయన కోపంగా చూశాడు.

"మా డాడీ మంచివాడు." జ్యోతి అనునయంగా చూసింది.

"సరే ! వెళితే వెళ్ళావుగానీ ! త్వరగా ! సరిగ్గా నువ్వు 5 గంటల కల్లా యిక్కడికి రావాలి తెలిసిందా."

"ఓ.కె. డాడీ !" జ్యోతి చకచకా వెళ్లిపోయింది.

రాజారావుగారు కూతురు వెళ్ళిపోగానే, సింహాచలం అని కేకవేశారు సింహాచలం పరుగెత్తుకు రాగానే, "ఇదుగో చూడు ! సాయంత్రం అమ్మాయిని చూడటానికి పెళ్లివారు వస్తున్నారు. మంచి టిఫిన్ ఏదయినా చెయ్యి. బజారువెళ్లి స్వీట్లు, పళ్లు కొనుక్కొనిరా, అంటూ పురమాయించారు.

34

రాధ వేణుల వివాహం పల్లెటూరులో, పురుషోత్తంగారి ఇంట్లోనే నిరాడం బరంగా జరిగింది. పెళ్ళి హఠాత్తుగా కుదిరిందని, తన దగ్గర కానీ డబ్బు లేదని చిదంబరం లబలబ లాడటంతో ఆ ఖర్చంతా రవి నెత్తినే పడింది. జ్యోతి సమయానికి వచ్చి పెత్తనం అంతా తన మీద వేసుకుని, ఆ ఇంట్లో ఆడపిల్లలు లేని లోటు తీర్చింది.

భోజనాలు అయినాయి. వచ్చిన అతిధులంతా వెళ్ళిపోయారు.

ముందు సావిట్లో చిదంబరం బల్లమీద కూర్చొని పంచెతో కళ్ళు వత్తుకుంటున్నాడు.

"అయిపోయింది. ఆడపిల్లకి పెళ్లి అయేవరకూ ఒక ఆరాటం. తీరా అయిపోయిన తర్వాత అయ్యో వెళ్ళిపోయిందేనని బాధ" అన్నాడు.

"ఎక్కడికెళ్లిపోయిందయ్యా ! వూళ్ళో నీ కంటి కెదురుగానే వుంటుందిగా." అన్నారు పురుషోత్తం.

"చిన్నప్పటినుంచీ దాన్ని వదిలి ఒక్క క్షణం వుండలేదు. ఎంత రాత్రికి తిరిగివచ్చినా, నా భోజనం కోసం అట్లా మేలుకుని కూర్చునేది. లేచినా లేవకపోయినా యిక నాకెవరు దిక్కు ? బావా ! ఈ పిచ్చిపిల్లతో నా బ్రతుకు ఎట్లా తెల్లవారాలి ?"

"బాధపడకు మామయ్యా ! మాకు మాత్రం ఎవరున్నారు ? నువ్వు ఒక్కడివి ఏం అవస్థ పడతావు ? నువ్వుకూడా చిట్టిని తీసుకుని రాధతోపాటు వచ్చెయ్ నా దగ్గరే వుందువుగాని" అన్నాడు రవి.

"పోనీ, ఆ పని చెయ్యవయ్యా ! కూతురిని వదిలి వుండలేని నీ బెంగ తీరుతుంది."

చిదంబరం ముఖం వికసించింది. కానీ ఆ ఆనందం పైకి ప్రదర్శించ లేదు.

"ఏమిటి బావా ! ఆడపిల్ల అత్తారింటిలో వుండటం అంటే" –

"అదేమిటి మామయ్యా ! నిన్ను బట్టేగా రాధ, నువ్వు మనసులో అలాటి శంకలేమీ పెట్టుకోకు" అన్నాడు రవి.

ఇంతలో జ్యోతి అక్కడకు వచ్చింది. "అంకుల్ యింక నేను వెళతాను. సాయంత్రం యింటికి గెస్టు వస్తున్నారు" అంది.

"మంచిదమ్మా ! నాన్న రానందుకు నాకు చాలా కోపం వచ్చిందని చెప్పు"

"చాలా అంటే ఎంత అంకుల్ !" జ్యోతి నవ్వుతూ అడిగింది.

"చాలా అంటేనా . ఈసారి మీనాన్న కనిపిస్తే నమిలి మింగేసేటంత"

"అదీ అలాగని చెబుతాను"

అక్కడున్న జనమంతా ఫక్కుమని నవ్వారు.

"ఉండు జ్యోతీ ! నేనూ వస్తున్నాను" రవి లోపలకు వెళ్లి చెప్పులు వేసుకు వచ్చాడు. "నాన్నా ! రేపు ఇన్‌కంటాక్సు వాయిదా వుంది. నేను సిటీకి వెళుతున్నాను" అన్నాడు.

జ్యోతి డ్రైవింగ్ సీటులో కూర్చోబోయింది.

"తమరు జరగండి అవతలకి" అన్నాడు రవి

జ్యోతి ముఖం వికసించింది.

రవి కూర్చుని కారు స్టార్టు చేశాడు.

కొద్దిదూరం వచ్చిన తర్వాత జ్యోతి అంది.

"థాంక్స్ !"

"ఎందుకు ?"

"వెంట వస్తున్నందుకు ?"

"నేనే నీకు థాంక్స్ చెప్పాలి. ఒకటి నాకు లిఫ్ట్ యిస్తున్నందుకు. రెండోది ఈరోజు నువ్వు మా యింట్లో అంత కష్టపడినందుకు."

"చాల్లే ! ఈ రోజు కాకపోతే రేపయినా యింటి బాధ్యత నాది కాదా!"

"జ్యోతీ !"

"నీ మంకుపట్టు మూలంగా ఈ రోజున నేను కేవలం నీకు స్నేహితురాలి లాగానే యీ యింట్లో తిరగాల్సి వచ్చింది. ఆనాడే నేను చెప్పినట్టు విని, మన పెళ్లికి ఒప్పుకుని వుంటే, యీ క్షణంలో నేను పెద్ద కోడలిగా పెత్తనం చేసి వుండేదాన్ని."

"జ్యోతీ !" రవి చేయి చాచి జ్యోతి చేతిని తన చేతిలోకి తీసుకున్నాడు.

"యిప్పటికైనా నీ వ్రతం తీరిందా అని." సందేహంగా చూసింది.

"తీరిపోయింది జ్యోతీ ! నేను ఆలోచించాను యిక నీ యిష్టం. నువ్వెప్పుడు అంటే అప్పుడే."

"నిజంగా, అయితే యిప్పుడే వచ్చి నాన్నని అడుగు."

జ్యోతి తొందరకి పకాల్న నవ్వాడు.

"యిప్పుడేనా ?"

"ఆ ! యిప్పుడే లేకపోతే నువ్వు మళ్లీ ఏదో సాకు చెబుతావు బాబూ!"

"సరే అడిగేస్తాను. అసలు విషయం చెప్పటం మర్చిపోయాను. నేను రేపు మెడ్రాస్ వెళుతున్నాను."

"అవునా ?" జ్యోతి ముఖంలో నిరుత్సాహం వెల్లువలా వచ్చింది.

"మళ్ళీ ఎప్పుడు వస్తావు ?

"అక్కడ పని కాగానే రెక్కలు కట్టుకుని ఎగిరి వస్తాను."

"జ్యోతి తల అతని భుజంమీద ఆనింది. రవి జ్యోతి నడుంచుట్టూ చేయివేసి దగ్గరకు తీసుకున్నాడు.

"అబ్బా, ఈ రాత్రికే పెళ్లి అయిపోయి – నేను కూడా రేపు నీతో వచ్చేస్తే ఎంత బాగుండును ! రవీ."

"ఏమిటి జ్యోతీ !"

"నేను చాలా అదృష్టవంతురాలిననిపిస్తోంది. చాలా ఆనందంగా వుంది"

"నాతో కూడా రేపు ఎయిర్‌పోర్టుకి రా జ్యోతీ !"

"రాకుండా వుండగలనా !"

కారు యింటిని సమీపిస్తుండగా జ్యోతి జరిగి సరిగ్గా కూర్చుంది.

"నాన్నగారిని అడిగేసెయ్, ఆలస్యం చేయకు." అంటూ హెచ్చరించింది.

"అలాగే !" అన్నాడతను.

35

రాజారావుగారు జమునాబాయికి, ఆవిడ కొడుకు మోహన్‌కి స్వయంగా టీ కప్పులు అందిస్తూ, యింటి విషయాలన్నీ మా అమ్మయే చూసుకుంటుందండీ ! నేనెప్పుడు ఏ వేళకి ఏది తినాలో అంతా తన ఆర్డరే !" అంటున్నారు.

అక్కడ టేబిల్‌మీద ఖాళీగావున్న ప్లేట్లు చూస్తే వాళ్ళు అక్కడికి వచ్చి చాలాసేపయిందనీ, టిఫెన్ ముగించి, టీ తాగుతున్నట్టుగా తెలుస్తోంది.

రాజారావుగారు జ్యోతి చిన్ననాటి ముచ్చటలు ఏకరువు పెడుతుంటే జమునాబాయిగారు ప్రసన్నంగా తలవూపుతూ, అయితే ఒక్క అమ్మాయి అయినా గారాబంతో పాడుచేయకుండా, బాగా క్రమశిక్షణతో పెంచారన్నమాట ?" అంది.

జ్యోతిది చాలా స్నేహ స్వభావం అని ప్రాణ స్నేహితురాలి పెళ్లి అవటంతో ఒక్క నిముషం కనిపించి వచ్చేస్తానని వెళ్లిందని ! యిప్పుడే వస్తుందని ఆయన చెప్పారు.

సరళస్వభావురాలయిన జమునాబాయి అన్యథా తలచలేదు.

"అలా స్నేహానికి ప్రాణం యిచ్చే వాళ్ళంటే తనకి చాలా యిష్టం." అని ప్రశంసించింది.

జమునాబాయిగారి కుటుంబం చాలా పరువు ప్రతిష్టలు కలది, మోహన్ విదేశాలు వెళ్లి చదివి వచ్చాడు. రాజారావుగారికి ఈ సంబంధం ఖాయం చేయాలని వుంది.

"అదుగో, నేను చెప్పలా ? మా అమ్మాయి టైమ్‌ని పంక్చువల్‌గా పాటిస్తుంది. రానే వచ్చింది " అన్నారాయన ఉత్సాహంగా.

కారులో నుంచి జ్యోతి దిగింది, జ్యోతి వెంట రవికూడా దిగాడు.

అతన్ని చూడగానే రాజారావుగారి ముఖం మ్లానమైంది. కానీ అది క్షణికం మాత్రమే.

హాలులో అడుగు పెట్టగానే కనిపించిన అతిధులను చూసి జ్యోతి రవి ముఖాలు చూసుకున్నారు.

"జ్యోతీ, రామ్మా ! వీరు జమునాబాయిగారని"

"ప్రసిద్ధ సోషల్ వర్కర్. తెలుసు నాన్నా," జ్యోతి నవ్వుతూ ఆవిడకి నమస్కరించింది.

"యితను వారి అబ్బాయి మోహన్."

"గ్లాడ్ టు మీట్ యూ" అన్నాడు మోహన్.

రవిని రాజారావుగారు పలకరించలేదు, కూర్చోమని అనలేదు, అసలు అతనివైపు చూడనేలేదు.

"నాన్నా ! రవి" జ్యోతి ఏదో చెప్పబోతుంటే రాజారావుగారు ఆ మాటల్ని తుంచేస్తూ, "మోహన్ చాలా సంస్కారం గలవాడమ్మా, రత్నంలాంటివాడు, మోహన్‌లాటి

కుర్రాడు కోటిమందిలో ఒకరు కూడా వుండరు. అతనికి యింకా పెళ్ళి కాకపోవటం నా అదృష్టం అనుకుంటున్నాను. ఐయామ్ వెరీ వెరీ హాపీ!"

జ్యోతికి క్షణంలో వాళ్లెందుకు వచ్చారో అర్థమైపోయింది.

తండ్రి రవిని గుర్తించి వూరుకోవటం, వాళ్ళకి పరిచయం చేయక పోవటం చూసి కోపం వచ్చింది. అతనికి జరిగిన అవమానం తనకి జరిగినట్టే భావించింది. రవిని వాళ్ళకు తనే పరిచయం చేయటానికి నిశ్చయించుకుంది.

"రా ! రవీ ! అక్కడే నిలబడిపోయావేం ? వీళ్లు మనకి బాగా తెలిసిన వాళ్ళే" జ్యోతి మోహన్‌వైపు జరిగింది.

"ఇతను రవి, మా నాన్నగారి ప్రాణమిత్రుడి కొడుకు. మై వుడ్ బి హస్‌బెండ్."

సంతోషంగా కరచాలనం చెయ్యబోయిన మోహన్ చటుక్కున ఆగిపోయాడు.

జమునాబాయి వులిక్కిపడ్డట్టుగా చూసింది.

"జ్యోతి !" రాజారావుగారు కోపంగా పిలిచారు.

జ్యోతి తొణుకూ బెణుకూ లేకుండా నిశ్చలంగా అంది.

అవును డాడీ, రవీ నేను పెళ్లిచేసుకోటానికి నిశ్చయం చేసుకున్నాం. ఆ సంగతే మీతో చెప్పటానికి వచ్చాడు రవి. లేస్తున్నారేం జమునాబాయిగారూ! కొద్దిసేపు కూర్చోండి. నేను యిప్పుడేగా వచ్చాను."

రాజారావుగారి శరీరంలో ప్రతి రక్తబిందువూ మరిగినట్టయింది.

"జ్యోతీ ! నీ కేమైనా మతి వుందా ?" పళ్ళబిగువున అన్నారు.

"లేదు డాడీ పోయింది. రవి నన్ను పెళ్లి చేసుకుంటానని అన్న క్షణం నుంచీ నాకు మతిపోయినంత ఆనందంగా ఉంది, బ్లెస్‌మీ డాడీ."

"నోర్మూయ్" ఆయన గర్జించారు.

జమునాబాయి యిక వూరుకోలేక పోయింది. "ఎందుకండీ ఆ అమ్మాయిని అలా కసురుతారు. మీరు చాలా పెద్దమనిషి అని, సంస్కారంగలవారని అనుకుంటున్నాను. కన్నబిడ్డ మనసు తెలుసుకోలేని మీరేం తండ్రండీ? ఇప్పుడే మీరే అన్నారుగా, మా అమ్మాయికి అన్నీ తెలుసునని, మీ అమ్మాయి తనకి ఇష్టం అయినవాడిని తనే ఎన్నుకున్నట్టుంది చక్కగా వెంటనే ముహూర్తం చూచి పెళ్లి చేసేయండి. మోహన్ పోదాం రా" అన్నారావిడ.

మోహన్ లేచాడు చేతిలో అమృతం జారిపోయినట్టుగా వుంది అతనికి.

రవిని దాటి వెళ్ళేముందు 'కంగ్రాచ్యులేషన్స్' అన్నాడు వ్యంగ్యంగా.

"థ్యాంక్ యూ." అస్పష్టంగా అన్నాడు, అతనికి యిదంతా మతి పోయినట్టుగా వుంది. అతను అనుకున్నది వేరు, తీరా ఇక్కడికి వచ్చిన తర్వాత జరిగింది వేరు.

వాళ్ళు వెళ్ళిపోగానే రాజారావుగారు దెబ్బతిన్న పులిలా కూతురి వైపు తిరిగారు.

"జ్యోతీ !"

"ఏమిటి నాన్నా !"

"నీ కేమైనా బుద్ధుందా ! ఏమిటి నువ్వు చేసిన పని ?"

"ఏం చేశాను నాన్నా ! రవీ నేను పెళ్ళిచేసుకోబోతున్న సంగతి చెప్పాను, అంతేగా."

"నోర్ముయ్ ! ఎక్కడ ఏం మాట్లాడాలో సమయం సందర్భం వుండనక్కర్లా! ముందు నాకు చెప్పనవసరం లేదూ ?"

"జ్యోతి తొందరపడినమాట నిజమే, క్షమించండి." అనునయంగా అన్నాడు రవి.

"షటప్ ! ఏం ముఖం పెట్టుకుని మా యింటికి వచ్చావు నువ్వు ?"

రవి నివ్వెరపోయాడు.

"నాన్నా !" జ్యోతి ఆవేశంగా అరిచింది.

కూతుర్ని చెయిపట్టి పక్కకు లాగారాయన.

జ్యోతితో నీ పెళ్ళి అవుతుందని ఆశపడుతున్నావా ? నీ తీయటి మాటలతో దాన్ని మోసం చేయగలవేమోగానీ, నాకళ్లు కప్పలేవు."

"రాజారావుగారూ !" రవి ముఖం కందినట్టయింది.

"చెప్పు ! జ్యోతిని పెళ్ళి చేసుకుంటానని, నన్ను అడిగేముందు, నా యీ మాటకు జవాబు చెప్పు. నీ మనసులో జ్యోతికి తప్ప ఎవరికీ స్థానం లేదా ? జ్యోతి తప్ప ఏ ఆడపిల్లా నీకు పరిచయం లేదా ?"

"మీరనేదేమిటో నా కర్థం గావటంలేదు."

"అర్థం గావటంలేదా ? అయితే అర్థం అయ్యేట్టు చెబుతాను విను ! శేషగిరి అనే అతని భార్య నీకు తెలుసా ?"

రవి దిగ్భ్రాంతిగా చూశాడు.

"మాట్లాడు ! నీకు తెలుసా ? తెలియదా ?"

రవి జవాబు చెప్పలేకపోయాడు.

"మాట్లాడు ! నీకు తెలుసా ? తెలియదా ?"

రవి జవాబు చెప్పలేకపోయాడు.

"మాట్లాడు ! సమాధానం చెప్పు." ఆయన అరిచాడు.

"తెలుసు"

"తెలుసుకదూ ! ఆ అమ్మాయి నీ అండలో వుంటున్నదా ? లేదా ?"

"వున్నది."

"ఎందుకువున్నది ? ఏమిటి మీ ఇద్దరి సంబంధం ?"

"డాడీ ! రవీ ! ఏమిటిదంతా ? ఎవరిని గురించి మీరు మాట్లాడుకునేది ?"

జ్యోతి యిద్దరి మొహాలు చూస్తూ ఆదుర్దాగా అడిగింది.

రాజారావుగారు కూతురి మాట వినిపించుకునే స్థితిలో లేరు.

ఆయన రవినే నిశితంగా చూస్తున్నారు.

"పెళ్లి జరిగి భర్తతో కాపురం చేసుకోవాల్సిన అమ్మాయిని, భర్త నుంచి విడదీసి, నీ దగ్గర వుంచుకోవాల్సిన అవసరం నీకేమిటి ?"

రవి మౌనంగా నిలబడిపోయాడు.

"మాట్లాడు ! నిన్నే" ఆయన రెట్టించారు.

రవి శక్తి తెచ్చుకుంటూన్నట్లుగా అన్నాడు. "క్షమించండి. అది నా స్వవిషయం, మీకు జవాబు చెప్పలేను."

"రవీ ! యిప్పుడా నువ్వు దాచేది నాన్నగారికి చెప్పేసెయ్ ! ఏదయినా ఫర్వాలేదు రవీ ! నేను భరించగలను, నేనేమీ అనుకోను."

"ఇప్పుడు నేనేం చెప్పలేను జ్యోతీ ! ఇది యింతకు ముందు నీకు చెప్పకపోవటం పొరపాటేనని మాత్రం ఒప్పుకుంటున్నాను."

"ఈ రహస్యం బైటపడకపోతే నీ జన్మలో చెప్పేవాడివే కాదు ! గో మాన్ గో యింకెప్పుడూ యీ గుమ్మం తొక్కకు – చిన్ననాటి స్నేహితుడి కొడుకువి కదా అని చేరదీసినందుకు బాగా బుద్ధి చెప్పావు. గెటవుట్."

రవి క్షణం సేపు తదేకంగా ఆయనవైపు చూశాడు. ఈ క్షణంలో తను ఏం చెప్పినా ఆయన వినేట్టు లేదు.

"యిప్పుడు నే నేది చెప్పినా మీరు నమ్మరు. శేషగిరి భార్య నా అండలో వున్నమాట నిజమే. కానీ ఆ అమ్మాయి నా చెల్లెలు లాటిది. మీరు నమ్మినా నమ్మకపోయినా యిది నిజం !" నిశ్చలంగా చెప్పిన అతను వస్తాను జ్యోతీ" అనేసి గిరుక్కున వెనక్కు తిరిగి వెళ్లిపోయాడు.

జ్యోతి తండ్రివైపు వచ్చింది.ఆ అమ్మాయి కళ్ళు భీతహరిణిలా వున్నాయి.

"వా టీస్ దిస్ డాడీ–" అంది కన్నీళ్లతో.

"మనం అదృష్టవంతులం అమ్మా ! ఈ పెళ్లి జరక్కముందే వాడి అసలు రంగు బైటపడింది. ఛీ! ఛీ! అయినవాడు, తెలిసినవాడు అని ఆశ పడ్డానమ్మా. ఇంత గోముఖవ్యాఘ్రం అనుకోలేదు. ఇంత మోసం చేస్తాడను కోలేదు.

"డాడీ !" జ్యోతి శిలలా అయింది !

36

ఫ్యాక్టరీ ఆఫీసులో

రవి గబగబా ఫైల్స్‌మీద సంతకాలు పెడుతున్నాడు.

అతను రాత్రంతా నిద్రపోలేదు. జ్యోతికి ఫోన్ చేయటానికి ప్రయత్నించాడు. కాని చేసిన ప్రతిసారీ రాజారావుగారే తీయడంతో పెట్టేశాడు.

ఉదయం నుంచీ అతనికి క్షణం తీరికలేదు. అతని మనసంతా వికలం అయినట్లుగా వుంది ఈ ప్రయాణం ఆపుకోటానికి ఏమాత్రం వీలుకాదు, అతని కళ్ళముందు మాటిమాటికీ షాక్ తిన్నట్టుగా చూస్తూ నిలబడిన జ్యోతి ముఖమే కనిపిస్తోంది. శేషగిరి విషయం రాజారావుగారికి ఎలా తెలిసిందో అర్థం గావడంలేదు. జ్యోతికి జరిగినదంతా ఇప్పుడు చెబితే నమ్ముతుందా అనే భయం అతన్ని వేధిస్తోంది.

చిదంబరం గదిలోకి వచ్చాడు.

"రవీ ! ఫస్టుకి వర్కర్స్‌కి జీతంతో పాటు బోనసులుకూడా ఇవ్వాలను కుంటా !" అంటూ గుర్తుచేశాడు.

"అవును మామయ్యా ! వర్కర్స్‌కి ఫస్టుకి ఒక రోజు ముందే జీతాలు, బోనసులు యిచ్చేయండి. ఫ్యాక్టరీలో డబ్బు వేణు చేతికి అందనీయవద్దు, నువ్వే జాగ్రత్తగా వాడు" అంటూ హెచ్చరించాడు.

"అయ్యో? అది నువ్వు ప్రత్యేకంగా చెప్పాలిరా. నేను ఫ్యాక్టరీలో అందరిలా నౌకరుని కాదుగా, స్వంత మనిషినయ్యే. ఇది నాదిగా చూసుకుంటాను. నీకేం భయం వద్దు. నేనున్నానుగా, నా మీద నమ్మకం వుంచి తీరికగా నీ పన్లు చేసుకునిరా" అంటూ హామీ యిచ్చాడు.

డ్రైవర్ వచ్చి "కారు రెడీ సార్" అన్నాడు.

అతను ఆఖరిసారిగా అన్నట్టుగా, మళ్లీ ఫోన్ చేశాడు జ్యోతికి.

"సింహాచలం తీశాడు. ఈసారి రవికి ప్రాణం లేచివచ్చింది.

"సింహాచలం, అమ్మాయిగారు ఏం చేస్తున్నారు ? నేను పిలుస్తున్నానని పిలువు."

"అలాగే" అన్నాడు సింహాచలం.

రవి వేగంగా కొట్టుకునే గుండెలతో, ఎదురు చూడసాగాడు.

"హలో" అవతలనుంచి వినిపించిన స్వరం జ్యోతిది కాదు. రాజారావు గారిది.

రవి ఫోన్ పెట్టేశాడు. అతను ఆశాభంగంగా, లేచి కుర్చీకి తగిలించిన కోటు వేసుకున్నాడు.

ఎయిర్ పోర్టులో అతను ఒళ్లంతా కళ్లు చేసుకుని, జ్యోతి కోసం చూశాడు. అతని భయమే నిజమైంది. జ్యోతి రానేలేదు.

37

జ్యోతి తన గదిలో మంచం మీద కూర్చుని వుంది.

రవితో కలిసిన జ్ఞాపకాలు, ఏవేవో కళ్ళముందు కదిలినాయి. అవి గుర్తుకు రాగానే కళ్ళనిండా చివ్వున నీళ్లు కమ్మినాయి.

"అమ్మాయిగారూ ! కాఫీ తీసుకురానా" అని అడిగాడు సింహాచలం.

"యిప్పుడేం వద్దు" అంది.

కిటికీలోనుంచి ఉదాసీనంగా బైటికి చూస్తూ కూర్చున్న జ్యోతి తండ్రి గదిలోకి రావటం గమనించలేదు.

"సింహాచలం నా కాఫీ కూడా యిక్కడికే తీసుకురా. ఇక్కడే తాగుతాను" అని కేక పెట్టారాయన.

జ్యోతి చప్పున కళ్ళు తుడుచుకుని, నవ్వు ముఖంతో ఆయన కెదురుగా వచ్చింది.

"ఆఫీసు నుంచి వచ్చి ఎంత సేపయింది నాన్నా, నేను తెస్తాను మీ కాఫీ" అంటూ వెళ్లబోయింది.

"అవసరంలేదు కూర్చో, సింహాచలం తెస్తాడు" అన్నరాయన.

జ్యోతి మౌనంగా అక్కడ కుర్చీలో కూర్చుని పుస్తకం తిరగేయసాగింది.

ఆయన కూతురిని తదేకంగా చూశారు. జ్యోతి చిక్కింది ముఖంలో ఆ చిలిపిదనం, కళ తగ్గినాయి. ఒకరకమైన స్థబ్ధత, గాంభీర్యం వచ్చినాయి.

సింహాచలం కాఫీ తెచ్చి అక్కడ పెట్టాడు.

రాజారావుగారు కప్పులో కాఫీ పోసి కూతురికి యిచ్చారు.

జ్యోతి తప్పనిసరిగా అందుకుని తాగింది.

"నీ ధోరణేమిటో నాకు బొత్తిగా అంతుబట్టటం లేదమ్మా" అన్నారాయన.

జ్యోతి తలెత్తలేదు. "నేనేం చేశాను డాడీ" అంటూ యిదివరకులాగా గారాలు పోయి ఆయన్ని డబాయించలేదు.

"ఫ్రెండ్స్ వస్తే సరిగ్గా మాట్లాడవు. క్లబ్బుకి వెళ్ళటం మానేశావు. ఇంట్లో నేను అనేవాడిని ఒకడిని వున్నాననే సంగతి కూడా నువ్వు మర్చిపోయినట్టు ప్రవర్తిస్తున్నావు. నేను చనిపోయిన తర్వాత నువ్వు గుర్తు చేసుకుంటావో లేదో గాని, నేను బ్రతికుండగానే మర్చిపోవటం చూస్తే చాలా బాధగా వుందమ్మా."

"డాడీ" జ్యోతి కళ్ళలో గిర్రున నీళ్లుతిరిగాయి.

"నాకు తెలుసునమ్మా నీ మనసులో పడుతున్న వేదన. రవిని మర్చిపోలేక పోతున్నావు, అంతేగా.

"ప్రయత్నిస్తాను డాడీ !"

"ఏదీ ? యిట్లా ఒంటరిగా కూర్చుని, క్షణం క్షణం జ్ఞాపకం చేసుకుంటూనా? జ్యోతీ చిన్న పిల్లవి కాదు. రవి నిన్ను మోసం చేశాడు. నీ వయసు, నీ అమాయకత్వం అది నిన్ను గుర్తించనివ్వటంలేదు. పెద్ద వాడిని, అనుభవజ్ఞుడిని కాబట్టి నేను త్వరగా పసిగట్టగలిగాను ఒక విధంగా నీకంటె రవిమీద నేనే ఆశలు పెంచు కున్నానేమో !"

"డాడీ !" జ్యోతి బేలగా చూసింది.

"నా మాట వినమ్మా ! ఇలాటి ఎగుడుదిగుళ్లు వచ్చినప్పుడే మనిషి గుండె దిటవు చేసుకోవాలి. వివేకంతో ప్రవర్తించాలి. నా మాట కాదనకమ్మా! జమునా బాయిగారికి జరిగినదంతా చెప్పాను.

"డాడీ ! జ్యోతి కళ్ళలో రోషం బుసలుకొట్టింది.

"చిన్నతనంతో రవి అసలు స్వరూపం తెలుసుకోలేక అతనంటే భ్రమపడ్డావని చెప్పాను. ఆవిడ సహృదయంతో అర్థంచేసుకుంది. మోహన్ నువ్వంటే చాలా యిష్టపడుతున్నాడని చెప్పింది. బాగా ఆలోచించుకో, ఆలోచించుకుని చెప్పు" ఆయన కాఫీ తాగటం పూర్తిచేసి వెళ్ళారు.

జ్యోతి కళ్ళనిండా నీళ్లు తిరిగాయి. "నాకు – నా కసలు పెళ్లి వద్దు డాడీ," చేతుల్లో ముఖం దాచుకుని ఏడవసాగింది. ఆ ఏడుపు రవి తనని మోసం చేశాడనే బాధ, తండ్రి తనని అర్థంచేసుకోలేదనే వేదన ప్రస్ఫుట మౌతున్నాయి.

38

ప్రసాద్ క్లినిక్‌లో –

పేషెంట్స్ వరసగా కూర్చుని వునారు.

సరోజ పనిమీద హడావుడిగా అటూ ఇటూ తిరుగుతోంది.

డాక్టరుగారి పురమాయింపుమీద బేసిన్‌లో వేడినీళ్లు తీసుకుని గబగబా ఆయన గదిలోకి వెళ్తున్న సరోజకి, కూర్చున్న వారిలో నుంచి, ఒక మగకంఠం "ఏయ్ ! నర్సమ్మా ! యిలారా కాస్త" అని పిలవటం వినిపించింది.

ఆ కంఠం వినగానే ఉలిక్కిపడిన సరోజ భుజంమీదుగా తలతిప్పి చూసింది ఆ వెంటనే ముఖం తిప్పుకుని అడుగుల వేగం హెచ్చించింది.

వరుసగా కూర్చున్న మనుషుల్లో బెంచిమీద చిట్టచివరగా బాగా త్రాగి వున్న శేషగిరి పెద్ద పెద్ద అంగలేసుకుంటూ సరోజ దగ్గరికి వచ్చాడు.

"ఏయ్ నర్సమ్మా ! ఈ హాస్పటల్లో సరోజ అనే అమ్మాయి వుందా ?" అని అడిగాడు.

సరోజకి క్షణం నోటినుంచి మాటరాలేదు. చేతిలో బేసిన్ కంపించ సాగింది.

సాధ్యమైనంతగా గొంతు మార్చి " ఐ డోంట్ నో !" అంది.

"పోనీ రోజీ అనే అమ్మాయి వుందా ? ఎర్రగా సన్నగా వుంటుంది" వివరాలు చెప్పాడతను.

"ఐ డోంట్ నో తెలుగూ !"

"నీకు తెలుగు రాదూ ! కర్మ" శేషగిరి యింకోవైపు వెళుతున్న మరో నర్స్‌ని చూడగానే గబగబా అటు వెళ్లాడు.

సరోజ చప్పున గుమ్మందాటి లోపలికి అడుగు పెట్టింది.

అవతల దూరంగా శేసగిరి కంఠం వినిపిస్తూనే వుంది.

"సిస్టర్ ! ఈ హాస్పిటల్లో సరోజ అనే అమ్మాయి వుందా ?"

"వంది, ఎందుకు ?"

"మాట్లాడాలి."

"డాక్టరుగారున్నారు. డ్యూటీ టైమ్‌లో స్టాఫ్ ఎవరూ విజిటర్స్‌ని చూడటానికి వీల్లేదు. వెళ్ళండి" ఆవిడ కసిరింది.

శేషగిరి లోలోపల తిట్టుకుంటూ బైటికి నడిచాడు.

"అదేమిటి సరోజా ! అక్కడే నిలబడిపోయావేం ? నీళ్లుపట్టుకురా" ప్రసాద్ హెచ్చరించాడు.

సరోజ గబగబా నీళ్ళు తెచ్చి అక్కడ పెట్టింది.

"అదేమిటి అలా వున్నావు . ఎవరైనా ఏమైనా అన్నారా ?" ప్రసాద్ చిరుచెమటలు అలుముకున్న సరోజ ముఖం చూస్తూ అడిగాడు.

"అబ్బే ! ఏం లేదు డాక్టర్ ! ఏం లేదు" సరోజ చప్పున జేబురుమాలు తీసి ముఖం అంతా తుడుచుకుంది.

ప్రసాద్ నిష్ఠూరంగా చూసాడు.

"నాకు చెప్పకూడదా ?"

"డాక్టర్ –" సరోజ తటపటాయింపుగా చూసింది.

"చెప్పు ఏమిటది ?"

"మీ దగ్గరకు వచ్చి నా గురించి ఎవరయినా అడిగితే "యిక్కడ లేనని, నాకు తెలియదని" చెబుతారా?"

ప్రసాద్ సరోజ ముఖంలోకి దీక్షగా చూశాడు.

"శేసగిరి కనిపించాడా ?"

సరోజ తలదించుకుంది, అవునన్నట్టు తలవూపింది.

ప్రసాద్ చెయ్యి కదలి సరోజ చెయ్యి అందుకోబోయి, అంతలోనే నిగ్రహించు కున్నట్టుగా ఆగిపోయింది.

"భయపడకు సరోజా ! ఈ నాటుగు గోడల మధ్యా వుండగా నిన్నెవరూ ఏం చెయ్యలేరు. నువ్వు నిశ్చింతగా వుండు."

"థ్యాంక్ యూ డాక్టర్ ! థ్యాంక్ యూ" సరోజ అస్పష్టంగా అని అక్కడినుండి వెళ్లిపోయింది.

సరోజ వెళ్లినవైపే చూస్తుండిపోయిన ప్రసాద్ నిట్టూర్చాడు.

39

రాత్రి 8 గంటలు అయింది.

డ్యూటీ నుంచి వచ్చేసిన సరోజ తన క్వార్టర్సులో భోజనం ముగించుకుని, ముందుగదిలో కూర్చుని వుత్తరం వ్రాసుకుంటూ, మధ్యలో ఎందుకో లేచి లోపలికి వెళ్లింది.

సరోజ మళ్ళీ తిరిగిరాగానే, "మంగమ్మా ! మంగమ్మా ! యిప్పుడు ఇక్కడ పెన్ పెట్టి వెళ్లాను కనిపించలేదే నువ్వేమైనా చూశావా ?"

"నాకు తెలియదమ్మా. నేను చూడలేదు' వంటయింట్లోంచి మంగమ్మ సమాధానం చెప్పింది.

"అరే ! యిప్పుడేగా యిక్కడ పెట్టి వెళ్లింది. ఏమైంది ? క్రింద పడిందేమోనని వంగి చూస్తున్న సరోజకి బీరువా పక్కనుంచి "నేను తీశాను" అన్న స్వరం వినిపించింది. సరోజ మెరుపులా లేచి నిలబడింది.

శేషగిరి ఎప్పుడు వచ్చి నిలబడ్డాడో బీరువా పక్కగా వున్న క్రీనీడలో నుంచి కదిలి యివతలకి వచ్చాడు.

"నువ్వా ?" అంది సరోజ.

"అవును నేనే, ఉదయం హాస్పిటల్లో తెలుగు తెలియదన్నావుగా ! తెలుగువచ్చునో లేదో తెలుసుకుందామని వచ్చాను."

శేషగిరి విజయం పొందినట్టుగా నవ్వాడు.

"ఎందుకొచ్చా విక్కడికి ?"

"అబ్బా ! ఎప్పుడొచ్చినా యిదే మాటా"

"మర్యాదగా అవతలకి వెళ్ళు."

"భలే భార్యవి దొరికావు. ఎప్పుడు వచ్చినా ఫో ఫో అని ఒకటే మాట!"

"భార్య ! మనకి జరిగింది పెళ్లేకాదని నువ్వు లక్షసార్లు అన్నావు. నువ్వు నన్ను పెళ్లాడలేదని, నా ఇష్టంవచ్చిన చావు చావమని, ఇంట్లోంచి, బైటకి నెట్టావు, నా బ్రతుకు నేను బ్రతుకుతున్నాను. నన్నెందు కిలా వెంటా డుతున్నావు నీతో పీడకలలా జరిగిన ఆ జీవితాన్ని మాటిమాటికీ ఎందుకు గుర్తు తెస్తావు. వెళ్లు ! నీ కో నమస్కారం దయయుంచి వెళ్లు !"

సరోజ చేతులు జోడించింది.

సరోజ ఆవేశంగా, ఆ మాటలు అంటూంటే, ఎగిరిపడుతున్న ఆ గుండెల మీద, తళతళా మెరుస్తున్న ఒంటిపేట బంగారు గొలుసుమీద శేషగిరి దృష్టి అంటుకుపోయినట్టుగా నిలిచింది.

ఒక్కొక్క అడుగే వేస్తూ, దగ్గరగా వచ్చాడు.

సరోజ వెనక్కి అడుగులువేస్తూ పారిపోబోయింది.

శేసగిరి చటుక్కున చెయిచాచి ఆమెని పట్టుకున్నాడు.

"ఛీ ! వదులు ?" సరోజ పెనుగులాడింది.

శేసగిరి సరోజ మెళ్ళో గొలుసుపట్టి గట్టిగా, బలంగా లాగాడు గొలుసు పురితాడులా లాగగా. సరోజ కెవ్వుమంది.

సన్నటి గొలుసు, ఎక్కువ శ్రమలేకుండానే తెగి వూడి వచ్చింది. శేషగిరి అది చేతిలో పట్టుకుని పకపకా నవ్వాడు.

సరోజ గడ్డం పట్టుకుని వూపుతూ, "నీ కిష్టంవున్నా, లేకపోయినా నువ్వు బ్రతికి వున్నంత కాలం నేను నీ మొగుడినే. నా యిష్టం వచ్చినప్పుడు వస్తాను, వెళ్తాను. నన్ను ఆ దేవుడుకూడా ఆపలేడు, గుర్తుంచుకో ! అంతే కాదు. నువ్వు ఎన్ని అడ్రస్‌లు మార్చినా, ఆ రవిగాడు నిన్ను ఏ మారుమూల దాచినా నేను కనుక్కోగలను. ఇదికూడా బాగా గుర్తుంచుకో. వాడిని చూసుకునేగా నీకు గర్వం. వాడిని గురించి ఆ రాజారావుగారికి అంతా చెప్పేశాను. లేకపోతే నా పెళ్ళాన్ని నాకు కాకుండా చేస్తాడూ ! అందుకే నీ విషయం అంతా ఆయనకి చెప్పేసి, వాడి పెళ్లి చెడగొట్టి తిక్కకుదిర్చాను. నీ డబ్బంతా కాజేసి అన్యాయం చేసినందుకు పాఠం నేర్పాను. వాడిని జీవితాంతం యిట్లాగే వేధించి దెబ్బకిదెబ్బ తీర్చుకుంటాను. శేషగిరి గొలుసును లాల్చీజేబులో వేసుకుని వెళ్లిపోయాడు.

గొలుగు బలవంతంగా తెంచడంతో, సరోజ మెడమీద గీసుకుపోయి రక్తం రాసాగింది.

శేషగిరి వెళుతూ రవి పెళ్లి చెడగొట్టిన వైనం వినిపించగా, సరోజ పిడుగు పడిన దానిలా, నిశ్చేష్టురాలిలా చూడసాగింది.

సరోజ కేకలు విని, హడలిపోయిన మంగమ్మ చేస్తున్నపని వదిలి పరుగెత్తుకు వచ్చింది.

“ఏమిటమ్మా ! ఏమైంది ? అయ్యయ్యో ! మెడదగ్గర ఆ రక్తం ఏమిటి?” అంది కంగారుగా.

సరోజ కుర్చీలో కూలబడి అరచేతిలో ముఖం దాచుకుని ఏడవసాగింది.

40

రవి సింగపూర్ నుంచి తను రావటానికి యింకో నెలపట్టేట్టు వుందని, ఫ్యాక్టరీ జాగ్రత్తగా చూడమని కోరుతూ చిదంబరానికి ఉత్తరం వ్రాశాడు. అది చూడగానే ఆయనకి ఏనుగు ఎక్కినంత సంతోషం అయింది. ఆఫీసులో ఎకౌంటెంట్ ఆయనకి కుడిభుజంగా మారాడు. వేణుకి మంచి చెడులేవీ తెలియవు. మామగారు ఎక్కడ సంతకం పెట్టమంటే అక్కడ కళ్ళు మూసుకుని పెట్టేస్తాడు.

చిదంబరం ఆ ఫ్యాక్టరీకి తనే యజమానిలా పెత్తనం సాగించసాగాడు. రవి ఊరు వెళుతూ వర్కర్స్‌కి జీతాలు, బోనసులూ యివ్వమని చెప్పి యిచ్చిన చెక్స్ ఆనాడే క్యాష్‌చేసి యింట్లో భద్రపరుచుకున్నాడు. ఎకౌంటెంటు నోరు మెదపకుండా అతనికి కాస్త పడేశాడు. శేషగిరి ఫ్యాక్టరీకి వస్తూ, పోతూ చిదంబరానికి ఆప్తమిత్రుడయాడు.

చిదంబరం శేషగిరి కోరినప్పుడల్లా డబ్బు యిస్తున్నాడు. అతన్ని చూసినప్పుడల్లా రవిని గిరిగింతలు కొట్టించగల సాధనం ఏదో తన గుప్పెట్లో వున్నంత సంతృప్తి, ఆనందం ఆయనకి కలుగుతూ వచ్చాయి.

ఫస్టు వచ్చింది. వర్కర్స్‌కి పండగకి బోనసులు ముట్టకపోగా, అసలు జీతాలే అందలేదు “ఆయన నాకేం డబ్బు యిచ్చి వెళ్ళలేదు.” అన్నాడు చిదంబరం. ఇందులో ఏదో తిరకాసు వుందని గ్రహించిన వర్కర్స్ ఓర్మితో, ఒకరికి ఒకరు ధైర్యం చెప్పుకుని రవి రాకకోసం వేయి కళ్ళతో ఎదురు చూడసాగారు.

అతను రావటం యింకో నెల ఆలస్యం అవుతుందనే వార్త వారికి పిడుగుపాటులా అయింది.

వర్కర్స్ పని నానాటికి దిగజారింది. యూనియన్ సెక్రటరీ వచ్చి బ్యాంకులో నుంచి డబ్బు తీసి జీతాలు యివ్వమని, రవి వచ్చిన తర్వాత తను నచ్చచెబుతానని అర్థించాడు. చిదంబరం బ్యాంక్‌లో డబ్బు లేదన్నాడు. దానితో వాళ్ళు పని మానేశారు.

ఫ్యాక్టరీ మూతపడింది. బుక్ అయిన ఆర్డర్స్‌కి సరుకు సమయానికి పంపబడలేదు.

రవి ప్లేన్ దిగి ఎయిర్‌పోర్టులో అడుగు పెట్టగానే యూనియన్ సెక్రటరీ వచ్చి యీ గందరగోళం అంతా వినిపించాడు. రవి అతన్ని తీసుకుని సరాసరి ఫ్యాక్టరీకి వెళ్ళాడు.

ఫ్యాక్టరీ ఆవరణ నిండా ఎర్రజెండాలు పాతివున్నాయి. వర్కర్స్ నినాదాలు ప్రతిధ్వనిస్తున్నాయి.

చిదంబరం, వేణు వాళ్ళతో ఘర్షణ పడుతున్నారు.

రవి కారు చూడగానే నినాదాలు తగ్గినాయి. అతను కారుదిగిరాగానే అందరూ ఆనందోత్సాహాలతో మళ్లీ అరిచారు.

గుంపుగా నిలబడిన అందరూ తొలగి దారి యిచ్చారు.

రవి వాళ్ళకి సర్దిచెప్పి, శాంతపరిచాడు. విషయం కనుక్కుని న్యాయం చేకూరుస్తానని వాగ్దానం చేశాడు.

"మామయ్యా ! నువ్వు యిలారా !" అంటూ లోపలికి వెళ్ళాడు.

చిదంబరం రవి వెంట వెళ్లాడు. కాసేపు తటపటాయించి వేణు తనుకూడా లోపలికి వెళ్లాడు.

"మామయ్యా ! వర్కర్స్‌కి జీతాలు ఎందుకు యివ్వలేదు ?" రవి తీక్షణంగా అడిగాడు.

"ఇది మరీ బాగుంది. నువ్వు వెళ్లేటప్పుడు డబ్బు యివ్వందే నేనెక్కడనుంచి తెచ్చి యివ్వను ?" తొణుకు బెణుకు లేకుండా అన్నాడాయన.

"నీకేమైనా మతిపోయిందా ? నేను వెళ్ళే రోజున సంతకాలు చేసి నీకు చెక్స్ యిచ్చి వెళ్ళలేదూ ?"

చిదంబరం దిగ్ర్భాంతిగా చూశాడు.

"నీకు మతిపోయినట్టుంది ఆ డబ్బు కాష్‌చేసి తెచ్చి నీకే ఇచ్చానుగా నిర్భయంగా, ఎలాటి తడబాటు లేకుండా ఆయన అంటున్న మాటలు విని రవి కొయ్యబారాడు.

41

"వెళ్లండి ! తక్షణం నా యింట్లోంచి బైటకి వెళ్లండి. మనుషుల్లో ఇంత విశ్వాసఘాతకులు వుంటారని విన్నానేకాని ఇప్పుడు కళ్ళారా చూస్తున్నాను మామయ్యా ! నిన్ను అసలు నా ఫ్యాక్టరీలో పెట్టుకోవడం, ఇంట్లో చేర్చుకోవడం నాదే తప్పు వేణుని అమాయకుడిని చేసి, ఫ్యాక్టరీ డబ్బంతా కాజేసి ఇంత దారుణానికి తలపెడ్తావని అనుకోలేదు. నిన్ను గుడ్డిగా నమ్మటం నాదే తప్పు పాముని దగ్గరకు తీసి పాలుపోశానని ఇప్పుడు తెలుస్తోంది" రవి ఆవేశంతో ఒళ్లు తెలియనివాడిలా అరుస్తున్నాడు.

ఫ్యాక్టరీలో చిదంబరం డబ్బు సంగతి నాకేం తెలియదనగానే, అక్కడ వర్కర్స్ ముందు పేచీ పడటం ఇష్టంలేక రవి, వేణుని, చిదంబరాన్ని ఇంటికి తీసుకువచ్చాడు.

అయన్ని ఎంతసేపు డబ్బు మాట అడిగినా ఒకటే సమాధానం.

"నాకేం తెలుసు. నువ్వే తీసుకున్నావు" అని,

రవికి పిచ్చెక్కేటంత కోపం వచ్చింది. ఆ మాట వినగానే, వాళ్ళ గూడుపుఠాణి అర్థమైంది. ఇద్దర్నీ తక్షణం ఇంట్లోంచి వెళ్ళిపొమ్మన్నాడు.

"ఇది మరీ బాగుందిరా ! బ్యాంక్‌లో ఒక్క రూపాయి లేకుండా ఖాళీచేసి తీసుకున్నావు ఎవరికిచ్చుకున్నావో ఏమిటో ! ఇప్పుడు మామీద విరుచుకు పడుతున్నావు" అన్నాడు చిదంబరం.

"ఎవరికో ఇచ్చుకున్నానా ! ఎవరికి ఇచ్చానంటావు ?" రవి నిలదీశాడు.

"ఏమో ! నాకేం తెలుస్తుంది పెళ్లి కాలేదన్న మాటేగాని నీకేం ఖర్చులు తక్కువా ! వుండవలసిన వాళ్ళందరూ వున్నారయ్యే."

"ఏమిటా వాగుడు ? మీరు గాకుండా ఎవరున్నారు నాకు ?"

"నోటితో అంటే ప్రతిదీ తప్పేరా అబ్బాయి ? ఎవరూ లేకపోతేనే ప్రతినెలా కాన్వెంట్‌కి డబ్బు పంపిస్తున్నావా ? నీ దగ్గర ఏమీ తినకుండానే ఆ రోజీ డాన్సర్ కృతజ్ఞతలు చెప్పుకొంటూ అంతంత ఉత్తరాలు వ్రాస్తుందా ?"

రవి క్షణం సేపు దిమ్మెర పోయినట్టు చూశాడు.

"ఎప్పుడు నా డ్రాయరు వెతికావు నువ్వు."

"బాగుంది. నే నెందుకు వెతికాను. ఏదో పొరపాటుగా తీస్తే ఈ భారతం అంతా కనిపించింది. ఏం ? నా మాట అబద్ధం అంటావా . ఉమ అనే పిల్లకీ

రక్షణలో పెరగటం లేదంటావా ? ఆ రోజీని డాన్సులు మానిపించి నువ్వు పోషించటం లేదా ?"

"మామయ్యా ! ఇకనువ్వు చెప్పిందిచాలు ! వెళ్ళు. బైటికినడు ఊ !"

"ఏం మామయ్యా అడిగిన దానికి సమాధానం చెప్పవేం ?" వేణు అధికారంగా ప్రశ్నించాడు.

"ఏం చెబుతాడురా ! పాపం ! ఇన్నాళ్లూ మనకి తెలియదని అనుకుంటున్నాడు. ఇదుగో అబ్బాయి రవీ ! అన్ని వ్యసనాలలోకి స్త్రీ వ్యసనం మహాచెడ్డది. అది వంటినీ, ఇంటినీ గుల్లచేస్తుంది. గౌరవ మర్యాదలని మంట గలుపుతుంది. పైకి రావాల్సిన వాడివి నీకు ఇదేంకర్మ చెప్పు ? హాయిగా లక్షణంగా అయినింటి ఆడపిల్లని చేసుకొని, పరువుగా బ్రతకక ఆ రోజీని వుంచుకొని ఇలా దొంగ బ్రతుకు బ్రతుకుతూ..."

"నోర్మూయ్ !" పిడుగుపడ్డట్టుగా అరిచాడు.

చిదంబరం చెంప చెళ్లుమంది. రవి రౌద్రమూర్తిలా అయాడు.

"తెలిసీ తెలియని వాగుడు మళ్లీ వాగకు. ఈ రోజు నా చేతుల్లో నీకు చావు దెబ్బలు తప్పాయంటే అది మా నాన్నకి నువ్వు బంధువు అయిన పుణ్యం అనుకొని దణ్ణం పెట్టుకొని వెళ్ళు."

చిదంబరం చెంప పట్టుకుని, కళ్ళు పత్తియాకల్లాచేసి చూస్తూ నిలబడ్డాడు.

వేణు దూకుడుగా అన్నగారి మీదకు వచ్చాడు.

"అన్నయ్యా ! నీకు బుద్ధుందా ! పెద్దాయన మీద చేయిచేసుకుంటావా?"

"నోర్మూయ్ ! నా సొమ్ముతిని, నా ఇంట్లోవుంటూ, నాకే ఎసరు పెడదామనుకున్నారా ! నన్ను కీలుబొమ్మనిచేసి ఆడిద్దామనుకున్నారా ? నడవండి. ఈ రోజుతో మీకూ–నాకూ స్వస్తి నా ఇంట్లోంచి తక్షణం బైటికి నడవండి." రవి వేణు మెడపట్టి గుమ్మంవైపు తోశాడు.

వేణు తూలి పడబోయి తలుపు పట్టుకుని ఎలాగో ఆగాడు.

పొమ్మంటే పోకుండా వుండటానికి అంత సిగ్గులేని వాళ్ళమేమీ కాదు. నీ కాళ్లు పుచ్చుకుని బ్రతిమలాడటానికి గతిలేనివాళ్ళం అంతకంటే కాదు. నా వాటా నాకు పారేయ్ ఇప్పుడే పోతాను. వేణు రోషంగా అరిచాడు.

"నీ వాటానా, ఒళ్లు తెలిసే మాట్లాడుతున్నావా ! ఇది నా స్వార్జితం అన్న సంగతి మర్చిపోకు."

"నువ్వే బాగా ఒంటిమీదికి తెలివి తెచ్చుకో. ఈ ఫ్యాక్టరీకి పెట్టుబడి మన పొలం అమ్మిపెట్టిన జాయింట్ పెట్టుబడి అన్న సంగతి మర్చిపోకు."

"పొలం అమ్మినడబ్బు నువ్వుచేసిన అప్పులు తీర్చటానికే సరిపోలేదు. అది గుర్తు తెచ్చుకో."

"అన్నింటికి తెగించినవాడివి ఎన్ని అబద్ధాలయినా చెబుతావు"

"పిచ్చిగా వాగావంటే పళ్ళురాల్తాయి జాగ్రత్త."

"ఏం చేస్తావేం ?" వేణు ముందుకి వచ్చాడు. కాని చిదంబరం వేణుని వెనక్కు లాగాడు.

"ఇంతదూరం వచ్చిన తర్వాత ఇది మాటలతో తెగే వ్యవహారం కాదు కానీ - ఇంటికి పోదాంపద" అన్నాడు.

'వెళ్లండి, జన్మలో మీ ముఖాలు నాకు చూపించకండి. మళ్లీ నా ఇంట్లో అడుగుపెట్టకండి." రవి పళ్ళబిగువున అన్నాడు.

"పెట్టంరా ! పెట్టం ! ఆ ఫ్యాక్టరీలో నువ్వో-వాడో-ఎవరు వుంటారో తేలేవరకూ అడుగుపెట్టం. తెలివితేటలు నీకేకాదు, కాస్త మాకూ వున్నాయని నీకే తెలుస్తుంది ముందు ముందు. పదరా వేణూ !" అన్నాడు చిదంబరం కోపంగా.

వేణు-చిదంబరం వెళ్ళిపోయారు.

"మై గాడ్ !" - రవి కుర్చీలో కూలబడ్డాడు.

42

రాజారావుగారు నోట్లో సిగార్‌తో, చేతిలో పేపరు చూస్తూ సోఫాలో కూర్చుని వున్నారు. ఇంతలో హాలులో వున్న ఫోన్ గణగణా మోగింది. ఆయన క్షణంసేపు గానివైపు విసుగ్గా చూసి, లేచి వచ్చి రిసీవర్ తీశారు.

"హలో ! నమస్కారమండీ ! నేను రవిని మాట్లాడుతున్నాను" అవతల నుంచి వినిపించింది.

ఆ కంఠం వినగానే ఆయన నిటారుగా అయారు.

"ఊ ! ఏమిటి ?" గద్దించినట్టుగా అడిగారు. ఆ అడగటంలో క్రింద వుద్యోగితో మాట్లాడేటప్పుడు నిర్లక్ష్యం అధికారం ప్రతిధ్వనించాయి.

జ్యోతితో మాట్లాడాలి, కాస్త పిలుస్తారా ?"

"షటప్ ! మా అమ్మాయి ముందుకువచ్చి నిలబడే అర్హతకూడా నీకు లేదు. నువ్వు సింగపూర్ నుంచి వ్రాసిన ఉత్తరం నాకే అందింది. మా అమ్మాయి పేరు ఎత్తావో ఐ విల్ షూట్ యూ !" గర్జించినట్టుగా అని ఆయన ఫోన్ పెట్టేశారు.

ఏదో పని మీద అటు వచ్చిన జ్యోతి, తండ్రి ఫోన్‌లో ఎవరినో షూట్ చేస్తాననటం విని, ఆశ్చర్యంగా, "ఎవరు డాడీ !" అంది.

"ఎవరా ? యింకెవరు ? వాడే ! రవి."

"డాడీ !" జ్యోతి కళ్ళలో బాధ రెపరెపలాడింది. "రవి ఫోన్ చేశాడా, ఏమన్నాడు ?" ఆదుర్దాగా అడిగింది.

"ఏమంటాడు ఏదో చెప్పాలిట ! మనం వింటే సవాలక్ష చెప్పేట్టు వున్నాడు. నువ్వు నాకేం చెప్పనక్కరలేదు. మళ్ళీ ఫోన్ చేయవద్దని చెప్పాను. జ్యోతీ నీక్కూడా చెబుతున్నాను. రవి విషయంలో నేను చాలా పొరబడ్డాను గాజుముక్కని వజ్రమని భ్రమసి, అది నీకు నగగా శోభిస్తుందనుకున్నాను. నా పొరపాటు తెలిసింది. నిన్నుకూడా తెలుసుకోమంటున్నాను."

"డాడీ ?"

"ఒకప్పుడు అతని అసలు స్వరూపం తెలుసుకోలేక, స్నేహితుడి కొడుకు అనే మమకారంతో ఎంతో అభిమానించాను. నిన్నిచ్చి పెళ్లిచేసి యీ యింటికి, నా ఆస్థికి యజమానిని చేద్దామని ఉబలాటపడ్డాను. అతనితో నాకు కన్న కొడుకు లేడనే కొరత తీరిపోతుందని ఆశించాను. ఇప్పుడు అతని పేరు తలవాలంటేనే అసహ్యం వేస్తోంది నాకు.

"మీరు తొందరపడుతున్నా రేమో డాడీ !"

"లేదమ్మా లేదు. అతని విషయం చాలా కుంభకోణంగా వుంది. తీసినకొద్దీ ఒక్కొక్కటీ బైట పడుతున్నాయి. ఇది నీకు తెలుసా ? వేణుని యింట్లోంచి వెళ్లగొట్టాడుట, చిదంబరం మీద చేయి చేసుకున్నాడుట ! వేణు రవిమీద దావా వేశాడు. స్వంత తమ్ముడు అతనిలో ఏ లోపమూ లేందే, అన్యాయంగా, కోర్టుకి ఎందుకు ఎక్కిస్తాడమ్మా, ఇది యింతటితో ఆగిందా ? రేపు కోర్టులో, యితను వుంచుకున్న దాని అసలు భర్త వచ్చి యితని బండారం అంతా బైట పెడుతున్నాడు? ఛీ ఛీ ! తలుచుకుంటేనే సిగ్గుచేటు. మనకి తెలిసిన వాళ్ళని ఎవరన్నా చెప్పుకున్నా అప్రతిష్ఠ. ఇదంతా, ఆ పురుషోత్తం ఎలా సహిస్తున్నాడోగానీ, నేనయితే నరికి ముక్కలు చేసి వుండేవాడిని.

జ్యోతి నిట్టూర్పు ఆపుకుంటూ తన గదిలోకి వెళ్లిపోయింది. తండ్రి స్వభావం ్యోతికి బాగా తెలుసు. ఆయనకి పైపై వాక్యాలు, నటనలూ, మొహమాటాలు లియవు. రవిపట్ల ఆయన మనసు విరిగిపోతే యిక ఆ భగవంతుడు చెప్పినా నడు. జ్యోతి మంచంమీద ఆలోచనగా కూర్చుండి పోయింది. ఎంతో ఆనందంగా, న్నెలలు విరజిమ్ముతుందనుకున్న జీవితంలో, హఠాత్తుగా యిలా కారుమబ్బులు ఎంచుకు వచ్చాయేమిటి ? రవి మాటలు, అతని స్పర్శ గుర్తుకువస్తేనే ఎలాగో ంది. అతని నవ్వు ఎంత నిష్కల్మషంగా వుంటుంది. మనసులో అంత యంకరమైన గతం దాచుకున్న మనిషి అయితే, అలా వుండగలడా ? ఏమో ! మీ లేకపోతే అప్పుడు పెళ్ళికి ఎందుకు గడువు పెట్టినట్టు. ఈ లోపల ఏదో కంగా ఆ అమ్మాయిని వదల్చుకోవచ్చు ననుకున్నాడా ? ఏమో ! ఈ భయంకర త్యాలేమిటో ? అవి ఎంత వరకు నిజమో ? ఒక్కసారి, స్పష్టంగా, రూఢిగా లిసిపోతే ఎంత బాగుండును.

దిండుమీద తల ఆనించుకున్న జ్యోతికి ఒక్కసారి పది సంవత్సరాలు దిగిపోయినట్టుగా, అనిపించసాగింది.

43

వేణు రవిమీద దావావేసిన సంగతి అందరికీ తెలిసిపోయింది. ఇందులో క అమ్మాయి కూడా వుందని, రవి ఆ అమ్మాయిని రహస్యంగా ఎక్కడో దాచి పురం చేస్తున్నాడని కూడా అందరూ చెవులు కొరుక్కోసాగారు. ఒకళ్ళిద్దరు ట్టలేక రవి ముఖానే, “మీ తమ్ముడు దావా ఎందుకు వేశాడు ?” అని అడిగేశాట ాడా ! రవి వేణు కేం తెలియదని మామగారి చేతిలో కీలు బొమ్మ అయాడని ప్పాడు. విన్నవాళ్లు అతని మాటలు ఏ మాత్రం నమ్మలేదు. పైకి మాత్రం “ఓహో! లాగా !” అన్నా, రవి వెళుతుంటే వెనకనుంచి ఎగాదిగా చూసేవాళ్ళు.

ఒక పక్క వేణుతో దావా, మరోపక్క ఫ్యాక్టరీకోసం తెచ్చిన డబ్బు వాయిదాలు ్చాల్సిన మొత్తం బకాయిపడటం, యింకో పక్క రాజారావుగారితో సంబంధ ంధవ్యాలు తెగిపోవటం, రవికి పిచ్చి ఎక్కించేట్టుగా వుంది. అతనిలో రేగుతున్న దావానలం తాలూకు సెగలు రహించివేస్తున్నా! పైకి మాత్రం నిండుకుండలా, ంభీర్యం చెక్కు చెదరకుండా పనులు నెరవేరుస్తున్నాడతను.

ఆ రోజు కోర్టులో కేసు జరుగుతోంది.

వేణు బోనులో నిలబడివున్నాడు.

వాది తరపు న్యాయవాది అతన్ని ప్రశ్నిస్తున్నాడు.

"మిస్టర్ వేణూ ! మీరు మీ అన్నగారిమీద దావా, వేయటానికి గల ముఖ్యకారణం ఏమిటో చెబుతారా !"

"దారి తప్పి దుర్వ్యసనాలకి లోనయిన వాడికి బుద్ధి చెప్పటం నా ముఖ్యోద్దేశం"

"దుర్వ్యసనాలంటే ?"

"ఒక అమ్మాయితో అక్రమ సంబంధం పెట్టుకుని, ఒక బిడ్డని కని, ఆ బిడ్డని కాన్వెంట్‌లోవుంచి చదివిస్తున్నాడు. మా ఫ్యాక్టరీ మీద వచ్చిన డబ్బంతా ఆ తల్లికీ బిడ్డకీ పెట్టి నాశనం చేస్తున్నాడు."

"మీరు అతన్ని వారించటానికి ఏమైనా ప్రయత్నాలు చేశారా ?"

"ఎన్నో విధాల చెప్పి చూశాను. నా మాట వినలేదు. పైనుంచి నా మీద చేయి చేసుకుని, ఇంట్లోంచి మెడబెట్టి గెంటాడు. వాడిని యిక బాగుచేయలేనని భయపడిన నేను నా భవిష్యత్తు, నా క్షేమం దృష్టిలో పెట్టుకుని యిలా కోర్టుకి ఎక్కాల్సి వచ్చింది," వేణు ముఖం చూస్తే గత్యంతరం లేక ఈ పని చేసినట్టుగా వుంది ?

"దట్సాల్ యువరానర్ !" వాది తరపు అడ్వకేట్ తను అడగటం పూర్తి అయినట్టుగా కూర్చున్నాడు.

"ప్రతివాది అడ్వకేట్ లేచాడు ! ఆయన వయసు మళ్ళిన వ్యక్తి ! ఆయన వేణు నిలబడిన బోను దగ్గరికి వచ్చి, అతన్ని ఒకసారి రెప్ప వాల్చకుండా సూటిగా చూశాడు.

వేణు ఆయన చూపులకే అదోలా అయ్యాడు.

"మిష్టర్ వేణూ ! ఫ్యాక్టరీ పెట్టకముందు మీ అప్పులన్నీ పొలం అమ్మి తీర్చారు కదూ ?"

"అవును సార్"

ఆ తర్వాత మీ అన్నయ్య యీ ఫ్యాక్టరీని అప్పుచేసి ప్రారంభించాడు అవునా?"

"కొంత డబ్బు తీసుకురావటం మాత్రం నాకు తెలుసు."

"మీ పొలం అమ్మిన డబ్బుకూడా ఇందులో జాయింట్ పెట్టుబడిగా పెట్టారంటారు మీరు ? అంతేనా ?"

"అంతే ఏమిటి ? అది నిజం."

"ఫ్యాక్టరీ బాగా సాగుతోంది కదూ ?"

"భగవంతుడి దయవల్ల బాగానే సాగుతోందండీ ?"

"ఈ ఫ్యాక్టరీ మేనేజరు ఎవరు ?"

"చిదంబరం గారని"

"మీ మామగారేగా !"

"అవును, ఆయన కూతురిని నేను చేసుకున్నాను."

"ఊ ! మీరు బాగా ఖర్చుపెట్టే మనిషి అని విన్నాను."

"అబ్బెబ్బె ! అదేం లేదండీ !"

"బుకాయించకండి! క్రిందటి ఆదివారం మీరు గండిపేటలో స్నేహితులకి ఇచ్చిన పార్టీకి ఐదారు వందలకు తక్కువ ఖర్చయి వుండదు. అబద్ధం అంటారా ?"

"అదా ! అది" వేణు నీళ్లు నమిలాడు.

"అది నా పుట్టిన రోజండీ !" అన్నాడు.

"సరే, ఆ విషయం వదిలేయండి. మీరు డబ్బు అవసరం అయినప్పుడు ఏం చేసేవారు ? మీ అన్నగారిని అడిగేవారా ?"

"ఉహూ ! మా మామయ్యే ఇచ్చేవాడు."

"మీరు దానికి రశీదులాంటిది యిచ్చేవారా ?"

"యిచ్చేవాడిని."

"యివ్వకుండా ఎప్పుడూ తీసుకునేవారు కాదా ?"

"ఉహు"

"మిష్టర్ వేణూ ! మీరూ మీ మామగారూ కలిసి, ఫ్యాక్టరీలో డబ్బంతా కాజేసారంటాను."

"అబద్ధం, పచ్చి అబద్ధం !" వేణు ఆవేశంగా అరిచాడు.

"మీ మామగారయిన చిదంబరం ఇదివరకు లంచం తీసుకోగా, ఒకటి రెండుచోట్ల ఉద్యోగం పోయినమాట కూడా అబద్ధమేనా ?"

"అది నిజమే ! కానీ మా ఫ్యాక్టరీలో డబ్బు మాత్రం ఆయన కాజేయ లేదు"

"దట్సాల్ యువరానర్ !" లాయరుగారు వాదన పూర్తిచేశారు వేణు ముఖం నిండాపట్టిన చెమటలు తుడుచుకుంటూ బోనులోనుంచి దిగాడు.

44

కోర్టు ఆవరణ బయట చిదంబరం శేషగిరి చేతిలో రహస్యంగా వంద రూపాయల కాగితం పెట్టాడు.

"శేషగిరీ ! ఈ కేసంతా నీ సాక్ష్యం మీదనే ఆధారపడివుంది. ఎలా చెబుతావో ఏమో !" అన్నాడు.

"మీ కెందుకు ? మీరు నిశ్చింతగా ఉండండి. ఆ లాయర్లని బోల్తాలు కొట్టించి, కేసు మీచేత గెలిపించే పూచీ నాది."

"నిన్నే నమ్ముకున్నాను శేషగిరీ !"

"నాకు ఆస్థిలో వాటా యిస్తానన్న మాట నిజమేగా ?"

"భగవంతుడి సాక్షిగా !"

ఇంతలో బంట్రోతు పిలవటం వినిపించింది.

"బొంగరాల శేషగిరిరావుగారు ! బొంగరాల శేషగిరిరావుగారు !"

"ఆ ! నేనే, వస్తున్నా, అబ్బ పేరంతా పిలిచి ఖూనీచేశావు కదయ్యా చక్కగా బి.యస్.గిరి అని పిలవకూడదూ ?" అని బోనులో ఎక్కి అంతా నిజమే చెబుతానని ప్రమాణం చేశాడు.

చిదంబరం ఒళ్ళంతా కళ్ళు, చెవులు చేసుకొని కూర్చున్నాడు.

శేషగిరి దగ్గరికి వాది తరపు అడ్వకేట్ వచ్చాడు.

"చూడు మిష్టర్ గిరి ! మీకు పెళ్లయిందా ?"

"అయిందండీ !"

"ఇప్పుడు మీ భార్య మీతోనే వుంటున్నారా ?"

శేషగిరి తల వంచుకున్నాడు.

"చెప్పండి ! ఆవిడ ఇప్పుడు మీతో కాపురం చేస్తున్నారా ?"

శేషగిరి బేలగా చూశాడు.

"ఏం చెప్పమంటారు, ఆ విషయం ఇలా నలుగురిలో చెప్పుకోవాలంటే ప్రాణం చచ్చి పోతుంది" అంటూ ఏడవటం మొదలుపెట్టాడు.

"ఏడవకండి, అడిగిన దానికి సమాధానం చెప్పండి."

"క్షమించండి" శేషగిరి కళ్లు తుడుచుకున్నాడు.

"ఏడుపు తప్ప నాకు మిగిలిందేమిటండీ ! ఏ మగాడైనా నా భార్య లేచిపోయింది అని ఏడుస్తూ కాకుండా, నవ్వుకుంటూ చెప్పగలడా !"

"లేచిపోయిందా ? ఎక్కడికి ?"

"ఎక్కడికో చెప్పాలంటే దాని ముందు చాలా కథ వుందండీ !"

"ఏమిటది ? చెప్పండి."

"ప్రేమించి పెళ్లిచేసుకున్న మా ఇద్దరి కాపురం హాయిగా సుఖంగా సాగిపోతోంది. అప్పుడప్పుడూ ఎక్కువ డబ్బు లేదని, నేను తనకి నగలు చేయించలేదని, మా ఇల్లు పెద్దది కాదని, నాకు గొప్ప ఉద్యోగంలేదని సణుగుతూ వుండేదనుకోండి. నేనేదో నచ్చచెప్పుకునేవాడిని. మా ఇంటికి అప్పుడప్పుడూ చుట్టపుచూపులా ఈ రవి వచ్చిపోతూ వుండేవాడు. నాకు సహజంగా బంధుప్రీతి ఎక్కువ. వచ్చినప్పుడల్లా మా ఇంట్లో భోజనం చేయమని బలవంతం చేసేవాడిని. ఏమో సాటివాడు కదా అని గుడ్డిగా నమ్మానే తప్ప ఇలా నా వెనక గొయ్యి తవ్వుతాడని అనుకోలేదు. నేను వూళ్ళో లేనప్పుడు కూడా, ఒకటి రెండుసార్లు రవి వచ్చి వెళ్ళినట్టుగా, నా భార్య చెప్పింది. నా కసలు అనుమానమే రాలేదు, తర్వాత తర్వాత - రవి రాకపోకలు ఎక్కువైనాయి. వాళ్ళిద్దరి చూపులు, ద్వంద్వార్థం మాటలు నాకెలాగో అనిపించసాగాయి. కానీ మళ్లీ నన్ను నేనే తిట్టుకున్నాను.

ఈర్ష్యతో నేను అలా అపోహ పడుతున్నానేమో అని మందలించు కున్నాను. ఒకసారి ఆ ఇద్దర్నీ ఒంటరిగా వున్నప్పుడు పరీక్ష చేస్తే సరిపోతుందని నిశ్చయించుకొన్నాను.

"ఆ రోజు మా ఇంటికి వచ్చాడు నేను వూరు వెళుతున్నానని బయలుదేరాను. కావాలనే రాత్రి పొద్దుపోయిన తర్వాత ఇంటికి తిరిగి వచ్చాను" శేషగిరి ఆగిపోయాడు.

అతను చెప్పే తీరు వినే వాళ్ళకి, చాలా కుతూహలం రేకెత్తించింది.

"ఊ ! తిరిగి వచ్చేసరికి ఏమైంది ?" లాయరు అడిగాడు.

శేసగిరి తలదించుకున్నాడు మళ్లీ, అతని గొంతు భారమైపోయింది చెప్పలేక చెబుతున్నట్టుగా వివరించసాగాడు.

"తిరిగి వచ్చేసరికి ఇద్దరూ - ఆ ఇద్దరూ నా మంచంమీద ఒకరి - కౌగిలిలో మరొకరు, ఈ ప్రపంచమే మర్చిపోయినట్లుగా ఉన్నారు. నా భార్య అతని జుట్టు చెరుపుతూ నవ్వుతోంది.

"ఈ వివరాలు చాలు ! అలా ఇద్దరూ అతి సన్నిహితంగా వుండటం చూసిన వెంటనే మీరేం చేశారు ?"

"ఏం చేశానా !" శేషగిరి ముఖంలో ఆవేశం పొంగింది.

"ఆ ఇద్దర్ని ఆ క్షణంలో గొంతు పిసికో, గోడకేసి తలలు బద్దలు కొట్టో చంపుదామన్న ఆవేశం వచ్చింది. కోపం పట్టలేక వెళ్ళి రవి జుట్టుపట్టి మంచం మీదనుంచి ఇవతలకి లాగాను. నేను చేయి ఎత్తి ఒక దెబ్బ వేశానో లేదో అతను నన్ను పది దెబ్బలు కొట్టాడు. నాకు పిచ్చి కోపం వచ్చింది. ఈ రోజు నేనో నువ్వో ఎవరో ఒకరు బ్రతకాలి అన్నాను. నేను అతన్ని కొట్టబోతుండగా, ఇంతలో వెనకనుంచి నా తలమీద ఫెడేల్ని దెబ్బ తగిలింది. నా కళ్ళు చీకట్లు కమ్మినాయి. గిరిగింతలు తిరుగుతూ వెనుకకు చూశాను ! ఎదురుగా సరోజ పచ్చడిబండతో నిలబడింది. రక్తం నా ముఖం మీదకి కారుతోంది. నా కళ్ళు తిరిగిపోయినాయి. నేను సరోజ కాళ్ల దగ్గర కుప్పలా కూలిపోయాను. నాకు మళ్లీ మెలకువ వచ్చేసరికి యిద్దరూ లేరు."

"ఆ సంఘటన తర్వాత మళ్ళీ వాళ్ళిద్దరూ కలిసివుండగా మీ రెక్కడయినా చూశారా ?"

"సరోజ చాలా రోజులు నాకు కనిపించలేదు. రవిని వెళ్లి అడిగితే సరోజని నువ్వే ఏదో చేశావని, పోలీసులకు రిపోర్టు ఇస్తానని బెదిరించాడు, తర్వాత నాకు విరక్తి పుట్టిపోయింది. అంత నా మీద ఇష్టం లేనిదాన్ని కసాయివాడిలా తెచ్చుకుని బలవంతంగా కాపురం చెయ్యాల్సిన కర్మ నాకేమిటి అనుకున్నాను. అప్పటినుంచి నా బ్రతుకు నేను బ్రతుకుతున్నాను. ఈ బాధ భరించలేక తాగుడికి అలవాటుపడ్డాను. వాళ్లిద్ధరికీ ఒక మగబిడ్డ పుట్టిందని రవి రహస్యంగా పెంచుతున్నాడని తెలిసింది, నాకు అన్యాయమే జరిగింది. కానీ ఆ అన్యాయాన్ని ఎదుర్కొనే డబ్బుగాని, అండగాని నాకు లేవు. నేను పేదవాడిని, అందుకని ఈ మంటలు గుండెల్లోనే దాచుకున్నాను." శేషగిరి చెప్పటం పూర్తి అయేసరికి వినే వాళ్లు కూడ నిట్టూర్పు విడిచారు.

"దట్సాల్ యువరానర్" వాది తరఫు న్యాయవాది జడ్జీగారితో అని వెళ్లి సంతృప్తిగా కూర్చున్నాడు.

చిదంబరం ముఖం చింపిరి చాటలా అయింది. శేషగిరి బోనులో కళ్లు తుడుచుకుంటూ నిలబడ్డాడు.

ప్రతివాది తరఫు న్యాయవాది లేచి కళ్ళజోడు సరిచేసుకుంటూ బోను దగ్గరికి వచ్చాడు.

ఆయన శేషగిరిని తీక్షణంగా, నఖశిఖ పర్యంతం చూశాడు. కానీ శేషగిరి ఆ చూపులకి కించిత్తు కూడా భయపడకుండా నిటారుగా నిలుచున్నాడు.

ఆయన మెల్లగా మృదు గంభీరంగా అడగటం ప్రారంభించాడు.

"గిరిగారూ ! మీది ప్రేమ వివాహమా ?"

"మొదట మేం ఇద్దరం ప్రేమించుకున్నామండి, తర్వాత పెద్దలు పెళ్లి చేశారు.

"అంటే మీ భార్య మిమ్మల్ని ప్రేమించి చేసుకుందన్న మాటేగా."

"బుద్ధి గడ్డితిని అలాగే నమ్మాను సార్."

"మీరు వూరువెళ్ళతానని తిరిగి వచ్చిన రాత్రి, రవి సరోజ మిమ్మల్ని కొట్టారని మీరు చెబుతున్నారు కదా ! మరి మీరు పోలీసు రిపోర్టు ఎందుకు యివ్వలేదు ?"

"రిపోర్టా ! సిగ్గులేక ఏ ముఖం పెట్టుకుని ఇవ్వమంటారండీ ! నా సంసారం అల్లరి అయిపోతుందని, నా భార్య చెడిపోయిన మనిషి అని అందరూ తర్వాత నన్ను వెక్కిరిస్తారని భయపడ్డాను."

"అబద్ధం ! మీరే మీ భార్యని హింసించేవారని, ఆమెని సరిగ్గా చూడక, కొట్టి తిట్టి వెళ్ళగొట్టారని, అప్పటికే ఆమె గర్భవతి అని రుజువులున్నాయి" ప్లీడర్‌గారి కంఠం కంగుమంది.

కానీ శేషగిరి రవంత కూడా బెదరలేదు.

"ఆ ! ఈ రోజుల్లో రుజువులకేం లెండి, కడుపు కక్కుర్తిగల ఎవరైనా, పది రూపాయలు పడేస్తే చిలకల్లా చూసినట్లే మాటలు వల్లిస్తారు" తేలికగా తీసిపారేశాడు.

"బుకాయించకు ! రవికి పుట్టిన బిడ్డ అంటున్నావు, ఆ బిడ్డ నీ బిడ్డే"

"రామ రామ ! ఇదేం మాటండీ ! న్యాయం చేకూర్చవలసిన పెద్దవాళ్లు మీరే ఇట్లా అన్యాయం, న్యాయంగా, అబద్ధం నిజంగా మార్చేస్తే ఇక మాలాటి వాళ్ళకి న్యాయం ఎక్కడ జరుగుతుందండీ ! ఆ బిడ్డనా బిడ్డ అయితే సరోజినిని

చంపి అయినా నా బిడ్డని నా దగ్గరికి తెచ్చుకునేవాడిని, అయినా అసలు కావాలని ప్రేమించి పెళ్లి చేసుకునే భార్యని కడుపుతో వుండగా, ఎవరయినా వెళ్లగొడతారా? చాల్లే వూరుకోండి. ఎవరయినా వింటే నవ్వుతారు."

శేషగిరి అన్న ధోరణికి కోర్టులో అందరూ గొల్లున నవ్వారు.

45

జ్యోతి సోఫాలో కూర్చుని పుస్తకం చదువుకుంటోంది, సింహాచలం వచ్చి, "అమ్మాయిగారూ ! మిమ్మల్ని కలవటానికి ఎవరో వచ్చారండి" అన్నాడు.

"రమ్మను లోపలికి" అంది పుస్తకం పక్కన పెడుతూ,

కొద్ది నిముషాల తర్వాత–బెదురుగా, లోపలికి అడుగు పెట్టిన సరోజినిని చూసి, జ్యోతి ఆశ్చర్యపోయింది.

"అరే ! మీరా ! రండి రండి కూర్చోండి" అంటూ ఆహ్వానించింది.

"నేను మీకు తెలుసా !" సరోజ కూర్చుంటూ అడిగింది.

"భలేవారే, మీకు తెలియకపోవడం ఏమిటి . హోటల్ బ్లూస్టార్‌లో మీ డాన్స్ నేను మా డాడీతో కలిసి చూశాను, మీరు రోజి కదూ !"

"అవునమ్మా ! రోజీనే ! కాని నా అసలు పేరు సరోజ"

"అలాగా ! ఊ చెప్పండి. ఏం పనిమీద వచ్చారు ? డాడీని పిలవనా?" జ్యోతి లేవబోయింది.

"వద్దు వద్దు కూర్చోండి నేను మీతో మాట్లాడాలనే వచ్చాను."

"నాతోనా ! జ్యోతి లేవబోతున్నదల్లా ఆగింది.

"అవును, మీరు ఏమీ అనుకోనంటే ఒక్క మాట అడుగుతాను"

"చెప్పండి"

"రవితో వివాహం ఆగిపోయిందని విన్నాను నిజమేనా ?"

ఈ మాట వినగానే జ్యోతి నిటారుగా అయింది.

"మీ కెవరు చెప్పారు ?"

"అది నిజమేనా జ్యోతీ. దానికి కారణం అతను ఒక అమ్మాయికి అండగా నిలబడడమే అయితే ఆ నిర్భాగ్యురాలిని నేనే అని చెప్పుకోటానికి వచ్చాను."

"ఎవరూ ! నువ్వా, నువ్వు ! ఆ సరోజిని నువ్వా ?"

జ్యోతి నమ్మలేనట్టు చూస్తూ, చటుక్కున లేచి నిలబడింది.

సరోజకూడా లేచింది, జ్యోతి చేతిని తన చేతుల్లోకి తీసుకుంటూ అర్థిస్తున్నట్లుగా అంది.

"జీవితంలో అడుగడుగునా ఎదురుదెబ్బలు తిని, చావలేక బ్రతుకుతున్న నాకూ, నా దురదృష్టానికి ప్రతిరూపంగా పుట్టిన నా పాపకీ చేయూత యివ్వటం మీకు నచ్చకపోతే..."

"జ్యోతి చప్పున చెయ్యి విదిలించేసుకుంది. కంపరంగా చూస్తూ.

"ఏమిటీ మీకు ఒక బిడ్డకూడానా ! ఛీ ఛీ ! ఏ మొహం పెట్టుకుని నాతో చెప్పటానికి వచ్చావు ?" అంది.

"ఆవేశపడకు జ్యోతీ ! రవికీ నాకూ మధ్యవున్న సంబంధం అన్నా చెల్లెళ్ళ మధ్య వుండే ఆత్మీయత మాత్రమే ! జరిగినదంతా చెబుతాను. దయవుంచి విను !" ప్రాధేయపడుతున్నట్టుగా చూసింది.

"ఈ మాటలు చెప్పిరమ్మని రవే పంపాడా నిన్ను ?" జ్యోతి ఆవేశంతో, ఈర్ష్యతో కస్సుమంటూ తీక్షణంగా అడిగింది.

సరోజ కళ్ళలో బాధ రెపరెపలాడింది తమాయించుకుంటూ అంది, "నువ్వు చదువుకున్న దానివి ! సంస్కారం గలదానివి ! రవిని నువ్వు నిజంగా ప్రేమిస్తే అతని మనసు ఎలాటిదో నువ్వు ఈపాటికే గ్రహించి వుండాలి !"

జ్యోతి కళ్లలో చివ్వున నీళ్ళు తిరిగాయి చప్పున ముఖం తిప్పుకుంది.

"నా కారణంగా మీ మధ్య మనస్పర్ధ రావడం నేను భరించలేకుండా వున్నాను. అతను నా విషయం పట్టించుకోవడం నీకిష్టం లేకపోతే, నా బిడ్డని తీసుకుని నేను మీకు దూరంగా వెళ్ళిపోతాను. అతన్నిమాత్రం అపార్థం చేసుకోకు జ్యోతీ ! నీ జీవితం వేదనగా మార్చుకోకు. ఒక్క నిముషం ఇలా కూర్చో ! కాస్త కోపం నిగ్రహించుకుని నేను చెప్పేది విను."

"ఏమిటి నువ్వు చెప్పేది ?" సింహ గర్జనలా వెనకనుంచి వినిపించింది. అప్పుడే అక్కడకు వచ్చిన రాజారావుగారు సరోజన్ని చూడగానే అగ్గిమీద గుగ్గిలం అయారు.

సరోజ ఆయన వైపు తిరిగింది. ఆశగా చూస్తూ, బాబుగారూ-" అంటూ ఏదో చెప్పబోయింది.

"ఎందుకు వచ్చావిక్కడికి ? ఎవరిని అడిగి ఈ యింట్లో కాలు పెట్టావు?"

"డాడీ !" ఆయన తీవ్రధోరణికి బెదిరిపోతూ పిలిచింది జ్యోతి.

ఆయన రౌద్రమూర్తిలా సరోజ దగ్గరికి వస్తూ అన్నారు. "నడు ! తక్షణం బైటికి నడు ! నీ నంగనాచి కబుర్లు నా దగ్గర చెప్పకు. నీ కల్లబొల్లి ఏడుపులకి కరిగిపోయే అమాయకులం కాదు."

"మీరు తొందరపడ్తున్నారు" సరోజ ధైర్యం, శక్తి కూడదీసుకుంటూ అంది.

"షటప్ ! రవి నిన్ను వుంచుకున్న మాట అబద్ధమా ? నువ్వు కాపురం వదిలేసి వచ్చినమాట అబద్ధమా ? మీ యిద్దరికీ పుట్టిన బిడ్డ కాన్వెంట్‌లో పెరుగుతున్న మాట అబద్ధమా ! ఏది అబద్ధం ? నీ నాటకం నా దగ్గర సాగదు ! గెట్ ఔట్ ! సింహాచలం !" ఆయన అరిచారు.

"క్షమించండి ! మీకు అంత శ్రమ వద్దు" సరోజ కళ్లనీళ్లు నిగ్రహించుకోవటానికి వ్యర్థ ప్రయత్నం చేస్తూ వెళ్లిపోయింది.

"డాడీ ! ఏమిటి మీ అర్థంలేని ఆవేశం ? ఏం చెప్పేదో వింటే ఏమౌతుంది ?" అంది జ్యోతి.

నీకేం తెలుసునమ్మా. యిలాటి బజారు రకాలని యింటికి రానిస్తే మన పరువుకూడా వీధి కెక్కుతుంది. సమయానికి నేను యింట్లో వున్నాను కాబట్టి సరిపోయింది లేకపోతే ఏదో కథ అల్లి నీకు చెప్పి వుండేదే" అన్నారాయన తీవ్రంగా.

46

బేబి ఉమ టీచరుతో కలిసి బోనులో నిలబడివుంది. అమాయకమైన ఆ ముఖం అక్కడ కూర్చున్న అందరినీ ఆశ్చర్యంగా పరికించ సాగింది. దూరంగా కూర్చున్న వారిలో మొదటి వరసలో రవి కనిపించగానే ఉమ ముఖం వికసించింది. యిక్కడ మా డాడీ కూడా వున్నాడు. యింక నాకెందుకు భయం అన్నట్టు ఠీవిగా నిలబడింది.

అడ్వకేట్ బోను దగ్గరికి వచ్చి టీచర్‌ని క్రాస్ ఎగ్జామినేషన్ ప్రారంభించాడు.

"టీచర్ ! ఈ బేబీ మీ కాన్వెంటులో చదువుతోందా ?"

"అవును."

"ఈ అమ్మాయికి తల్లిదండ్రులెవరో తెలుసా మీకు ?"

"తెలియదు, రవిగారు చేర్పించారు. ఆయనే గార్డియన్‌గా సంతకం చేశారు."

"అలాగా ! ఈ అమ్మాయికి నెలనెలా అయే ఖర్చు ?"

"ఆయనే పంపిస్తున్నారు."

"పంపిస్తున్నారు అంటున్నారు. స్వయంగా వచ్చి యివ్వటం లేదా ?"

"ఉహు, మనియార్డర్ చేస్తారు."

లాయరుగారు బేబీని పలకరించాడు.

"బేబీ ? నీ పేరేమిటమ్మా !"

"ఉమ అండీ."

"అలాగా ! నువ్వు వేసుకున్న ఈ గౌను ఎంత బాగుంది. ఎవరు కొనిపెట్టారు యిది ?"

"మా డాడీ కొనిపెట్టారు"

"గుడ్ ! మీ డాడీ ఎవరో చెప్పగలవా ?"

"అరుగో, అక్కడ కూర్చొలేదూ తెల్లటి బట్టలు వేసుకుని, ఆయనే గడ్‌మార్నింగ్ డాడీ !" ఉమ గొంతెత్తి తండ్రిని పలకరించింది.

"గుడ్ మార్నింగ్ ఉమా !" అన్నాడు రవి.

"దట్సాల్ యువరానర్ !" అన్నాడు లాయరుగారు జడ్జిగారివైపు చూస్తూ, కోర్టు ముగిసింది.

జనంతోపాటు లేచి రవి యివతలకి వచ్చాడు.

ఉమ అతని దగ్గరకు పరుగెత్తుకు వచ్చింది.

"డాడీ !"

రవి ఉమని ఎత్తుకుని ముద్దు పెట్టుకుని దించాడు. దూరంగా నిలబడిన జ్యోతి యిదిచూసి క్రుంగిపోయినట్లు అవటం అతను గమనించలేదు.

"స్కూలుకి వెళ్లు ఉమా ! నేను సాయంత్రం వస్తాను" అన్నాడు రవి.

"నాకు బొమ్మలు తెచ్చి పెట్టటం మర్చిపోవుగా !"

"ఉహు" వాగ్దానం చేశాడు.

టీచర్‌తో కలిసి ఉమ వెళ్ళిపోయింది.

రవి పరధ్యానంగా ఒక్క క్షణం అక్కడే నిలబడ్డాడు. ఇంతలో అతని పక్కనుంచి, తలవంచుకుని, జ్యోతి పరుగులాటి నడకతో గబగబా వెళ్లిపోతూ కనిపించింది, రవి ఉలిక్కిపడ్డాడు.

"జ్యోతీ !" వెన్నంటే వచ్చాడు.

జ్యోతి అడుగుల వేగం హెచ్చింది కన్నీరు ఆపుకోటానికి పెదవికొరుతూ విశ్వప్రయత్నం చేస్తోంది.

"జ్యోతీ ! నువ్వు కోర్టుకి వచ్చావా ? ఎప్పుడు ? నేను చూడనే లేదు." అతను ఆదుర్దాగా అడిగాడు.

"మీరిప్పుడు నన్ను చూడగలిగిన స్థితిలో లేరని నాకు తెలుసు !"

"నువ్వు యిక్కడికి ఎందుకు వచ్చావు జ్యోతీ !" బాధగా అడిగాడతను.

"ఎందుకా ! మీ ప్రయోజకత్వం ఏమిటో చెవులారా విని, కళ్లారా చూసి సంతోషిద్దామని."

డ్రైవర్ కారు లాక్‌చేసి టీ తాగటానికి వెళ్ళటంతో, జ్యోతి తప్పనిసరిగా అక్కడ నిలబడాల్సి వచ్చింది.

"నువ్వు విన్నదంతా నిజమేనని నమ్ముతావా ?" అడగలేక అడిగాడతను.

"అబ్బే లేదు, ఒట్టి అబద్ధం అనుకుంటున్నాను. స్వయంగా ఆవిడ కట్టుకున్న భర్త వచ్చి, తన భార్యకూ మీకూ సంబంధం వుందని ఒప్పుకున్న తర్వాతకూడా, నన్నెందుకు ఇంకా మభ్య పెట్టాలని చూస్తున్నారు మీరు ! మీ కన్నబిడ్డ కాకపోతే ఆ పసిబిడ్డ అంత ప్రేమగా, చనువుగా, "డాడీ" అని పిలుస్తుందా ! మీరు అంత ఆత్మీయంగా పలుకుతారా ?"

"జ్యోతీ ! ప్లీజ్ ! నేను వ్రాసిన ఉత్తరం చూసి అర్థం చేసుకుంటా వనుకున్నాను ఎంతో ఆశతో తిరిగి వచ్చాను.

"చాలించండి మీ అమాయకత్వం, పాపం నటనతో నన్ను మోసం చేద్దామనుకున్నారు. మీరు ఫ్యాక్టరీ వంకతో పెళ్లి ఎందుకు వాయిదా వేసారో నాకిప్పుడు అర్థమైంది. ఆ గడువులో మీ గతం నాశనం చేసుకుందామను కున్నారు. కాని సాధ్యం కాలేదు. మీ దురదృష్టమో, నా అదృష్టమో అది బైటపడింది. ఛీ ఛీ! మీలాటి మగవాడు కలలోకూడా, ఏ ఆడపిల్ల జీవితంలోకి రాకూడదు."

"జ్యోతీ ! నువ్వు చాలా ఆవేశంలో వున్నావు. యిప్పుడు నేనేం చెప్పినా నీకు అర్థంగాదు."

"సరే ! నా ఆవేశం తగ్గించుకొంటాను." వాళ్ళందరూ చెప్పిన మాటలు అబద్ధం అని నమ్ముతాను కానీ ఇదంతా అబద్ధం అని, ఆ రోజీకి మీకూ ఎలాటి సంబంధమూ లేదని, ఆ పాప మీకు పుట్టలేదని, ఆమెని వచ్చి కోర్టులో నలుగురి ఎదుటా, భగవద్గీతమీద ప్రమాణంచేసి చెప్పమనండి."

"జ్యోతీ !" అతను అప్రతిభుడైనట్టు చూశాడు.

"ఏం అసంభవమా అది ?"

"కాదు, సరోజ గతంలో నాకు సంబంధం లేకపోయినా, భవిష్యత్తులో వుంది. ఇదంతా బైటకి వచ్చి అల్లరి అయితే సరోజ బ్రతకదు."

జ్యోతి అతన్ని నిరసనగా చూసింది. ఆ కళ్ళు దెబ్బతిన్న తాచులా వున్నాయి.

"హు ! పాపం ! ఎంత బాధ, నేను చెప్పినదానికి మీరు ఒప్పుకోరని నాకు ముందే తెలుసు ! సరే, మీ సరోజని బ్రతికించుకోండి" జ్యోతి అంటుండగానే ఇంతలో డ్రైవర్ రానే వచ్చాడు. జ్యోతి విసురుగా, తలుపు తెరిచి లోపల కూర్చుంది. తలుపుమీద చెయివేసి గట్టిగా ఆపాడు రవి, అతని చూపులు అర్థిస్తున్నట్టుగా వున్నాయి. జ్యోతీ ! ప్లీజ్ ! యిప్పటికే యీ నిందలతో, నిష్ఠూరాలతో నా మనసు తూట్లు పడిపోయింది. నన్ను నువ్వుకూడా బాధ పెట్టకు" అన్నాడు.

"మీరు బాధపడితే ఆదరించి, ఓదార్చేటందుకు ఆవిడ వుందిగా, వెళ్ళండి. మనశ్శాంతి కావల్సినంత దొరుకుతుంది." జ్యోతి రవి చేతిలో నుండి డోర్ లాగి, గట్టిగా శబ్దం అయేలా వేసి, "పోనీ డ్రైవర్" అంది.

కారు స్టార్ట్ అయి వెళ్ళిపోయింది.

రవి భ్రమాన్పడిపోయినట్టుగా నిలబడిపోయాడు.

47

ప్రసాద్ క్లినిక్‌లో సరోజ రోగులకి మందు తాగిస్తోంది. ఇంతలో రవి అక్కడకు వచ్చాడు.

"సరోజా !" అని పిలిచాడు. అతని ముఖం చాలా అలసటగా, వేదనామయంగా వుంది.

సరోజ అతన్ని చూడగానే అయిష్టంగా ముఖం తిప్పుకుంది. జవాబు చెప్పలేదు. అతని పిలుపే విననట్టుగా తనపని తాను చూసుకోసాగింది.

"సరోజా ! నిన్నే. ఒక్క క్షణం యిలా వస్తావా ? నీతో మాట్లాడాలి."

రవి రెండోసారి పిల్చాడు.

సరోజ చేతిలో వున్న మందులు పక్కన టేబిల్‌మీద పెట్టి అతని దగ్గరికి వచ్చింది, ముఖం సీరియస్‌గా వుంది.

"సరోజా –" అతనేదో చెప్పబోయాడు.

"మీకూ నాకూ మధ్య మాటలేవీ లేవు దయచేసి యిక్కడనుంచి వెళ్ళండి. ఇంకెప్పుడూ ఇక్కడికి రావద్దు." సరోజ నిశ్చలంగా, ఖచ్చితంగా చెబుతున్న యీ మాటలు వినగానే రవి దిమ్మెర పోయినట్టు చూశాడు. క్షణంసేపు నోటమాట రానివాడిలా నిలబడిపోయాడు.

"నీకో నమస్కారం. మీరు నిజంగా నా మేలు కోరేవారే అయితే యింకెన్నడూ నాకు కనిపించకండి, వెళ్ళిపొండి."

"సరోజా ! ఈ మాటలు అంటున్నది నువ్వేనా ?" అతను దిగ్భ్రాంతిగా చూశాడు.

"అవును నేనే ! ఈ మాటలు నేను ఎప్పుడో చెప్పాల్సింది !"

"ఎందుకని ? యిప్పుడేమైందని ?"

"ఏమైందా ? ఆ అర్థంలేని మంచితనంతో నన్ను వేధిస్తున్నారు. నలుగురిలో నన్ను తలెత్తుకోనివ్వకుండా చేస్తున్నారు రవీ !" నేను జీవితంలో ఎన్నో దెబ్బలు తిన్నాను. యిక్కడ ఈ వృత్తిలో కాస్త ప్రశాంతంగా వుంటున్నాను. ఈ ప్రశాంతత నాకు దక్కనివ్వమని, నా జోలికి రావద్దని, నా గురించి పట్టించుకోవద్దని మిమ్మల్ని మరీ మరీ ప్రార్థిస్తున్నాను. దయయుంచి నా మాటమీద గౌరవంవుంటే మీరు యిక ఈ ఛాయలకి కూడా రావద్దు. ఉమ సంగతికూడా మీరు పట్టించుకోవద్దు ! మమ్మల్ని మాదారిన వదిలేసేయండి వెళ్ళండి" అంటూ రెండుచేతులు జోడించింది.

"నీ కంతబాధ వద్దు సరోజా ! వెళ్ళిపోతాను. నేను వెళ్లిపోవటమే నీకు మనశ్శాంతి అయితే అలాగే వెళ్ళిపోతాను" రవి చివ్వున వెనక్కి తిరిగి వెళ్ళిపోయాడు.

సరోజ మందులు తీసుకునే గదిలోకి వెళ్లింది. మనసుని తూట్లు పొడుస్తున్న ఆ బాధని యిక భరించలేనట్టుగా, వెక్కి వెక్కి ఏడుస్తూ నోటికి చెయ్యి అడ్డుపెట్టుకొని, ఏడుపు నిగ్రహించు కోటానికి విశ్వప్రయత్నం చేయసాగింది. రోగులను పరీక్షచేస్తూ! ఈ మాటలు విన్న ప్రసాద్ లేచి సరోజ వెనకే లోపలికి వచ్చాడు. అతన్ని చూడగానే సరోజ చప్పున కళ్లు తుడుచుకుని, అల్మరా వైపు తిరిగి అక్కడ మందులు సర్దసాగింది.

"సరోజా ! ఏమిటిది ? నీకేమైనా మతిపోయిందా ? రవితో ఎందుకలా మాట్లాడావు ?" అన్నాడు.

సరోజ సమాధానం చెప్పలేకపోయింది.

"అతను ఎంత బాధతో తిరిగి వెళ్ళాడో తెలుసా ? నువ్వు చేసినపని నాకేం నచ్చలేదు" మందలింపుగా చూశాడు.

"మీకేం తెలియదు డాక్టర్ !" ఏడుపు దిగమింగుతూ అంది.

"ఏం తెలిసినా తెలియకపోయినా రవి నీ క్షేమంకోరే వ్యక్తి అని మాత్రం నాకు బాగా తెలుసు."

"అందుకే నేనుకూడా అతని క్షేమంకోరే యిక్కడకు రావద్దన్నాను. నా మూలంగా అతని జీవితంలో చిచ్చురేగింది. స్వంత తమ్ముడు కోర్టుకి లాగాడు. పరువు, మర్యాద, రచ్చకెక్కినాయి, ప్రేమించి పెళ్ళిచేసుకుందాం అనుకున్న అమ్మాయి మనసు విరిగి దూరం అయింది. ఇదంతా చూస్తూ నాకేం పట్టనట్టు పూరుకోమంటారా ? నావల్ల కావటంలేదు, డాక్టర్ ! నావల్ల కావటంలేదు. అందుకే అతన్ని దూరంగా వుండమని హెచ్చరించాను. ఇది నేను చేసిన తప్పంటారా డాక్టర్ ? మీరు చెప్పండి."

"లేదు సరోజా ! లేదు. నిజం ఎప్పటికైనా బైటకు రాకమానదు, నీ మంచితనం ఒకనాటికైనా వాళ్ళకి తప్పకుండా అర్థమౌతుంది. నువ్వు ధైర్యంగా వుండు. టే కిట్ యీజీ !" అతను అనునయంగా అంటూ ధైర్యం చెప్పాడు.

48

రవి యింట్లో.....

ముందు గదిలో రవి, లాయరు గారయిన రామమూర్తి కూర్చుని వున్నారు.

వాళ్లిద్దరి ముఖాలూ చూస్తే చాలా సేపటినుండి అక్కడ కూర్చుని దేనికోసమో తర్క వితర్కాలు జరుపుకుంటున్నట్టుగా వుంది.

లాయరుగారు చాలా చిరాకుగా వున్నారు.

ఆయన చివరికి విసిగిపోయినట్టుగా, సోఫాలోనుంచి లేస్తూ,

"నేను చెప్పవలసినదంతా మీకు చెప్పాను. ఆ తర్వాత యిక మీ యిష్టం. ఆ అమ్మాయి కోర్టుకి వచ్చి, శేషగిరి అసలు స్వరూపం బయట పెట్టకపోతే మనం ఈ కేసు ఓడిపోవటం ఖాయం. మనకున్న ఒకే ఒక బలమైన సాక్ష్యం సరోజ, ఆమెని మీరు కోర్టుకి రానివ్వను అంటే ఇక ఎవ్వరూ చేయగలిగిందేమీ లేదు. ఆఖరిసారిగా మీ క్షేమం కోరినవాడిగా మళ్ళీ చెబుతున్నాను ఇంకొక్కసారి ఆలోచించు కోండి ! ఆ అమ్మాయి కోర్టుకి వచ్చి సాక్ష్యం చెప్పేలా చూడండి."

రవి తల అడ్డంగా తిప్పాడు.

"అది అసంభవం భానుమూర్తిగారూ ! సరోజని కోర్టుకి పిలిపించే కంటే ఈ దావా ఓడిపోవడానికే నేను సిద్ధంగా వున్నానని యిందాకే చెప్పాను ఇందులో ఆలోచించాల్సిందేమీ లేదు. ఆ మాటకి ఇక తిరుగులేదు"

"అయితే చేతులారా అంత ఆస్తిని వదులుకుంటారా ?"

రవి ముఖం మ్లానమైంది.

"దురదృష్టం ఎదురయినప్పుడు మనం చేయగలిగిందేమీ లేదు."

"ఏమిటండి యిది ! సరోజ తోబుట్టువు లాటిది అన్నారు. ఆమెకీ మీకూ ఏలాటి అక్రమ సంబంధం లేదని మీరే అంటున్నారు, అలాటప్పుడు ఆమె కోర్టుకి వస్తే ఏమౌతుంది?"

"ఆ అమ్మాయి జీవితంలో ఎన్నో ఎదురు దెబ్బలు తింది, ఆ పాత గాయాలన్నీ రేపి చిత్రహింస చేయటం నాకిష్టం లేదు."

"అందుకని బంగారంలాంటి మీ భవిష్యత్తు బూడిద చేసుకుంటానంటారా ! నాకిది ఏమాత్రం నచ్చలేదు."

రవి మౌనంగా వుండిపోయాడు.

"సరే ! యిక యీ కేసు మీద మీరేం ఆశ పెట్టుకోకండి. మనం ఓడిపోయినట్టే ! యింతవరకూ నేను చేపట్టిన ఏ కేసూ ఓడిపోలేదు. ఇందులో ఇంత కుంభకోణం వుందని తెలిస్తే అసలు ఒప్పుకునే వాడినే కాదు. వస్తాను ! ఆయన చరచరా వెళ్లిపోయాడు.

రవి దీర్ఘంగా నిట్టూర్చాడు.

హఠాత్తుగా అతని జీవితం అంతా సమస్యల మయం అయిపోయింది. సరోజ ఉనికి ఎంత రహస్యంగా వుంచాలని అనుకున్నాడో, చిదంబరం పుణ్యమా అని అంత రచ్చకెక్కి పోయింది. అతను శరీరంలో అణువణువూ కూడదీసుకుని ఈ పెనుగాలిని ఎదుర్కోటానికి ప్రయత్నిస్తున్నాడు.

సరోజవచ్చి సాక్ష్యం చెప్పకపోతే కేసు ఓడిపోవడం ఖాయం అన్న సంగతి అతను మొదటే వూహించాడు. అక్షరాలా అదే జరిగింది.

లాయరుగారు వెళ్లిపోగానే, అతను లేచి లోపల గదిలోకి వచ్చాడు. అతనిలో నవనాడులూ కృంగిపోతున్నట్లుగా వుంది. ఒక్క నిమిషం టేబిల్ దగ్గర చేతుల్లో

తల దించుకుని, నిస్సహాయంగా కూర్చున్నాడు. ఎవరేమనుకున్నా, ఏమన్నా, అతనికి కించిత్తు కూడా బాధలేదు. కానీ జ్యోతి ? జ్యోతి తృణీకారం అతను భరించలేకుండా వున్నాడు. జ్యోతి మాటలు అతని హృదయాన్ని తూట్లు తూట్లుగా పొడుస్తున్నాయి. అవి గుర్తుకు వస్తే భరించటం అతని వశం కావటం లేదు.

49

మనోరమ బార్‌లో రాత్రి 10 గంటలు సూచిస్తూ గడియారం గంటలు కొట్టింది. రవి టేబిల్ దగ్గర కూర్చుని, సీసాలో నుంచి గ్లాసులో ఒంపు కుంటున్నాడు. మనసుని ముక్కలు చేస్తున్న ఈ రంపపు కోతని భరించటానికి ఇక అతనికి శక్తి లేదనిపిస్తోంది. ఈ వేదన మింగాలంటే మత్తులోకి జారిపోవటం ఒకటే మార్గం.

రవి రెండు గ్లాసులు ఖాళీచేశాడు. అతనికి ఇప్పుడు కాస్త హాయిగా వుంది. కాస్త శక్తి వచ్చినట్టుగా వుంది. అతనిని దహిస్తున్న దావానలం కొద్దిగా చల్లారినట్టుగా వుంది.

రవి లేచి బిల్ చెల్లించి బైటికి వచ్చాడు. అతను కారులో కూర్చో పోతుంటే బేరర్ బాటిల్ తీసుకుని పరుగెత్తుకు వచ్చాడు. "సార్ యిది కొని అక్కడ మర్చిపోయారు" అంటూ అందించాడు.

రవి తీసుకుని సీటులో పక్కన పెట్టాడు.

కారు ఇంటి ముందుకు వచ్చి ఆగింది. రవి కారు గరాజ్‌లో పెట్టి తాళం తీసి లోపలకు వచ్చాడు. వంటరిగా, శూన్యంగా బావురుమంటున్నట్లు వున్న ఆ యిల్లు చూస్తే అతనికి పిచ్చెక్కినంత పనైంది. కాస్తగా కూడుకుంటున్న మనశ్శాంతి మళ్లీ రూపు లేకుండా మాయమైనట్లు అయింది. మళ్లీ అర్థంగాని ఒంటరితనం, గుండెలు పిండే బాధ, ఎవరికీ ఏమీ చెప్పుకోలేని అశక్తత అతన్ని కృంగదీయసాగాయి.

ఈ బాధకూడా తప్పించుకోవాలంటే ఒకటే మార్గం ! హాయిగా సర్వం మరిపిస్తూ సుఖం యిస్తూ, సేదతీర్చే నిద్ర కొన్ని వారాలనుండి అతనికి కంటిమీద కరువైపోయింది. తన దగ్గరకు లాక్కోవాలని వెర్రి ప్రయత్నం చేస్తున్న మనిషిలా అతను లోపలకువెళ్ళి గ్లాసు తెచ్చుకున్నాడు.

కూర్చుని సీసా తెరిచి, గ్లాసులోకి ఒంపుకుని, ఒక్కొక్క గుక్కే త్రాగ సాగాడు. అతని మనసుని అదిమి పెడుతున్న భారం కాస్త తగ్గి, తేలిక అయిపోయినట్టయింది.

మరో గ్లాసు నింపుకున్నాడతను.

ఇంతలో గదిలోకి ఎవరో వచ్చినట్టు అయింది.

అతను తిరిగి చూశాడు.

గదిలో సరోజ నిలబడి వుంది.

"సరోజా ! నువ్వా ?" అతను తికమకపడ్డాడు.

సరోజ మౌనంగా అతని ముఖాన్నే రెప్పవాల్చకుండా చూస్తోంది. నిద్ర లేమితో అశాంతికి ఆలయంగావున్న అతని కళ్ళక్రింద నల్లటిచారలు కనిపిస్తున్నాయి. దిగమింగుతున్న దావానలం అతన్ని దహించి వేస్తున్నట్టుగా ఆ వేడికి వడిలి వాడిపోయినట్లుగా అతని ముఖం కమిలిపోయింది.

రవి కుర్చీలోనుంచి లేవబోయి, మళ్లీ కూర్చున్నాడు.

"ఏమిటలా వచ్చావు ?" అన్నాడు.

సరోజ మాట్లాడలేదు.

"నిన్నే ! నన్ను రావద్దని ఆంక్ష విధించి నువ్వెందుకు వచ్చావు ?"

రెట్టించినట్టుగా అడిగాడు.

"నువ్వెంత దిగజారిపోయావో కళ్లారా చూసి సంతోషిద్దామని."

సరోజ కంఠం ఆగ్రహంతోపాటు అభిమానం - బాధకూడా తొణికిసలాడుతున్నాయి. శక్తి కూడదీసుకుంటున్నట్టగా అంది.

"నిన్ను ఇట్లా చూడటం నాకు చాలా ఆనందంగా వుంది రవీ ! ఈ రోజు - నా జన్మ తరించినట్లుగా వుంది."

"ఏమిటా మాటలు ? ఇప్పుడు నాకేమైంది ? అలసటగా వుంటే కాస్త తాగుతున్నాను, అంతే. ఇది నాకేం వ్యసనం కాలేదు. నేనేం తాగుబోతుని అవలేదు."

"ఆ రెండూ అవటానికి అట్టే రోజులు పట్టవేమో."

"పోనీ ! అందరినీ పోగొట్టుకున్న వాడిని ! నేనేమైపోతేనేం ?"

"దానికిది పరిష్కారమా ?"

"కాదు ఉపశాంతి" రవి గ్లాసు ఖాళీచేసి టీపాయ్ మీద పెట్టాడు.

సరోజ అతని దగ్గరగా వచ్చింది. చేయి జాచి, అతను టేబిల్‌మీద పెట్టిన గ్లాసు అందుకుంటూ, "అయితే నాక్కూడా పొయ్" అంది.

"సరోజా !"

"అవును రవీ ! ఒకరోజున యీ వంటరితనం అనే భూతం నన్ను పీక్కుతింటుంటే, దాని కోరలునుండి నువ్వు రక్షించావు. నీ బలిష్టమైన చెయ్యి ఆసరాగా వచ్చి నన్ను తప్పించింది, అందుకు శాస్తిగా భగవంతుడు కసితో, నిన్ను ఈ నరకంలోకి నెట్టాడు. నిన్ను యిందులోనుంచి లేవతీయగలిగిన శక్తి నాకు లేదు. అందుకే నన్ను కూడా మళ్లీ ఆ నరకంలోకి రానివ్వ మంటున్నాను.

"సరోజా యిప్పుడు నాకేమైంది ? నేను" అతను లేచి సరోజ చేతిలో గ్లాసు లాక్కున్నాడు.

"ఏం కాలేదూ ?" సరోజ కళ్ళలో చివ్వున నీళ్లు వుబికినాయి. ముఖంలో ఆవేశం పొంగింది. "రవీ నేను ఆనాడే నీకు చెప్పలేదూ ? ఈ సంఘానికి కళ్ళూ, చెవులూ వుండవని, నాలాటి కాలుజారిన ఆడపిల్లకి ఆశ్రయం యిస్తే అయినవాళ్ళూకూడా శత్రువులు అయిపోతారని చెప్పలేదూ నేను చెప్పాను, గట్టిగా హెచ్చరించాను. కానీ నువ్వు నా మాట వినలేదు. ఈ ప్రపంచం మరీ అంత గుడ్డిదికాదన్నావు యీ లోకంలో యింకా మంచి వుందన్నావు, ఫార్వలేదన్నావు. ఎక్కడుంది మంచి ? నీ అండవుంటే నా జీవితం చక్కబడు తుందని నా స్వార్ధమే చూసుకున్నాను గానీ, నిన్నిలా సర్వనాశనం చేస్తానని అనుకోలేదు, అనుకుని వుంటే నీకిలాటి కష్టాలు వస్తాయని ఏ కాస్తయినా తెలిసివుంటే నేను జాగ్రత్త పడేదాన్ని, దూరంగా వుండేదాన్ని."

"అబ్బా ! సరోజా ! నువ్వు కాస్తని గంపంతలా వూహించుకుంటున్నావు.

"లేదు, లేదు. యిన్నాళ్లూ కళ్ళుండికూడా లేనిదానిలా అయాను. నా జీవితం ఎగుడు దిగుళ్ళు దాటి ఒక ఒడ్డుకి వచ్చిందని భ్రమపడుతున్నాను, నాకు కలిగిన శాంతి శాశ్వతం అని మురిసిపోతున్నాను. నాకు తెలుసు, రవీ ! ఈ ప్రపంచంలో కాలుజారిన ఆడది, మళ్ళీ కాలు కూడదీసుకోవటం చాలా కష్టం అని నాకు తెలుసు. ఆ వ్యక్తి బుద్ధి తెచ్చుకుని, సరిగ్గా నడవాలని చూసినా యీ సంఘం ఒప్పుకోదు, అడుగడుక్కీ హేళనలతో, వెక్కిరింతలతో వెన్నుపోటు పొడవటానికి చూస్తూనే వుంటుంది, తెగిన గాలిపటంలా అయిన నా బ్రతుకుని ముళ్ళకంపకి చిక్కుకుని చిరిగి పోకుండా దానికి ఒక బలమైన ఆధారం కల్పించావు. కటిక చీకటిలో కృంగి పోతున్న నాకు, నేనూ ఒక మనిషినే అని తలెత్తుకుని తిరగగల్గే అవకాశం, ధైర్యం కల్పించావు. నా భవిష్యత్తు, నీ భవిష్యత్తుని బలికోరింది. నాకు అండగా నిలబడినందుకు శిక్షగా, బంగారం లాంటి నీ జీవితం బూడిదయిపోతోంది.

నువ్వు నన్ను సరోజగా చూచి, తోబుట్టువులా రక్షణ యిచ్చావు నిజమే ! కానీ ఈ లోకం నువ్వు రోజీని వుంచుకున్నావంటోంది. ఇదంతా కళ్ళారా చూస్తూ, నేను పట్టనట్టు ఎలా వుండగలను ? నన్ను కాదన్నట్టు ఎట్లా భరించను !"

రవి మూగగా నిలబడిపోయాడు. సరోజ చెబుతున్న మాటల్లో ఒక్క అక్షరం కూడా అసత్యం లేదు. అతని మనసు దహించుకుపోతున్నట్టుగా వుంది.

"రవీ ! నేను ఒక నిశ్చయానికి వచ్చాను. మీ లాయర్‌గారి అడ్రస్ యివ్వు ఆయన్ని కలుస్తాను, కోర్టుకి వచ్చి జరిగినదంతా చెబుతాను."

రవి చేతిలో గ్లాసు ఠపీమని నేలకేసి కొట్టాడు ! అది భళ్ళున శబ్దం చేస్తూ ముక్కలు అయింది.

"సరోజా ! నేను పడుతున్న బాధ చాలలేదా ? నన్ను యింకా బాధ పెట్టాలని వచ్చావా నువ్వు."

సరోజ పెదవులమీద ఏడుపు నిండిన చిరునవ్వు కదిలింది.

"బాధా ! నా బాధ నీకేం తెలుస్తుంది ! మంచితనానికి కూడా ఒక హద్దుంది రవీ ! త్యాగానికి కూడా ఒక మితి అంటూ వుంది. నువ్వు చూపే ఈ మంచితనం కంటె, నాకా ఒంటరితనమే నయంగా కనిపిస్తోంది. నా మూలంగా నువ్వు సర్వనాశనం అయిపోతోంటే, నన్ను చూస్తూ వూరుకోమంటావా ? దీనికంతటికీ కారణం నేనూ, నేనూ, నేను. భగవంతుడా ! నేను చచ్చిపోతేగానీ ఈ బాధలు తీరవేమో" సరోజ పక్కకు తిరిగి గోడకేసి తలకొట్టుకుని ఏడవసాగింది.

రవి చప్పున దగ్గరికి వచ్చాడు.

"సరోజా ! ఏమిటిది ? నీకేమైనా మతిపోయిందా ?"

నాదెంత పాపిష్టి బ్రతుకు అయిపోయింది రవీ ! నాకున్న ఒక్క ఆత్మీయుడివి నువ్వు. నిన్ను సర్వనాశనం చేస్తున్నాను. భగవంతుడు నా మీద ఎందుకిలా కసి తీర్చుకుంటున్నాడు ? నేనేం పాపం చేశానని నాకీ శిక్ష !"

రవి సరోజని దగ్గరకు తీసుకున్నాడు.

"సరోజా ! ఏడవకు, బాధపడకు, దావాలో నేను ఓడిపోతే మాత్రమేం ? వేణు గెలుస్తాడు అంతేగా, నా నోట్లో విద్య వుంది, నా జబ్బలో సత్తువ వుంది. నేను బ్రతకలేనేమోనని భయం నాకేం లేదు. నన్ను గురించి నువ్వేం బాధపడకు. ఏదీ బాధపడనని మాట యివ్వు !"

"రవీ " బేలగా చూసింది.

"రవీ !! మరో గావుకేక ఆ గదిలో గర్జించినట్టుగా ప్రతిధ్వనించింద."

సరోజ రవి యిద్దరూ వులిక్కపడి తిరిగి చూశారు.

గుమ్మంలో పురుషోత్తంగారు నిలబడి వున్నారు.

"నాన్నా !" ఆయన్ని చూడగానే రవి ఆశ్చర్యపోయాడు.

"ఎప్పుడొచ్చారు మీరు?" ఆదుర్దాగా ఆయనవైపు వచ్చాడు.

పురుషోత్తంగారిని చూడగానే చకితురాలయిన సరోజ చప్పున తన ముఖం ఆయనకి కనబడనీయకుండా గోడవైపు తిరిగి నిలబడింది.

పురుషోత్తంగారి గుండెలు ఆవేశంతో ఎగసి పడుతున్నాయి. గదిలో క్రిందపడి పగిలివున్న గాజుగ్లాసు, టీపాయ్‌మీద వున్న బాటిల్, తనని చూడగానే బెదిరిపోయినట్టు ముఖం తిప్పుకుని నిలబడిన ఆడపిల్లా, యివన్నీ కలిసి, ఆయన కంటికి మరో అర్థం వచ్చేలా స్ఫురించాయి.

"వూరినుంచి వచ్చేటప్పుడు నాకు ఉత్తరం వ్రాయలేదేం ?" రవి అంటుండగానే అతని చెంప ఛెళ్లుమంది. ఆయన కళ్ళనుంచి అగ్నికణాలు రాలుస్తున్నట్టుగా చూశారు.

రవి అవాక్కయిపోయినట్టు నిలబడిపోయాడు.

ఆయన ఆగ్రహంతో వుక్కిరిబిక్కిరి అయిపోతున్నారు.

"దౌర్భాగ్యుడా ! చివరికి యింతకి తెగించావన్న మాట ! దాన్ని యింటికే తెచ్చుకున్నావా ? రాజా ఉత్తరం వ్రాస్తే నమ్మలేక పోయానురా. రవి నా రక్తం. అలాటివాడు కాదని ఋజువు చేయటానికి నిలుచున్న పళంగా వచ్చాను. నా కొడుకు ఎలాటివాడో భగవంతుడే నాకు ఋజువు చూపించి కళ్లు తెరిచాడు."

"ఆన్నా ! అనవసరంగా ఆవేశపడకండి" రవి నచ్చచెప్పబోయాడు.

"ఆవేశమా ? నాది ఆవేశం అంటున్నావా ? యివాళ దాని అంతు తేలుస్తానురా. దానికి చావు మూడింది కాబట్టే ! ఈ రోజు నా కంటికి చిక్కింది" పురుషోత్తంగారు దూకుడుగా గదిలోకి వచ్చారు.

"నాన్నా ! మీకేం తెలియదు మీరు తొందరపడుతున్నారు" రవి అడ్డు తగిలి వారించ బోయాడు. పురుషోత్తంగారు రవిని విదిలించి . అతని జబ్బపట్టి అవతలకు తోసి, సరోజ దగ్గరకు వచ్చారు.

"ఏమే పాపిష్టిదానా, పచ్చటి జీవితంలో నిప్పులు పోయటానికి, మా ప్రాణాలకి నెవ్వెక్కడ నుంచి దాపురించావే ? రాక్షసీ ! అభం శుభం తెలియని ఆ జ్యోతి నీ ప్రాణానికి వుసూరుమంటూ ఏడుస్తోంది కదే. వాడిని కన్న తండ్రిగా నేను చూస్తూ వూరుకోలేను మర్యాదగా బైటికి నడుస్తావా ! జుట్టుపట్టి యీడవమంటావా ?" ఆయన సరోజ జడ దొరక బుచ్చుకుని గుంజారు.

"నాన్నా, ఏమిటి మీరు చేస్తున్న పని." రవి అడ్డుతగిలి ఆయన చేతుల్నించి సరోజని విడిపించబోయాడు.

"నువ్వు అవతలకి నడు. ఈ రోజు దీన్ని ప్రాణాలతో వదలనురా ! చంపి జైలు కెళ్లటానికైనా నేను సిద్ధంగా వున్నాను. ఏమే - సరోజని బలవంతంగా తనవైపు గుంజి, చెయ్యి ఎత్తిన ఆయన హఠాత్తుగా ఆగిపోయారు.

కళ్ళ నీళ్ళతో, చిగురాకుల్లా కంపిస్తున్న పెదవులతో, యీ అవమానాన్ని ఎంతో సహనంతో భరిస్తున్న సరోజ ఆయనవైపు బీతహరిణిలా చూసింది.

ఆయన కళ్ళు చీకట్లు కమ్మినట్టు అయినాయి. ఒక్క క్షణం తను చూస్తున్నది కలో, యధార్ధమో అర్ధంగాని అయోమయం ఆయన్ని ఆవరించింది.

"సరోజా !" అన్నారు మతిపోయినట్టుగా చూస్తూ.

"అవును, నాన్నా ! సరోజే. లోకం అంతా చంపాలని చూసినా, చావలేక మొండిగా బ్రతుకుతున్న మన సరోజే. సరోజనే మీరీ మాటలన్నీ, అంటోంది." అన్నాడు రవి ఆవేశంగా.

పురుషోత్తంగారి ఎత్తిన చెయ్యి, పట్టు తప్పినట్టుగా క్రిదికి వాలిపోయింది ఆయన కాళ్ళ క్రింద భూమి కంపిస్తున్నట్టుగా అనిపించింది.

"నువ్వు - నువ్వు బ్రతికే వున్నావా అమ్మా !"

"బాబుగారూ !" సరోజ రెండు చేతుల్లో ముఖం దాచుకుని బావురు మంది. ఆయనలో భగ్గుమని మండిన ఆవేశం ఒక్కసారి నీళ్ళు దిమ్మరించినట్టుగా చల్లారిపోయింది.

మాటలు తబడబుతుండగా, అనలేక అన్నారు. "సరోజా ! అయితే ఈ లోకం అంతా రవి జీవితంలో నిప్పులు పోస్తున్నావని తిడుతున్న వ్యక్తివి నువ్వా అమ్మా" ఆయన కంఠం వణికింది.

"బాబుగారూ !" సరోజ చప్పున ఆయన కాళ్ళని పెనవేసుకుంది.

పురుషోత్తంగారు వంగి సరోజని లేవదీశారు.

"నేను కూడా వాళ్ళలో ఒకడిని అయి నిన్ను శపించాను. కానీ, కానీ" ఆయన మాట పూర్తి చేయలేకపోయారు తండ్రి ముఖ కవళికలు చూసి కంగారుపడిన రవి, చప్పున "నాన్నా !" అంటూ దగ్గరికి వచ్చి పట్టుకున్నాడు.

"రవీ" ఆయన పసిపిల్లాడిలా రవి చెయ్యి గట్టిగా పట్టుకున్నారు మరుక్షణంలో స్పృహ తప్పింది.

రవి సరోజ సాయంతో తండ్రిని మంచం దగ్గరకు తీసుకువచ్చి పడుకోబెట్టాడు.

"సరోజా ! నువ్వు యిక్కడే వుండు, నేను ప్రసాద్‌కి ఫోన్ చేస్తాను" అంటూ హాలులోకి పరుగెత్తాడు.

50

ప్రసాద్ నర్సింగ్ హోమ్‌లో.....

పురుషోత్తంగారు బెడ్‌మీద పడుకుని వున్నారు. ఆయనకి హార్ట్ ఎటాక్ వచ్చి తగ్గింది. ఆ రోజున సరోజని చూడగానే, రవి చేతుల్లో ఒదిగి పోయిన ఆయనకి అందరూ అవే ఆఖరి క్షణాలు అనుకున్నారు. కానీ గండం గడిచింది. ఆయన కోలుకున్నారు.

ఈ రెండు రోజులనుంచీ సరోజ ప్రసాద్ యిద్దరూ ఆయన్ని కంటికి రెప్పలా చూస్తున్నారు.

ఆ రోజు సరోజ నర్స్ డ్రెస్‌లో, ఆయన దగ్గర నిలబడి టెంపరేచరు చూస్తోంది ఇంతలో ప్రసాద్ అక్కడికి వచ్చాడు.

"టెంపరేచరు వుందా ?" అని అడిగాడు ప్రసాద్.

"లేదు డాక్టర్" అంది సరోజ.

"రాత్రి ఆ హిస్టీరియా పేషెంట్ ఏమైనా గొడవ చేసిందా ?"

"లేదు, బాగా నిద్రపోయింది."

ఇంతలో అక్కడికి హాస్పిటల్ బాయ్ పరుగెత్తుకు వచ్చాడు.

"నర్స్ ! మూడో నంబరు గదిలో పేషెంట్ వాంతి చేసుకుంటున్నాడు."

"ఇప్పుడే వస్తాను వన్‌మినిట్" అంటూ సరోజ చేతిలో వున్న థర్మామీటర్ అక్కడపెట్టి పరుగెత్తింది.

ప్రసాద్ పురుషోత్తంగారికి ఇంజక్షన్ చేశాడు. నర్సుగా – డాక్టరుగా ఆ యిద్దరినీ తదేకంగా చూస్తున్న ఆయన నిట్టూర్చారు.

"హు ! భగవంతుడి లిఖితం ఎంత విచిత్రం ! మనిషి కోరుకున్న కోరికలని కాకుండా చేయటం ఆయనకో ఆట ? మీ యిద్దరిమీద ఎలాంటి ఆశలు పెట్టుకున్నాను, చివరికి యిలా చూస్తున్నాను" అన్నారు.

ప్రసాద్‌కి ఆయన మనసులో బాధ ఏమిటో బాగానే అర్థమైంది.

"దయచేసి మీరు అలాటి ఆలోచన్లు పెట్టుకోకండి. మనసు బాగుంటేనే ఆరోగ్యం బాగుండేది, మీరు విశ్రాంతి తీసుకోండి !" అని వెళ్లిపోయాడు.

కొద్దిసేపు అయిన తర్వాత సరోజ అక్కడికి వచ్చింది. ముఖం నిండా చెమటలు అలముకుని వున్నాయి. జేబురుమాలు తీసి అద్దుకుంది.

"అయిందమ్మా పని."

"ఆ !"

"ఇలా రామ్మా ! నా దగ్గర కాసేపు కూర్చో !" అన్నారాయన.

సరోజ దగ్గరికి వచ్చి, ఆయన మంచంమీద కూర్చుంది.

ప్రశాంతంగా నిష్కల్మషంగా వున్న ఆ సుందర వదనాన్ని ఆయన రెప్పవాల్చకుండా చూశారు.

"నిన్ను మళ్లీ యిలా కళ్ళారా చూస్తానని అనుకోలేదమ్మా" అన్నారు.

సరోజ ముఖం దించుకుంది.

"మేం వుండికూడా నిన్ను ఆదుకోలేకపోయాం తల్లీ ! అదే నా మనసుని రంపపుకోత కోస్తోంది."

"బాబుగారూ !" సరోజ మృదువుగా వారించింది. మీరలా అనకండి మీలాటి ధర్మాత్ములని కాదని వెళ్ళిపోయిన దురదృష్టానికి నేనే కారణం. ఆ సమయంలో నాకు మంచీచెడూ తెలియలేదు. మీరు నన్ను అంత ప్రేమగా చూసినా, నేనే ఆ విలువని దక్కించుకోలేకపోయాను. మిమ్మల్ని బాధపెట్టి, తీరని అవమానకరంగా తయారయాను. అయినా కూడా మీరు నన్ను అసహ్యించు కోకుండా, మళ్ళీ ఆదరించారు" చివరి మాటలు అంటుంటే సరోజ కంఠం వణికింది. జరిగినదానికి సరోజ చాలా కుమిలిపోతోందని, తమకంటె ఎక్కువ బాధ పడుతోందని, అనుభవజ్ఞుడైన ఆయన మనసు యిట్టే పసిగట్టింది.

"నీకు యిక్కడ బాగా వుందామ్మా ?"

"చాలా బాగుంది. ప్రసాద్‌గారు చాలా సహృదయులు. ఆయన అండతో, యీ హాస్పిటల్లో రోగులకి సేవచేస్తూ, నా జీవితం యిక నిశ్చింతగా వెళ్ళిపోతుంది. నా గురించి యిక నాకే బెంగాలేదు"

ఇంతలో బైట వేణుమాట వినిపించింది.

"పురుషోత్తంగారున్నది ఏ గది, సిష్టర్ ?"

"ఆ గదే వెళ్లండి."

"యిదేనా ?"

"అదే !"

సరోజ మంచం మీదనుంచి లేచివెళ్లి, మందుసీసా తీసి గ్లాసులో పురుషోత్తంగారికి పోయసాగింది.

వేణు లోపలకి వచ్చాడు.

మంచంమీద తండ్రిని చూడగానే ఆదుర్దాగా దగ్గరకు వస్తూ,

"నాన్నా ! ఎలా వుంది?" అన్నాడు.

వేణుని చూడగానే పురుషోత్తంగారికి ఆవేశం పొంగులా వచ్చింది.

"బాగానే వుందిరా ! నువ్వు చేసే ఘనకార్యాలన్నీ చూడటానికి నా ప్రాణం మొండిగా బ్రతుకుతోంది.

"నాన్నా !"

"నాన్నా ! ఆ మాట అనటానికి సిగ్గులేదురా ! నాన్నమీద గౌరవం వుంటే, నాన్న అనేవాడు బ్రతికే వున్నాడని గుర్తువుంటే, నాకు చెప్పకుండా అన్నయ్యమీద దావా వేస్తావుట్రా ? ఏ ముఖం పెట్టుకుని యిక్కడికి వచ్చావురా? అసలెందుకు వచ్చావు ?నాన్న ప్రాణాలలో కూడా సగం భాగం పంచుకుందా మని వచ్చావా !"

"మీరెప్పుడూ యింతే ! అన్నయ్య ఏంచేసినా వాడి పక్షమే నా మాటే వినిపించుకోరు." ముఖం మాడ్చుకున్నాడు వేణు.

"ఏమిటిరా ! నీ మాట విననిది ? దావా వేసేముందు నా కెందుకు చెప్పలేదసలు ?"

"మీకసలే ఒంట్లో బాగుండలేదు, మీవరకూ ఈ గొడవలు రావటం ఎందుకని."

"నువ్వే పరిష్కరించుకుందామనుకున్నా నన్నమాట ! అంటే మొనగాడివి అయిపోయావా ! ఒంట్లో బాగుండని, వయసు వుడిగిన నాన్న ఏం చేస్తాడులే అనేగా నీ ధైర్యం. ఆస్థికోసం దావా వేశాడుట. నీ మొహానికి సిగ్గు లేదుట్రా. ఎక్కడిదిరా నీకు ఆస్థి ? వున్నదంతా వాడికంటే ఎక్కువగా నీ జల్సాలకీ, చదువులకే సరిపోయింది కదురా ! అన్నయ్య రాత్రనకా పగలనకా నిద్రాహారాలు మాని, స్వయంకృషి మీద ఆ ఫ్యాక్టరీని వృద్ధిలోకి తెస్తుంటే, అది నాదీ అంటూ నువ్వు తయారయావా ? కోర్టుకి ఎక్కించి దావా వేస్తావా ? నువ్వు మనిషివేనా అసలు ?

"నాన్నా ! నేను దావా వేసింది కేవలం ఆస్థి కోసమేనని మీరు అను కుంటున్నారా !" ఆవేశంగా అడిగాడు.

"మరి దేనికిరా ? దేనికోసం వాడిని కోర్టుకి లాగావు ? దేనికోసం వాడిని నడిబజారులోకి యీడ్చావు ?"

"అన్నయ్య ప్రవర్తన దారితప్పింది." నసిగాడు నెమ్మదిగా.

"నోర్ముయ్, అందుకని నువ్వు దారిలో పెడదామనుకున్నావా ! దాని కోసం దావా వేస్తావుట్రా ! ఏమిట్రా వాడు చేసిన తప్పు ? ఒక నిర్భాగ్యురాలైన ఆడపిల్లకి ఆశ్రయం యిచ్చాడు. అదేగా వాడు చేసిన నేరం ! అంతేగా"

"అంతేనని మీకు చెప్పి వుంటాడు. మీరు అది నమ్మేసి నా మీద ఎగురుతున్నారు" వేణు రోషంగా చూశాడు.

"అంతకంటే చాలా వుందని ఎవరు చెప్పారురా మీకు ? మీ మామయ్య నూరిపోశాడు అంతేనా ?"

"అనవసరంగా మామయ్యని అనకండి. ఒక్క మామయ్యేకాదు ! లోకం అంతా చెప్పుకుంటోంది."

చెప్పుడు మాటలు విని కొంపమీదికి ఏదో ఒకటి తేవటం నీకు చిన్నప్పటి నుంచీ అలవాటేగా, వూళ్లో వాళ్లందరూ నీ ఆప్తులు అనుకుంటావు ! లోకానికి కళ్లు లేవురా గాడిదా ? చూడరా అన్నయ్య చేరదీసి, ఆస్థి అంతా తగలేస్తున్నాడని అంటున్నావే. ఆ అమ్మాయి ఇదుగో ఇక్కడే వుంది. నీ కళ్లతో నువ్వు చూసి మాట్లాడరా?" పురుషోత్తంగారు సరోజని చెయిపట్టి లాగి ఇటు తిప్పాడు.

"సరోజా !" వేణు దిమ్మెరపోయినట్టు చూశాడు.

"అవున్రా సరోజ ! ఎవర్రా ఈ సరోజ ? నిన్ను కనగానే మీ అమ్మపోతే, నిన్ను కన్నబిడ్డకంటే ఎక్కువగా సాకిన మన వంట మనిషి లక్ష్మి కూతుర్రా."

వేణు తికమక పడిపోయాడు. ఇదేమిటి ? ఈ సరోజనా అన్నయ్య చేరదీసింది. సరోజ చచ్చిపోయిందని అందరూ అనుకున్నారుగా. సరోజ బ్రతికి ఎలా వచ్చింది ? రోజీ సరోజ ఎలా అయింది.

"నాన్నా !" అతను కంగారుపడ్డాడు.

"ఈ దురదృష్టవంతురాలి జీవితం చిన్నాభిన్నం అయితే ఆదుకోవటంరా అన్నయ్యచేసిన తప్పు ! దానికోసం లోకం కాకుల్లా పొడుస్తుంటే ! నిజానిజాలు తెలుసుకోకుండా, వాళ్ళతోపాటు నువ్వుకూడా ఏకమైనావు, మాట్లాడవేంరా దౌర్భాగ్యుడా!"

ఇంతలో మందులుకొని రవి అక్కడికి వచ్చాడు. తల దించుకుని మౌనంగా నిలబడిపోయిన వేణూని చూస్తూ, "వాడేం మాట్లాడుతాడు నాన్నా! వాడికిప్పుడు కళ్ళు, చెవులు, నోరు అన్నీ వాడి మామగారే. ఆయనెంత చెబితే అంత."

వేణు అన్నగారి వైపు తిరిగాడు.

"అన్నయ్యా ! నన్ను క్షమించు. అందరూ ఎవరో డాన్సర్ రోజీ రోజీ అంటుంటే, నిజమే కాబోలు అనుకున్నాను ఆ రోజీ మన సరోజే నని అనుకోలేకపోయాను.

"నేను చెప్పాలని ప్రయత్నించినా నువ్వు నా కంటికి కనిపిస్తేనా ? నన్ను చూస్తేనే పెద్ద శత్రువులా తొలగిపోతున్నావయ్యే" అన్నాడు రవి.

"క్షమించన్నయ్యా ! నీ క్షేమం కోరుతున్నాననే భ్రమలో అలా పిచ్చిగా చేశాను అంతేగానీ, ఆస్థి మీద కన్నువేసి కాదు."

"ఆస్థి అంతా నీకు వస్తుందంటే నాకేం బాధ లేదురా. అది కాస్తా చేతికి రాగానే వున్నదంతా మీ మామయ్య కాజేసి నిన్ను బికారిని చేస్తాడేమోనని నా భయం.

"అలా ఎన్నటికీ జరగదు, జరగనివ్వను విను, నా కంఠంలో ప్రాణం వుండగా అలా జరుగదు."

"నీ మొహం"

"లేదన్నయ్యా ఇప్పుడు ఈ వేణు వేరు. నువ్వే చూస్తావుగా ! నా వల్ల నీకు వచ్చిన ఈ ఇబ్బంది, నా వల్లనే తొలగిపోవాలి." వేణు రయ్న వెళ్ళిపోయాడు.

51

రాజారావుగారింట్లో-

లాన్‌లో జ్యోతి-వేణు కూర్చుని వున్నారు.

"ఏమిటి వేణూ నువ్వు చెప్పేది నిజమా ?" జ్యోతి పాలిపోయిన ముఖంతో అంది.

"భగవంతుడి సాక్షిగా చెబుతున్నాను జ్యోతీ ! మా వంట మనిషి లక్ష్మి పోయిన తర్వాత సరోజ చిన్నప్పటినుంచీ మాతో కలిసిమెలిసి పెరిగింది. అన్నయ్య - నేను ఆ అమ్మాయిని స్వంత చెల్లెలిలా చూసేవాళ్లం. ఆ అమ్మాయే ఈ అమ్మాయి అని నేను కలలోకూడా అనుకోలేదు. అసలు దీనికంతటికి కారణం మా మామయ్య. ఆ తాగుబోతు వెధవను ముందు వెళ్లి పళ్లు రాలగొట్టాలి.

"తాగుబోతు ఎవరు వేణూ ?

"అతనే జ్యోతీ ! ఆ శేషగిరి. సరోజకి మా నాన్న మంచి సంబంధం చూసి పెళ్ళి చేయాలనుకుంటే, కల్లబొల్లి కబుర్లు చెప్పి సరోజని మా ఇంట్లోంచి లేవదీసుకు పోయాడు. తర్వాత ఏమైందో ఏమో ! సరోజ ఆత్మ హత్య చేసుకుంటున్నాని ఉత్తరం వ్రాసింది. మేం ఎంత వెదికినా కనిపించలేదు. మేం చచ్చిపోయిందనే అనుకున్నాం. కానీ సరోజ బ్రతికే వుంది. మా అన్నయ్యకి ఎప్పుడు కనిపించిందో తెలియదు. అన్నయ్య పాపం సరోజమీద సానుభూతితో, ఆ బేబీని చేరదీసి, సరోజని గురించిన మంచిచెడులు తనమీద వేసుకున్నాడు. నేను బి.యస్.గిరి అంటే ఇంకెవరో అనుకున్నాను. డాన్సర్ రోజీ అతని భార్యా కాబోలు ! మా అన్నయ్యని వలలో వేసుకుందేమోనని భయపడ్డాను. ఈ బి.యస్.గిరి, శేషగిరి అనినేను తెలుసుకోకపోవటంతో వచ్చింది. యీ చిక్కంతా ! నేను శేసగిరిపేరు విన్నానే కానీ అతన్ని చూడలేదు.

"ఇదంతా మీ అన్నయ్య కోర్టులో చెప్పస్తే పోయేదిగా వేణూ ?"

"ఎలా చెబుతాడు జ్యోతీ ! కోర్టుకి ఎక్కితే సరోజ ఇంట్లోంచి వెళ్ళిపోయిన వైనం అంతా బైటికి వస్తుంది. ఆమె జీవితం రచ్చకెక్కుతుంది, అది అన్నయ్య కిష్టంలేదు.

"యిప్పుడేం చేస్తావు మరి ?"

"ఏం చేస్తాను ? సరాసరి లాయరుగారి దగ్గరకు వెళ్లి కేసు ఉపసంహరించు కుంటున్నానని చెబుతాను" వేణు లేచాడు. వెళ్లబోతూ ఆగి, తటపటాయింపుగా అన్నాడు.

"జ్యోతీ నువ్వు ఒక్కసారి అన్నయ్యకి ఫోన్‌చేసి మాట్లాడకూడదూ ?"

"నేనా ! ఏం మొహం పెట్టుకుని మాట్లాడను ? నేనుకూడా మీలో ఒకదాన్ని అయి ఆయన్ని వేధించాను. మీ అందరికంటె నేనే ఎక్కువ బాధపెట్టానేమో ! ఆయనకి అండగా వుండాల్సిన సమయంలో, దూరం అయాను. ఈర్ష్యతో మతి పోయి, పిచ్చెక్కిన దానిలా చేశాను. ఆయన యిప్పుడు నా ముఖం చూస్తారా ?"

"నువ్వు ఫోన్‌చేసి చూడు జ్యోతీ ? అన్నయ్య సంతోషిస్తాడనే నా నమ్మకం" అన్నాడు. జ్యోతి వేణు వెళ్లిపోయిన తర్వాత చాలాసేపు అక్కడే ఆలోచనగా కూర్చుండిపోయింది.

52

"ఏమిటి ! రమ్మనమని పిలిచారుట." శేషగిరి చిదంబరం ఎదుటికి వచ్చి నమస్కరిస్తూ అన్నాడు.

"ఈ మధ్య, చిదంబరం పుణ్యమా అని అతని తాగుడికి, తిండికి, జూదానికి లోటులేకుండా కులాసాగా గడుస్తోంది.

"ఏమైనా డబ్బుంటే పడెయ్యండి" అన్నాడు సిగరెట్ వెలిగిస్తూ.

"కూర్చో, నీతో మాట్లాడాలి."

శేషగిరి బుద్ధిమంతుడిలా కూర్చున్నాడు.

"ఉండు ఇప్పుడే వస్తాను" చిదంబరం లేచి లోపలకు వెళ్లాడు, కొయ్య పెట్టెలో భద్రంగా దాచిన సీసా, గ్లాసు తెచ్చి శేషగిరి ముందు పెట్టాడు.

అది చూడగానే అతని ముఖం వికసించింది.

గ్లాసులో పోసుకుంటూ 'చెప్పండి' అన్నాడు.

"ఏం చెప్పమంటావు ? మన నోట్లో రాయిపడింది మనిద్దరం జైలుకెళ్ళే ప్రమాదం వచ్చింది" చిదంబరం ఏడుపు ముఖం పెట్టాడు.

"చాలించండి మీ వేళాకోళాలు, జైలుకి వెళ్ళినా నేను వెళతానుగానీ, మీరెక్కడ వస్తారు."

"వేళాకోళం కాదయ్యా బాబూ! నిజంగా చెబుతున్నాను. మా వేణుగాడు కోర్టులో కేసు ఉపసంహరించుకుంటాట్ట".

"ఎందుకని ?"

"ఏమో ! ఆ సరోజ - రవి యిద్దరూ ఏం నూరిపోశారో ఏమో ! నిన్న వచ్చి నా మీద ఎగిరాడు. ఆ సరోజ చాలా మంచిదట ! వాళ్ల అన్నయ్య అంతకంటె మంచివాడుట."

"అయితే మనమేనా చెడ్డవాళ్ళం."

"అట్లాగే అంటున్నాడు. అంతేకాదుట ! నువ్వు కోర్టులో చెప్పినవన్నీ పచ్చి అబద్ధాలుట ! నేను ఫ్యాక్టరీలో డబ్బంతా కాజేశానుట మనిద్దరి మీద కేసుపెట్టి, ఋజువులు చూపించి, జైలుకి పంపిస్తాడుట."

"ఏడిచాడు !"

"నువ్వన్నంత తేలికగా తీసిపారెయ్యకు మరి."

"నన్ను జైలులో తోయించటానికి నేను వాళ్ళకి దొరికితే కదా, సరే ! ముందే ఈ వార్త చెప్పి పుణ్యం కట్టుకున్నారు. మీ కడుపు చల్లగా, యింకాస్త డబ్బు పడెయ్యండి. ఇక ఈ చుట్టుపక్కల వుండను"

"అంటే-నీ దోవ నువ్వు చూసుకుంటున్నావన్న మాట ! అంతేగా !"

"మీ దోవ మీరు చూసుకోండి. యిలాటి చిక్కులు ఎదురైనప్పుడు పలాయనమంత్రం ఒకటే మార్గం."

"అయితే వెళ్ళు," చిదంబరం కోపంగా చూశాడు.

"కోర్టులో సాక్ష్యం చెప్పినందుకు మీరు యిస్తానన్న మిగతా డబ్బు పడెయ్యండి నాకు."

"కేసు మనం గెలిచి ఏడిస్తే కద !"

"అదంతా నా కనవసరం. సాక్ష్యం కావాలన్నారు, చెప్పాను. మీ వేణు కేసు వుపసంహరించుకుంటే నేనేం చెయ్యను ? అది నా తప్పా ? నా డబ్బు నాకు పారెయ్యండి."

"యిప్పుడు నా దగ్గరలేదు. ఏం చెయ్యమంటావు ?" చిదంబరం మొండిగా అన్నాడు. శేషగిరి తాగిన మైకం తలకి ఎక్కింది. ఎరుపెక్కిన కళ్ళతో క్రోధంగా చూశాడు.

"ఏం నాతో నవ్వులాటగా వుందా ! డబ్బు కక్కించగలను నీచేత" అంటూ లేచాడు. చిదంబరం భయపడ్డాడు. ఈ తాగుబోతు వెధవతో తగాదాపడి ప్రయోజనం లేదనుకున్నాడు. చెయ్యిపట్టి లాగి కూర్చోబెడుతూ, కాస్త గుర్రాన్ని కట్టేయవయ్యా!

యిబ్బంది వచ్చినప్పుడు ఒకరిని ఒకరు సంప్రదించుకుని సర్దుబాటు చేసుకోవాలా? పద్దూ ! నీకు ఎంతసేపూ డబ్బో డబ్బో అని ఒరవేగోల ! పాతికా, పరకతో జీవితం గడుస్తుందోయ్. ఒకేసారి లక్షో అరలక్షో సంపాయించాలి గాని" అన్నాడు.

"వచ్చే మార్గం మీరు చెప్పండి" శేషగిరి చేతులు జోడించాడు.

"బుద్ధి నాది. కష్టం నీది. వచ్చిన దాంట్లో యిద్దరికీ చెరి సగం సరేనా!"

"మీకు చెప్పింది నేనెప్పుడు కాదన్నాను."

"వేణుగాడు కోర్టులో కేసు వుపసంహరించుకొంటే మనకేం ? ఈ ఫ్యాక్టరీ మనకి రావాలంటే కీలకం ఒకటి వుంది."

"చెప్పండి, ఏమిటది ?"

"శ్రద్ధగా విను ! అసలు యీ ఫ్యాక్టరీ ఎవరిది ? ఎక్కడనుంచి వచ్చింది ? నీ భార్య సరోజది ఆమె తన డబ్బు అంతా దీనికి పెట్టింది. మనం ఎలాగయినా సరే సరోజని మనవైపు లాక్కుని, రవి మీద దావా వేయాలి ? 'నా భార్య సంపాదన యిది నాకు చెందాలి' అంటూ నువ్వు కోర్టుకెక్కాలి. అతని మీద ఎదురు దెబ్బ తీయాలి. యిదంతా జరిగేది ఎప్పుడంటే సరోజని నువ్వు...."

"వాళ్ల దగ్గర నుంచి లాక్కు వచ్చినప్పుడు అంటారు అంతేగా ?"

"కరెక్ట్ ! నీ బుర్ర అమోఘం గిరీ రేపు సాయంత్రం లోపల నువ్వెలాగైనా సరే సరోజని మన దగ్గిరకు తీసుకురా ! తర్వాత నాటకం అంతా నేను నడిపిస్తాను .సరోజని నువ్వు తీసుకు వచ్చావంటే యింక ఆ ఫ్యాక్టరీ మనది. నువ్వు దాని పొప్రయిటర్‌వి ! నేను నీ మేనేజర్‌ని !"

"పని చెప్పేసారుగా యిక మీరు నిశ్చింతగా వుండండి.

"సరోజ రావటానికి యిష్టపడుతుందంటావా ?"

"ఏడిసింది ! నేను తలుచుకున్న తర్వాత దాని యిష్టా యిష్టాలు ఎవడికి కావాలి ?"

"రవి అడ్డువస్తే ?"

"బుద్ధి చెబుతాను !"

"సరోజ రానంటే !"

"సఫా జేస్తాను అది రానంటే - దాన్ని చంపి శవాన్నయినా తెస్తాను గానీ, వూరికేమాత్రం రాను. శేషగిరి మాటంటే మాటే !"

"భేష్ ! మగాడిలా మాట్లాడావు. అట్లా వుండాలి." చిదంబరం లేచి లోపలికి వెళ్ళి, వుత్తరీయం చాటున 500 రూ. తెచ్చి అతనిచేతిలో పెట్టాడు.

"ధర్మాత్ములు. మీరు పరిచయం అవటం నా అదృష్టం" శేషగిరి నమస్కరించి వెళ్లిపోయాడు.

చిదంబరం పెదవులమీద చిరునవ్వు కదిలింది.

53

నర్సింగ్ హోమ్‌లో –

పురుషోత్తంగారు బెడ్‌మీద కూర్చుని పుస్తకం తిరగేస్తున్నారు.

సరోజ ఆయన గదిలోకి వచ్చింది. సరోజ ముఖంనిండా చిరు చెమటలు అలముకొని వున్నాయి. గదిలోకి రాగానే, వుస్సురంటూ, అలసటగా ముఖాన పట్టిన చెమటలు తుడుచుకుంది.

"ఏమ్మా ! ఈ రోజు ఆ కొత్త పేషెంట్‌తో మీకు క్షణం తీరుబడి లేనట్టు అయింది కదూ" అన్నారాయన.

"అవును బాబుగారూ అభాగ్యురాలు భర్త - అత్తగారితో బాధలు పడలేక కిరసనాయిలు పోసుకుని ఆత్మహత్య చేసుకోవటానికి ప్రయత్నించింది. కళ్ళు బాగా కాలిపోయాయి. కోమాలో వుంది బ్రతుకుతుందనే ఆశలేదు. పాపం యిద్దరు పిల్లలు. ముక్కుపచ్చలారని చిన్నవాళ్లు" సరోజ కంఠం కంపించింది.

పురుషోత్తంగారు నిట్టూర్చారు. "యీ ప్రపంచంలో, యీ మనుష్యులకి ఎన్నిరకాల కష్టాలమ్మా. ఒక్కొక్కరికీ ఒక్కొక్క బాధ."

"బాబుగారు ! ఆడపిల్ల తెలిసో, తెలియకో ఏ భ్రమలోనో పడి ఏ కారణం చేతనో, ఒకసారి పెళ్ళయిన తర్వాత ఆ వ్యక్తితో కలిసి బ్రతకలేకపోతే ఆ అమ్మాయి జీవితానికి ఇంక విముక్తి అనేదే లేదా ? ఆ వ్యక్తికి దూరంగా వచ్చి బ్రతికే మార్గమే లేదా ?"

"వుందమ్మా, ఎందుకులేదు ? కానీ అలాటి జీవితం ఎదురైన ఆడపిల్లకి మనస్థయిర్యం కావాలి."

"అవును బాబుగారూ ! ఎంత మనోనిబ్బరం వున్నా, నా అనే ఆత్మీయుల అండకూడా కావాలి, అది వుంటే, ఎన్ని బాధలున్నా, కాస్త వూరటగా వుంటుంది.

ధైర్యం చిక్కుతుంది. వస్తాను. పేషెంట్స్ టెంపరేచర్ నోట్ చేయాలి. ఇప్పుడు మీకేం అవసరం లేదుగా ?"

"ఏం వద్దు తల్లీ ! నువ్వు మధ్యాహ్నం భోజనం చేసినట్టులేదు అక్కడ యాపిల్స్ వున్నాయి. తిని వెళ్ళు."

"యిప్పుడేం వద్దు. ఇప్పుడే టీ తాగాను. సరోజ గదిలోనుంచి బయటికి వచ్చింది.

అప్పటికే అక్కడికి వచ్చి గుమ్మం పక్కన పొంచి నిలబడి సరోజ రాకకోసం ఎదురుచూస్తున్న శేషగిరి సరోజ గుమ్మం బైటికి అడుగు పెట్టగానే చటుక్కున చెయ్యి గట్టిగా పట్టుకున్నాడు.

అతన్ని చూడగానే సరోజ కెవ్వుమంది.

సరోజ కేక వినగానే, పురుషోత్తంగారు మంచంమీదనుంచి లేచారు.

శేషగిరి సరోజని అరవనీయకుండా నోరు మూయాలని చూసాడు కానీ సాధ్యం కాలేదు.

సరోజ గిలగిలలాడుతూ, అతని చేతిలోనుంచి తప్పించుకోటానికి విశ్వ ప్రయత్నం చేస్తోంది.

"ఇంకెన్నాళ్ళుంటావే ఈ వేషంలో ? చాలించి నాతో రా ! నడువు" అంటూ కళ్ళెర్ర చేశాడు.

ఛీ-ఛీ ! వదులు, వదులు "సరోజ పెనుగులాడి అతని చేతులు వదిలించుకుని "బాబుగారూ !" అంటూ వెనక్కు తిరిగి గదిలోకి పారిపోయి వచ్చింది.

శేషగిరి సరోజ వెనకే గదిలోకి పరుగెత్తుకు వచ్చాడు.

"నిన్ను వదలనే ఇంక ఇన్నాళ్ళూ నీతో వుపయోగం లేదని వదిలేశాను నీతో చాలా ఉపయోగం వుందని యివాళే తెలుసుకున్నాను." శేషగిరి సరోజని పట్టుకోబోయాడు.

పులిని చూసిన మేకలా అయిన సరోజ పురుషోత్తంగారి వెనక్కు వెళ్ళి దాక్కుంది. గడ్డం మాసి, పొట్ట పెరిగిన శేసగిరిని ఆయన వెంటనే గుర్తు పట్టలేకపోయారు.

"ఎవడ్రా నువ్వు ?" అంటూ కోపంగా గద్దించారు.

"ఎవడినా ? దాని మొగుణ్ణి."

"నోర్మూయ్ ! సరోజ మీద చేయి వేశావా చంపేస్తాను. మర్యాదగా బయటికి వెళ్తావా లేదా ? పో !" అని గద్దించాడు.

"ఏడిచావు ! ముసలి పీనుగా ! ఒంటిమీద చెయ్యి వేశావంటే ఆవులిస్తావు, మంచినీళ్లు కూడా అడగవు మళ్లీ రా ! రావే !" సరోజ చెయ్యి పట్టి గుంజాడు.

"బాబుగారూ !" సరోజ పురుషోత్తంగారి చేయి గట్టిగా పట్టుకొని వదలలేదు.

"బాబూ లేదు, అమ్మా లేదు, నడువు."

పురుషోత్తంగారు ఇక సహించలేనట్టు, శేషగిరి చేతిమీద గట్టిగా కొట్టారు.

శేషగిరి కోపంగా, ఆయన భుజాలు పట్టి విసురుగా తోశాడు.

ఆయన ఆ తోపుకి వెళ్లి మంచంమీద పడ్డారు.

సరోజిని బలంగా పట్టుకుని, నెడుతూ, గుమ్మం వైపు తిరిగిన గిరికి గదిలో అడుగు పెడుతూ రవి కనిపించాడు.

గదిలో శేషగిరి, అతనిచేతిలో సరోజని చూడగానే అతను చకితు డయాడు.

"గిరీ ! ఆగు ఏమిటది ?" అన్నాడు ఎదురుగా వస్తూ.

"మర్యాదగా అడ్డంలే, నా పెళ్లాన్ని తీసుకు వెళుతున్నాను. శేషగిరి క్రోధంగా చూశాడు.

"ఎక్కడికి ? ఏమిటా దౌర్జన్యం ?"

"ఎక్కడికా ? తాకట్టు పెట్టుకోటానికి ! లేకోతే నడిబజారులో పెట్టి అమ్ముకోటానికి ! అదీ కుదరకపోతే నరికి పాతరవేయటానికి."

"సరోజన్ని వదలు నువ్వు ?"

"వదలను, యిన్నాళ్ళూ నీ ఆటలు సాగాయి. యిక సాగవు ! యిది నా పెళ్లాం, నాతో వుండాల్సిందే. తీసుకువెళ్లకుండా నువ్వు నన్ను ఆపలేవు ! అడ్డంలే!!"

రవి ఒక అడుగు ముందుకు వేసి, గిరిని చాచి కొట్టాడు.

శేషగిరి కళ్లు గిర్రున తిరిగినంత పనైంది. తూలి పడబోయి నిగ్రహించు కున్నాడు.

ఈ అదటుతో సరోజ అతని చేతినుంచి విడిపించుకునిపోయి "బాబు గారూ!" అంటూ, అక్కడికి వస్తున్న పురుషోత్తాన్ని కరుచుకుపోయింది.

ఇంతలో ఈ గలభా విని, హాస్పిటల్ బాయిస్ పరుగెత్తుకు వచ్చారు. రవి శేషగిరిని వాళ్ళకి అప్పగిస్తూ "యితన్ని బైటికి నెట్టండి. ఈ హాస్పిటల్లోకి మళ్ళీ అడుగు పెట్టనివ్వకండి" అన్నాడు.

బాయిస్ యిద్దరూ శేషగిరి చేతులు కదలకుండా బంధించి అతన్ని బలంగా, బైటకి ఈడ్చుకు పోయారు.

వెళ్లిపోతున్న శేషగిరి, హాస్పిటల్ కప్పు ఎగిరిపోయేలా రంకెలు వేయ సాగాడు.

"ఒరేయ్ రవీ ! నా పెళ్ళాన్ని నాకు కాకుండా చేసింది చాలక నన్ను కొడ్తావుట్రా, వురేయ్, వురేయ్, నీ అంతు తేలుస్తాను ! నీ రక్తం కళ్ళ చూస్తాన్రా, నేను మళ్లీ వస్తాను. నా కంఠంలో ప్రాణం వుండగా దాన్ని వదలను. దాని మొదగుడిని నేనురా, అది నాతో వుండాల్సిందే !" అతని అరుపులకి హాస్పిటల్ అంతా ప్రతిధ్వనించిపోయింది.

పురుషోత్తంగారి చేతుల్లో గువ్వలా ఒదిగిపోయిన సరోజ చిగురుటాకులా కంపిస్తోంది.

"బాబుగారూ ! అతను నన్ను బ్రతకనివ్వడు, మళ్ళీ వస్తాడు. నన్ను వదలడు. నాకు తెలుసు, నాకెలాగో అతని చేతుల్లో చావు వ్రాసి వుంది" అంటూ ఏడవ సాగింది.

"ఏడవకమ్మా, ఏడవకు, ఈ రాక్షసుడి గురించి యిన్నాళ్లూ విన్నానేగాని, యిప్పుడు కళ్ళారా చూశాను."

"బాబుగారూ !"

పురుషోత్తంగారు సరోజ వెన్నుమీద చేయివేసి నిమిరారు.

"నీ జీవితం ఎందుకిలా చితికిపోయిందో, నువ్వు మూగగా, ఎందుకిలా కుమిలిపోతున్నావో, యిప్పుడర్థం అయిందమ్మా ! వూరుకో ఏడవకు మా తల్లిగా, నువ్విప్పుడు వంటరిదానవు గాదు. నీకు రవి అనే తోబుట్టువు వున్నాడు, తండ్రిలాటి నేనున్నాను ! ప్రసాద్ వున్నాడు.మేం అందరం వుండగా, శేషగిరి నిన్నేం చేస్తాడమ్మా? ఏం చేయలేడు" అన్నారాయన దృఢంగా.

"శేషగిరిని ఎదుర్కోవటం నేర్చుకోవాలిగాని, అలా పిరికిదానిలా భయ డపతావేం సరోజా ! నీ భయం అతనికి మరింత అలుసు అవుతుంది" అన్నాడు రవి.

54

రాజారావుగారు పురుషోత్తానికి చాలా సుస్తీ చేసిందని, హాస్పిటల్లో వున్నాడని తెలిసి కూతురితో చూడటానికి వచ్చారు.

కొద్దిసేపటి క్రితం శేషగిరి గొడవతో ఉక్కిరి బిక్కిరి అయిన ఆయనకి ప్రసాద్ ఇంజక్షన్ యిచ్చి, బాగా విశ్రాంతి తీసుకోమని, మంచం మీదనుంచి లేవటానికి వీల్లేదని హెచ్చరించాడు.

రాజారావుగారు, జ్యోతీ కారు దిగి లోపలకు వస్తుంటే, ప్రసాద్ విజిట్స్‌కి వెళుతూ వాకిట్లోనే ఎదురయాడు.

రాజారావుగారు ప్రసాద్‌ని పురుషోత్తంగారి ఆరోగ్యం గురించి ఆరా తీశారు. ఆయన ఏ మాత్రం వుద్రేకానికి లోనయినా, ప్రమాదం అని చెప్పాడు.

రాజారావుగారు పురుషోత్తంగారున్న గదిలోకి వచ్చాడు.

పురుషోత్తంగారు ఆయన్ని చూడగానే, చిన్నపిల్లాడిలా, "రాజా ! వచ్చావురా" అంటూ కౌగలించుకున్నారు.

"చూడరా, ఆ వేణుకి బుద్ధి లేకపోవటంవల్ల ఈ సంసారం అంతా ఎలా బైటపడిందో, మామగారు చెప్పిన మాటలు విని, మమ్మల్ని నడివీధిలో నిలబెట్టాడు దౌర్భాగ్యుడు ?" అన్నాడు ఆవేశంగా.

"అదంతా యిప్పుడు ఎందుకులేరా ? నువ్వు బాగా విశ్రాంతి తీసుకో" రాజారావుగారు అనునయించారు.

"ఒకటే విశ్రాంతి, నేను చచ్చిపోయిన తర్వాతనే విశ్రాంతి !"

"ఛ ఛ ! అవేం మాటలురా !"

"నీకు తెలియదు రాజా ! నేను లోలోపల ఎంత దావానలం మింగుతున్నానో."

ఇంతలో రవి అక్కడికి వచ్చాడు.

జ్యోతి, అతను ముఖాలు చూసుకున్నారే గాని మాట్లాడలేదు.

రవి ఏదో పని వున్నట్లు అక్కడనుంచి వెళ్ళిపోయాడు.

రాజారావుగారు, పురుషోత్తంగారు యిద్దరూ మాట్లాడుకుంటున్నారు.

జ్యోతి కూడా అక్కడనుంచి లేచివచ్చింది.

రవి ప్రసాద్ రూమ్‌లో నిలబడి వున్నాడు. జ్యోతి వెనకగా ఎప్పుడు వచ్చిందో అతను చూడనేలేదు.

పేపరు చూస్తూ నిలబడిన రవి దగ్గరికి వెళ్లటానికి ఒక అడుగు ముందుకు వేసింది, అంతలోనే తటపటాయింపుగా ఆగిపోయింది.

"రవీ !" పిలవలేక పిలిచింది.

రవి చటుక్కున పేపరు తీసి చూశాడు.

"జ్యోతీ నువ్వా ! అక్కడే నిలబడ్డావేం ? లోపలికి రా" ఎంతో మామూలుగా మాట్లాడటానికి ప్రయత్నిస్తూ అన్నాడు.

జ్యోతి లోపలికి వచ్చింది.

క్షణంసేపు అతని ముఖంలోకి తదేకంగా చూసింది.

అతని గుండెల్లో బాధలాటిది మెలిక తిరుగుతోంది.

ఇద్దరూ మౌనంగా నిలబడిపోయారు.

"రవీ నన్ను - నన్ను క్షమించు" తల దించుకుని అడగలేక అడిగింది.

"జ్యోతీ" అతను ఆశ్చర్యంగా చూశాడు.

"వేణు నా కంతా చెప్పాడు. నేను తొందరపడి నిన్ను బాధపెట్టినందుకు క్షమించు."

"ఆ మాట మనస్ఫూర్తిగా అంటున్నావా ?"

"తప్పు చేసానని తెలుసుకున్న తర్వాత, క్షమార్పణ కోరుకోవటానికి సిగ్గుపడే మనిషిని కాను నేను."

"జ్యోతీ" రవి చేయి జ్యోతి భుజం మీద ఆనింది.ఆ ఒక్క పిలుపుతో, అతని స్పర్శతో జ్యోతి బాధ అంతా తీరిపోయినట్టయింది. చప్పున అతని గుండెల్లో తలదాచుకుంది.

జ్యోతి ఏడుపు రాకుండా బిగబట్టుకుంటోందని అతనికి అర్ధమైంది. చేయివేసి నిమిరాడు.

"జ్యోతీ !" అనునయంగా పిలిచాడు. "నా తలమీదనుంచి మోయలేని భారం ఏదో యీ క్షణంలో దిగిపోయినట్టుగా వుంది. నువ్వు కోపం వచ్చి నా జేబురుమాలు పంపేశావు కానీ, నీ జేబురుమాలు నేను పంపలేకపోయాను. మనస్ఫూర్తిగా చెబుతున్నాను - నువ్వు తప్ప ఏ ఆడపిల్లా నా మనసుకి చేరువ

అవలేదు. నీ పరిచయం నా కెంత అపురూపమో నేను చెప్పినా నీకు అర్థం గాదు. భగవంతుడి సాక్షిగా యిది నిజం జ్యోతీ !"

"మిమ్మల్ని అంత బాధపెట్టిన నా మీద మీకు కోపంగా లేదా ?"

"ఉహూ !"

జ్యోతి నిట్టూర్పు అతని గుండెల్లోకి వెచ్చగా పాకింది.

"ఇంత తేలికగా క్షమిస్తారని అనుకోలేదు.

"నిన్ను బాధ పెట్టింది నేనే, నువ్వే నన్ను క్షమించాలి." జ్యోతి తలని గుండెలకి అదుముకుంటూ అన్నాడు.

55

రాత్రి చాలా పొద్దుపోయింది.

సరోజ పేషెంట్స్ అందరినీ చూసి, క్వార్టర్స్‌కి వెళ్లబోతూ పురుషోత్తంగారి గదిలోకి వచ్చింది.

ఆయన మేల్కొనే వున్నారు.

"ఇంకా నిద్ర పోలేదా బాబుగారూ !" అంది.

"లేదమ్మా నిద్ర రావటం లేదు ! ఏ క్షణంలో యీ బొందిలోనుంచి ప్రాణం ఎగిరిపోతుందో తెలియనట్టుగా వుంది, మేలుకుని వుండటమే ఆనందంగా వుంది."

"బాబుగారూ" ఏమిటా మాటలు ? సరోజ నిష్ఠూరంగా అంది.

మందు గ్లాసులో పోసి తెచ్చియిస్తూ, "తాగండి" అంది.

"నిజం తల్లీ ! రవి పెళ్లి అవటం, నీ జీవితం శేషగిరి బాధనుంచి విముక్తి చెంది నిశ్చింతగా గడపటం – యీ రెండూ జరిగితే యిక నేను చూడాల్సిందేమీ లేదు."

"మీరు ఏ ఆలోచనా లేకుండా విశ్రాంతి తీసుకోవాలని డాక్టరుగారు మరీ మరీ చెప్పారు." ఆయనకి రగ్గు కప్పి వెళ్లబోతూ, ఆగి, "రవి యింకా రానట్టున్నాడు. మీకు ఏ కాస్త అవసరం అయినా నన్ను పిలవటం మానకండి, సరేనా ?" అంది.

ఆయన తల వూపాగు.

సరోజ వార్డ్ బాయిస్‌కి చెప్పి, పక్కనే వున్న తన క్వార్టర్స్‌కి వచ్చింది. ఈ రోజు పనితో ఉదయంనుంచీ వూపిరాడలేదు. ఒకటే తిరగడంతో, కాళ్లు పీక్కు

పోతున్నాయి. చెప్పలేనంత అలసటగా వుంది. మంగమ్మ వూరు వెళ్లింది నిన్ననే వస్తానంది, రాలేదు సరోజ తాళంతీసి లోపలకు వచ్చింది.

సరోజ ముఖం కడుక్కుని, బట్టలు మార్చుకుని, పడకగదిలో అడుగు పెట్టేసరికి అక్కడ శేషగిరి వున్నాడు.

అతన్ని చూడగానే సరోజ కొయ్యబారిపోయింది.

"నువ్వా ! ఎందుకు వచ్చావు మళ్ళీ ?" అంది ధైర్యం తెచ్చుకుంటూ.

"పెళ్లాం దగ్గరకి మొగుడు ఎందుకు వస్తాడో తెలియదా ? నీ మీద మళ్లీ మోజు పుట్టింది."

"ఛీ ! వెళ్ళవతలకి" సరోజ గిరుక్కున వెనక్కు తిరిగి పారిపోయింది.

శేషగిరి ఒక్క అంగలో వచ్చి చెయ్యి దొరకపుచ్చుకున్నాడు.

"నువ్వు లేకుండా నేను ఎక్కడికి వెళతాను ? వెళ్ళను. ఈ క్షణం నుంచీ నేను ఎక్కుడుంటే, నువ్వు అక్కడే వుండాలి పద, నడువు."

"ఛీ ! వదులు, వదులు !" సరోజ పెనుగులాడింది.

"ఆ రవిగాడిచేత నన్ను తన్నిస్తావా ? వాడిని చూసుకునేగా నీకీ పొగరు . ఇప్పుడెవరు అడ్డం వస్తారో చూస్తాను. ఆ దేవుడు వచ్చినా నిన్ను నా నుంచి తప్పించలేడు. నడు, మర్యాదగా నడుస్తావా ? లేదా ?"

సరోజ చప్పున చుట్టూ చూసింది. దగ్గర్లో టేబిల్‌మీద లావాటి బైండు పుస్తకం కనిపించింది. అది తీసి అతన్ని కొట్టింది.

"ఏమిటీ ! ఇంతకి కూడా తెగించావన్న మాట !"

"వదులు !"

"నిన్ను చచ్చినా వదలను" గారపట్టిన పళ్లు వికృతంగా కనిపించేలా నవ్వాడు.

"నేను చచ్చినా రాను."

"రావూ ?"

"రాను, రాను !"

"నువ్వు రాకపోతే నిన్ను చంపి నీ శవాన్నయినా తీసుకువెళ్తాను గానీ, వూరికే మాత్రం వెళ్ళను, మర్యాదగా నడుస్తావా, లేదా ?" శేషగిరి జేబులోనుంచి తళతళా మెరిసే చాకు తీశాడు.

సరోజ దాన్ని చూడగానే కెవ్వుమని అరిచింది.

"దెబ్బకు దెయ్యం దిగుతుంది అంటారు. చూస్తావా ఈ శేషగిరి తడాఖా."

సరోజ ఏడుస్తూ చేతులు జోడించింది.

నన్నెందుకిలా వెంటాడ్తావు ? నీకు పుణ్యం వుంటుంది. నా బ్రతుకు నన్ను బ్రతకనీయ్ ! నన్ను వదిలేసెయ్ !

"అదుగో ఆ మాటే వద్దన్నాను. నిన్ను వదలను, వదలను. నువ్వు నా బంగారుబాతువి. నీమూలంగా నాకు బోలెడు డబ్బు వస్తుంది ఊ నడువు."

"నేను రాను" సరోజ పెనుగులాడి అతని చేతిలోనుంచి తప్పించుకుని పారిపోయింది.

శేషగిరి వెంటపడ్డాడు. చివరికి సరోజనిని పట్టుకుని, చాకుపీకల దగ్గరగా తెచ్చాడు.

సరోజ పెద్దగా ఆర్తనాదం చేస్తూ, కళ్లు మూసుకుంది. ఆ క్షణంలో తన ప్రాణం పోయిందనే అనుకుంది.

కానీ మరుక్షణంలో శేషగిరి ఆర్తనాదం చేశాడు.

సరోజ తేరుకుని కళ్లు తెరిచింది.

శేషగిరి చేతులు పట్టుసడలింది. సరోజ వెర్రిగా చూస్తోంది అతన్నే !

అతను నేలమీద ఒరిగి, సరోజ చూస్తుండగానే బాధతో విలవిలలాడి సరోజ కాళ్ళదగ్గర చుట్టలా పడిపోయాడు.

సరోజ మతిపోయిన దానిలా నిలబడింది. మెల్లగాస్పృహ వచ్చిన దానిలా, కోలుకున్న సరోజ పక్కకు తిరిగేసరికి ఎదురుగా, దూరంగా రవి నిలబడి వున్నాడు. అతని చేతిలో పిస్టలు వుంది.

సరోజ కళ్లు వెడల్పు అయినాయి. అతని చేతిలో పిస్టలునీ, క్రింద పడిన శేషగిరినీ–అయోమయంగా మార్చి మార్చి చూసింది. తర్వాత భయంతో కంపిస్తున్న దానిలా, "రవీ ! ఎంత పని చేశావు" అంది.

"ఇంతకంటె మార్గంలేదు,సరోజా !" అన్నాడతను.

సరోజ శిలా ప్రతిమలా నిలబడిపోయింది.

56

"నేను నమ్మను డాడీ ! రవి ఈ హత్య చేసి వుండడు ! నో, నో నో !" జ్యోతి ఈ వార్త వినగానే పిచ్చిదానిలా అయింది.

"హత్య చేశానని అతనే స్వయంగా ఒప్పుకున్నాడుటమ్మా !"

"అబద్ధం ఇందులో ఏదో వుంది శేషగిరిని హత్య చేయాల్సిన అవసరం రవికేమాత్రం లేదు.

"అయ్యో పిచ్చిపిల్లా ! ఆడవాళ్ల తగాదాలలో మహా మహా సామ్రాజ్యాలే సర్వనాశనం అయిన సంఘటనలు వున్నాయి. ఈ హత్యొక లెక్కా ? రవికీ-శేషగిరికీ మధ్య సరోజ వున్నదన్న సంగతి మర్చిపోకు. ఈర్ష్యా ద్వేషాలు కావచ్చు."

"నువ్వు కలిపించుకుంటే అంతా బైటపడుతుంది డాడీ ప్లీజ్ !"

"నా వల్ల కాదమ్మా, రేపు అతను నిర్దోషి కాదని రుజువు అయితే అది నీ భవిష్యత్తుకి దెబ్బ. మనం దూరంగా వుండటమే మంచిది" ఆయన క్లబ్‌కి వెళ్లిపోయాడు.

ఆమెకి పిచ్చెక్కినట్టుగా వుంది. గబగబా వెళ్లి ప్రసాద్‌కి ఫోన్ చేసింది.

"హలో ప్రసాద్ గారేనా ?"

"అవును జ్యోతీ ?"

"ఏమిటండీ ఈ ఘోరం ?"

"అదే నాకూ అర్థం గావటంలేదు జ్యోతీ ?"

"రవి ఇప్పుడు ఎక్కడ వున్నాడు ?"

"అరెస్టు అయాడు. జైలులో వున్నాడు."

"మీరు – మీరు రవి చేశాడనే నమ్ముతున్నారా ?"

"నేను నమ్మటంలేదు జ్యోతీ ! నేనే కాదు, రవిని తెలిసిన ఎవరూ నమ్మలేరు!"

జ్యోతి నిట్టూర్పు విడుస్తూ ఫోన్ పెట్టేసరికి, వేణు వచ్చాడు.

"జ్యోతీ ! నాకేం పాలుపోవటం లేదు. నేను కేసు వుపసంహరించుకుంటే, అన్ని బాధలూ తొలుగుతాయని అనుకుంటే, ఈ బెడద వచ్చింది, నాకంతా అయోమయంగా వుంది."

"వేణూ ఒక్కసారి మీ అన్నయ్య దగ్గరికి వెళదామా"

"ఉహూ ! ప్రయోజనంలేదు. నేను ఇప్పుడు అక్కడినుంచే వస్తున్నాను. వాడు మరీ రాయిలా అయాడు అసలు దీనికంతటికీ కారణం నేనే, జ్యోతీ నేనే!"

"బాధపడకు వేణూ ! మన చేతుల్లో ఏముంది కనక !" జ్యోతి అతన్ని ఓదార్చింది.

57

రవి శేషగిరిని హత్య చేశాడనే వార్త, రవికి తెలిసిన వాళ్ళందరిలో దావానలంలా వ్యాపించింది.

పోలీసు అధికారుల ముందు రవి తనే స్వయంగా హత్య చేసినట్టు వాఙ్మూలం ఇచ్చాడు.

"ఈ హత్య నేనే చేశాను. సరోజన్ని శేషగిరి కత్తితో పొడవబోతుండగా చూశాను. ఆమెని కాపాడాలని అతన్ని చంపాను.

"ఆమెకూ నీకూ ఏమిటి సంబంధం ?"

"మంచికీ మానవత్వానికీ వున్న సంబంధమే."

"మా కళ్లు కప్పాలని చూడకు, సరోజ నీ ప్రియురాలు. మీ ఇద్దరి దారికి అడ్డు తగులుతున్నాడని శేషగిరిని హత్య చేశావు, అవునా ?"

"ఇక నేను చెప్పేదేమీ లేదు.

"ఈ రివాల్వర్‌తోనే హత్య చేశావు ?

"అవును."

"ఎవరిదీ రివాల్వర్ ?"

రవి మౌనం వహించాడు.

"నువ్వు చెప్పలేక పోతే మేం తెలుసుకోలేం అనుకుంటున్నావా ? ఇది రిటైర్డు మిలటరీ ఆఫీసరు రాజారావుగారిది !"

"................"

"ఇది ఆయనే నీకిచ్చారా ?"

"లేదు, వాళ్ళకి తెలియకుండా దొంగతనంగా తెచ్చాను."

"ఎప్పుడు వెళ్ళావు వాళ్ళింటికి"

"మొన్న కాదు అటు మొన్న, కాదు, గుర్తులేదు.

"ఐసీ సరే ! టునాట్ వన్ ఇతన్ని తీసుకెళ్లు" ఆజ్ఞాపించాడాయన.

ఇంతలో రాజారావుగారు, జ్యోతి అక్కడికి వచ్చారు.

"రండి, రాజారావుగారూ ! మీతో పనుండి రమ్మనమని ఫోన్ చేశాను."

"చెప్పండి, ఏమిటి ?" ఆయన ఆదుర్దాగా అడిగారు.

"మీ రివాల్వర్ మీ దగ్గరుందా ?"

"ఆ ! ఎప్పుడూ నా కోటు జేబులోనే వుంటుంది. ఉండండి !" ఆయన తడుముకుని, "సారీ ! యింట్లో మర్చిపోయి వచ్చాను" అన్నారు.

"అలాగా ! యిది మీదేనేమో చూడండి."

"అది చేతిలోకి తీసుకోగానే ఆయన ఆశ్చర్యపోయారు.

"అరే ! యిది నాదే ! యిక్కడికి ఎలా వచ్చింది ?"

"రవి మీ యింటికి వస్తుండేవాడా ?"

"ఒకప్పుడు వచ్చేవాడు. ఇప్పుడు అభిప్రాయ భేదాలు వచ్చాయి మాకు, రావటం మానేశాడు."

"ఒకప్పుడంటే."

"చాలా రోజులయింది. నెలలు కావస్తోంది."

"నిన్నగాని, మొన్నగాని తను రాలేదని మీకు రూఢిగా తెలుసా ?"

"బాగా తెలుసు ! నేను యింట్లోనే వున్నాను."

"మీ రివాల్వర్ మీరు ఎప్పుడు చూసినట్టు గుర్తు ?"

"నిన్న ఉదయం కూడా నా దగ్గరే వుంది."

"ఐసీ ! నిన్న మీ యింటికి ఎవరయినా వచ్చారా ?"

ఆయన గుర్తు చేసుకున్నారు.

"చిదంబరం వచ్చాడు డాడీ !" జ్యోతి గుర్తు చేసింది.

"అవును ! చిదంబరం అనే ఆయన తప్ప మా యింటికి వేరే వాళ్లెవరూ రాలేదు."

"చిదంబరం ఎవరు ?"

"రవికి మేనమామ ! యిప్పుడు తగాదాల్లో వున్న ఫ్యాక్టరీ మేనేజరు కూడా?"

"అలాగా !" ఆయన పేరు నోట్ చేసుకున్నాడు.

"ఇన్‌స్పెక్టరుగారూ ! ఒక్కసారి రవిని నేను చూడవచ్చా ?" జ్యోతి అడిగింది.

"ఓ ! యస్" ఆయన అంగీకారంగా తలవూపాడు. "ఏయ్ టు నాట్ వన్!" అమ్మాయిని రవి వుంచిన గది దగ్గరికి తీసుకుకెళ్ళు" అంటూ ఆజ్ఞాపించాడు.

రాజారావుగారు కోపం వచ్చినా ఏమీ అనలేక పోలీసు అధికారితో మాట్లాడుతూ కూర్చున్నారు.

"జ్యోతి రవిని వుంచిన సెల్ దగ్గరికి వచ్చింది.

"రవీ !" పిలవలేక పిలిచింది.

పరధ్యానగా, తల దించుకుని, నుదుటిమీద వేళ్ళతో రాచుకుంటూ, ఆలోచనగా కూర్చునివున్న రవి ఉలికిపాటుగా తలెత్తాడు.జ్యోతిని చూడగానే అతని ముఖంలో ఆనందం వెల్లివిరిసింది.

"జ్యోతీ !" లేచి చువ్వల దగ్గరికి వచ్చాడు.

"ఎందుకిలా అయింది రవీ. ఈ హత్య ఎవరు చేశారు ?"

అతని ముఖంలో ఆనందం మాయమై, బాధ, విచారం రెండూ ముప్పిరిగొన్నాయి.

"నేనే చేశాను జ్యోతీ !" అన్నాడు నిశ్చలంగా.

"అబద్ధం రవీ ! నేను నమ్మను. ఏ పాపిష్టి వాళ్ళో చేసి నీ మీద తోసేశారు."

"నీ మంచి మనసు, నా పట్లగల అనురాగం అలా భ్రమని కలిగిస్తున్నాయి జ్యోతీ. నేనే చేశాను."

"రవీ ! నిజం చెప్పు. ఏదయినా కాస్త ఆధారం దొరికితే, భూమి తలక్రిందులు చేసి అయినా సరే నిన్ను రక్షించుకుంటాను. చెప్పు రవీ."

"నా పరిచయం ఒక పీడకలలా మర్చిపో జ్యోతీ ! వెళ్ళిరా."

"రవీ ! యిదేనా, యిదేనా నువ్వు చెప్పేది ? నాకు జీవితమే ఒక పీడకలలా అనిపిస్తోంది." జ్యోతి పమిటచెంగు నోటిదగ్గర పెట్టుకుని ముఖం తిప్పుకుని గబగబా అడుగులు వేస్తూ వెళ్ళిపోయింది.

58

"ఉరేయ్, ఉరేయ్ యిన్నాళ్ళనుంచీ మీకు పెద్దదిక్కుగా ఉండి మిమ్మల్ని నమ్ముకుని, మీకింత చాకిరీచేసి పెట్టినందుకు నాకు యిదిట్రా ప్రతిఫలం. ఒరేయ్ వేణూ నన్నే యింట్లోంచి వెళ్లగొడుతున్నావు కదూ ? నీ పొగరు దేవుడు అణచకపోతే చూడు నన్నిట్లా ఏడిపించినందుకు, నా ఉసురు మీకు తగిలి, మీరు సర్వనాశనం కాకపోతే నా పేరు చిదంబరమే కాదు. చిట్టీ ! ఎక్కడ నువ్వు. రా పోదాం. ఈ యిల్లు కాకపోతే మనకి ప్రపంచంలో చోటే లేదా. చూస్తాను. నన్నిలా బాధపెట్టిన మీరేం బాగుపడతారో నేనూ చూస్తాను." అంటూ చిదంబరం యింటిని పడి అరుస్తున్నాడు.

ఉదయంనుంచీ వేణు నిప్పుమీద ఉప్పులా చిటపటగా వున్నాడు. అది యిందాక మాటామాటగా పెరిగింది. ఘర్షణ జరిగింది. వేణు చిదంబరం చొక్కాపట్టుకుని, "యిప్పటివరకూ నువ్వు నాకు చేసిన మేలు చాలు యిక నీకూ, మాకూ సంబంధం లేదు. నా యింట్లోంచి నడుబైటికి" అని మెడపెట్టి తోయటంతో, ఘర్షణ తారస్థాయికి చేరింది.

"రాధా ! అమ్మాయి ! చూసావుటే. నే మొగుడేమంటున్నాడో" అంటూ రంకెలు వేసాడాయన.

"లేకపోతే ఏమిటి నాన్నా. ఆ రోజున కోర్టుకి ఎక్కొద్దు నాన్నా అని నేను చెవినిల్లుకట్టుకుని పోరి చెబితే విన్నావా నువ్వు ? యిపుడు చూడు బావ, మామయ్యా మమ్మల్ని ఎంత అసహ్యంగా చూస్తున్నారో ? అందరూ బాగుండాలని, మనమూ సుఖంగా వుండాలని అనుకోకుండా ఈ సంసారంలో ఎందుకిన్ని కలతలు పెట్టావు? ఆ శేషగిరి తాగుబోతు అని తెలిసికూడా యెందుకు చేరదీసినట్టు ? మమ్మల్ని మామయ్యా, బావలనుంచి కపటపు మాటలతో యెందుకు విడదీసినట్టు ? నీ అలవాటు పోలేదు నాన్నా. యిదివరకు వూళ్ళోవారల్లందరి యిళ్ళకీ నిప్పుపెట్టే నీ చెయ్యి ఇప్పుడు మా యింటికే పెడుతుంటే, చూసి వూరుకునేటంత మూర్ఖులం కాదు. నా సంసారం క్షేమంగా వుండాలంటే నువ్వు మాకు దూరంగానే వుండటం మంచిది." నిష్కర్షగా, రోషంగా అనేసింది రాధ.

"రాధా ! నువ్వు నువ్వు కూడా వాడితో ఏకమై నన్ను కారుకూతలు కూస్తున్నావుటే. సరే, మీరు సొమ్ములంటే దేవిరించుకుంటూ పడివుండేందుకు, నేను

కళ్ళూ, కాళ్ళూ లేనివాడిని కాదుగా" చిదంబరం రయ్‌న లోపలికి వెళ్లి గబగబా బట్టలు సర్దుకున్నాడు. డబ్బు దాచిన పాత ట్రంకు పెట్టె తీసుకున్నాడు. రెండు పెట్టెలూ చేత పట్టుకుని "చిట్టీ రా ! పోదాం" ఈరోజునుంచి నాకు ఒక్కతే కూతురు అనుకుంటాను" అని అరిచాడు.

ఆయన చిట్టిని తీసుకుని, గుమ్మం దాటబోతుంటే పోలీసులు లోపలికి అడుగుపెడుతూ కనిపించారు. వాళ్ళను చూడగానే చిదంబరం ఖంగు తిన్నాడు.

"ఎవరికోసం వచ్చారు మీరు ?" అని అడిగాడు.

"నీకోసమే !"

చిదంబరానికి అనుమానం వేసింది ఒక్కసారి చేతిలో డబ్బు వున్న పాత ట్రంకుపెట్టె చూసుకున్నాడు, ఎందుకైనా మంచిది. సాధ్యమైనంత త్వరలో అక్కడినుంచి బైటపడటం మంచిది అనుకున్నాడు.

"పదండి యింటోకి" అటకాయించారు.

"నేను వూరు వెళుతున్నానండీ, మా అన్నయ్యకి చావుబ్రతుకులుగా వుందని టెలిగ్రాం వచ్చింది. ట్రెయిన్‌కి టైమయిపోతుంది. నేను అర్జెంటుగా వెళ్ళాలి లోపల మా అల్లుడు వున్నాడు. మీకు కావాల్సిన అన్ని వివరాలూ చెబుతాడు అన్నాడు. ఆ క్షణంలో ఆయన ముఖం చూస్తే అదంతా అక్షరాలా నిజమేనేమోననే భ్రమ కలిగించేట్టుంది.

"ఆ పెట్టెలో ఏముంది ?'

"అబ్బే ! ఏముంటుందండీ, ఏం లేదు, నావి, మా చిన్నమ్మాయివి బట్టలు!" చిదంబరం సర్దిచెప్పేశాడు.

"నాన్నా ! ఏం లేదంటావేం. ఈ పాత ట్రంకుపెట్టెనిండా డబ్బుందిగా." అంది చిట్టి అమాయకంగా.

"ఏమిటీ! డబ్బా !" పోలీసులు అతని చేతిలో పెట్టె లాక్కున్నారు. చిదంబరం అందులో ఏం లేదని లబలబలాడాడు.

ఈ గలభా విని అక్కడికి వచ్చిన రాధ, వేణు పోలీసుల్ని చూసి కంగారు పడ్డారు.

చిదంబరం పెట్టె తెరవనీయకుండా ఆయన ఓపిక ఉన్నంతవరకూ పెనుగులాడాడు. ఇద్దరు పోలీసులు అతన్ని పెడరెక్కలు విరిచిపట్టుకొని ఆపారు.

పోలీసు అధికారి తాళం బద్దలుకొట్టి పెట్టె తెరిచాడు. దాని నిండా నోట్ల కట్టలు కనిపించాయి.

"యింత డబ్బా !" వేణుకూడా ఆశ్చర్యపోయాడు.

"ఎక్కడిది యిదంతా ?" పోలీసులు చిదంబరాన్ని నిలదీశారు.

"అదా ! మా పూర్వీకులదండీ మా దొడ్లో పాదు పెడదామని నేల తవ్వితే యీ పెట్టె దొరికింది." చిదంబరం కళ్ళనీళ్ళ పర్యంతం అవుతూ నీళ్లు నమిలాడు.

"ఉహు ! అయితే లంకెబిందెలు దొరికాయన్నమాట ! నడు స్టేషన్‌కి. అక్కడే చెబుదువుగాని యీ లంకెబిందెల కథంతా" అన్నారు పోలీసులు.

"అక్కా, పోలీసులు నాన్నని పట్టుకుపోతున్నారెందుకు ?" చిట్టి ఏడవ సాగింది.

రాధ చెల్లెల్ని దగ్గిరికి తీసుకుంది.

59

కోర్టులో-

ప్రఖ్యాత డాన్సర్ మిస్, రోజీ ఒక హత్య కేసు తాలూకు కేసులో యిరుక్కుని, అరెస్టు అయిందని పేపర్లలో పెద్దపెద్ద అక్షరాలతో చూసిన చాలామంది, ఆ కేసు స్వయంగా వినాలనే కుతూహలంతో, కోర్టంతా కిక్కిరిసి పోయారు.

సరోజ, రవి యిద్దరూ బోనుల్లో నిలబడి వున్నారు.

ప్రాసిక్యూటర్ సరోజని ప్రశ్నిస్తున్నాడు.

"సరోజగారూ శేషగిరితో మీకు పెళ్లికాకముందే రవి మీకు తెలుసా ?"

"తెలుసు"

"ఎలా తెలుసు ?"

"మనసున్న మంచివాడుగా"

"అది సరేనండి, నేను అడిగేది ఎలా తెలుసునని, బంధువుగానా ? స్నేహితుడిగానా ; పరిచయస్థుడిగానా ?"

"తోబుట్టువులాగా."

'ఆహా ! అన్నా చెల్లెళ్ళకే అమ్మాయి పుట్టిందా మేడమ్ ?" ఎవరో హేళనగా అరిచారు. మరుక్షణం కోర్టంతా నవ్వులతో ప్రతిధ్వనించింది.

రవి ఆ నవ్వులు పట్టనట్టు గంభీరంగా నిలబడినా, సరోజ మాత్రం దెబ్బతిన్న ఆడపులిలా చూసింది.

"ఆర్డర్, ఆర్డర్ !" అన్నాడు జడ్జీగారు !

నవ్వులు సర్దు మణిగిన తర్వాత ప్రాసిక్యూటర్ మళ్ళీ ప్రారంభించాడు.

"సరే ! మీ భర్త మిమ్మల్ని ఎందుకు వెళ్లగొట్టారు ?"

"అతను తాగుబోతు ! జూదరి !"

"అతను మిమ్మల్ని ప్రేమించి పెళ్లి చేసుకున్నాడని విన్నాను."

"అది నా భ్రమ, నేను మోసపోయాను !"

"మోసపోయింది అతనే అంటాను. శేషగిరి తాగుబోతు కావచ్చు. అంతమాత్రాన మిమ్మల్ని వెళ్ళగొట్టాల్సిన అవసరం అతనికేం లేదే ? అలా వెళ్ళగొట్టాడంటే ఆ లోటు మీదే అయివుండాలి. మీ అవినీతి ప్రవర్తనే కారణం అయివుండవచ్చు.

రవి ముఖం ఆవేశంతో కందిింది.

"యువరానర్ ! ముద్దాయి నేరం చేసిందని అనుమానించే హక్కు తప్ప, ఆమె శీలాన్ని శంకించే హక్కు ప్రాసిక్యూటర్ గారికి లేదని మనవి చేసుకుంటున్నా.

ప్రాసిక్యూటర్ గారి కంఠం ఖంగుమంది.

"నో యువరానర్ ! ముద్దాయి శీలం నేను అనుమానించటం కాదు. సివిల్ కోర్టులో – తన భార్య యీ రవితో లేచిపోయిందని, చనిపోయిన ఈమె భర్త శేషగిరి ఇచ్చిన సాక్ష్యం కోర్టులో దాఖలు చేయబడి వుంది. కనుక ప్రధానంగా ఆమె శీలమే ఈ హత్యా నేరానికి మూలాధారం అని మనవి చేసుకుంటున్నాను."

జడ్జీగారు తలపంకించారు.

"ప్రొసీడ్ !"

ప్రాసిక్యూటర్ మళ్ళీ సరోజ వైపు తిరిగాడు.

"సరోజగారూ ! మీ భర్తని మీరు వదిలేసి వచ్చారు. మీ ఇష్టం వచ్చినట్టు మీరు స్వతంత్రంగా బ్రతుకుతున్నారు అయినా, అతడు మీమీద ప్రేమని చంపుకోలేక, మీ దగ్గరికి చాలాసార్లు వచ్చాడు అవునా ?"

నా మీద ప్రేమతోకాదు, నా దగ్గర డబ్బుందేమోననే భ్రమతో !"

"భ్రమా ! మీరు హోటల్ బ్లూ స్టార్‌కి కాంట్రాక్టు వ్రాసి మీ నాట్యంతో బాగానే సంపాయించారు కదండీ ! అదంతా ఏం చేశారు ?"

"దానం చేశాను !"

"కన్నబిడ్డ వుండగా దానం చేయాల్సిన అవసరం !"

"అవును, కన్న బిడ్డ కోసమే సంపాయించాను. కానీ నా బిడ్డ బాధ్యత రవిగారు తీసుకున్నారు, ఆ డబ్బుతో నాకవసరం లేకపోయింది.

"బిడ్డను కన్న తండ్రి వుండగా, రవికి ఎందుకు అప్పచెప్పాల్సి వచ్చింది బేబీ బాధ్యత ? ఏమిటా ప్రత్యేకత ?"

సరోజ సమాధానం చెప్పలేకపోయింది.

"సమాధానం చెప్పండీ !"

సరోజ మాట్లాడలేదు.

"ఏం ? అతనే పాపకి తండ్రా?"

"కాదూ ! కాదూ ! కాదు!" సరోజ కన్నీళ్లు బిగపట్టుకుంటూ బిగ్గరగా అంది. ముఖంలో ఆవేశం, బాధ ఉప్పెనలా పొంగినాయి.

"నన్ను ఎన్నయినా అనండి. చెడిన మనిషి అని, కాలుజారిన మనిషి అని, నీతిలేనిదాన్నని, శీలం కోల్పోయినదాన్నని, ఎన్నయినా అనండి ! ఎంతయినా నిందించండి ! నిలదీయండి ! ఈ పాపపంకిలంలోకి, దేవుడు లాటి అతన్ని మాత్రం లాగకండి ! మీకు పుణ్యం వుంటుంది ! సరోజ చేతులు జోడించింది.

"మనసిచ్చిన ఆడదానికి ప్రియు డెప్పుడూ దేవుడే !"

"నో స్టేట్‌మెంట్స్!" జడ్జీగారు అన్నారు.

"సారీ యువరానర్ ! చూడమ్మా ! హత్య జరిగిన రోజు సాయంత్రం మీ భర్త మీరు పనిచేస్తున్న హాస్పిటల్‌కి వచ్చి మిమ్మల్ని రమ్మనమని బలవంతం చేస్తుంటే రవి వచ్చి విడిపించాడు అవునా ?"

"అవును."

"కానీ మళ్ళీ వస్తాననీ, నీ అంతు చూస్తాననీ నీ భర్త అయిన శేషగిరి వెళుతూ బెదిరించాడు.

"అవును"

"అన్నట్టుగానే, ఆ రాత్రి మళ్ళీ గిరి నీ క్వార్టర్సుకి వచ్చి నిన్ను రమ్మనమని బలవంతం చేస్తుంటే, రవి వెనుకనుంచి వచ్చి అతన్ని కాల్చాడు."

"కాదు ! గిరి నన్ను చంపబోతుంటే రివాల్వర్ పేలింది ! తర్వాత చూస్తే ఆయన నిలబడి వున్నాడు. అంతేగాని ఆయన కాల్చటం నేను చూడలేదు."

"చూసినా చెబుతావని మేము అనుకోవటం లేదు, దట్సాల్ యువరానర్"

60

భారంగా మూతలు పడివున్న పురుషోత్తంగారి కళ్ళు మెల్లగా విడివడినాయి. ఆయన మంచం పక్కనే స్టూలుమీద కూర్చుని వున్న నర్సు. ఆయనకి మెలకువ రావటం చూసి, దగ్గరకు వచ్చి "ఏం కావాలి ?" అంది.

"రవి ! రవి ఎక్కడ ?" ఆయన పెదవులు అస్పష్టంగా పలికినాయి

"రవి గారా ! అయ్యో ! అరెస్టు అయారుగా, జైల్లో వున్నారు" అంది నర్సు."

"ఏమిటీ ! అరెస్టు అయాడా ?" ఆయన లేవబోయారు.

నర్సు ఆయన్ని వారించి, బలవంతంగా, భుజాలు పట్టుకుని, వెనక్కి వాల్చి పడుకోబెట్టింది.

"అవును ! మీకు తెలియదా ? శేషగిరిని హత్య చేశారాయన, పోలీసులు పట్టుకున్నారు. కోర్టులో కేసు జరుగుతోంది. ఇవాళో రేపో తీర్పు చెబుతారని అనుకుంటున్నారంతా !" అప్పుడే డ్యూటీకి వచ్చిన నర్సుకి ఆయనకి రవి విషయం చెప్పవద్దన్నారని తెలియక చెప్పేసింది.

"తీర్పా ? రవికి శిక్షా ? ఆయన లేవబోయారు కానీ సాధ్యం గాలేదు.

మరు నిముషంలో ఆయనకి మళ్ళీ స్పృహ తప్పింది.

ఆయనకి మళ్ళీ మెలకువ వచ్చేసరికి, ప్రసాద్ దగ్గరగా కూర్చుని వున్నాడు.

వేణు, జ్యోతీ, రాజారావు అందరూ ఆయన మంచంచుట్టూ నిలబడి వున్నారు.

"రవీ ! రవీ !" కలవరిస్తున్నట్టుగా అన్న ఆయన చప్పున లేవబోయారు.

"మీరు లేవటానికి వీల్లేదు: బాగా విశ్రాంతి తీసుకోవాలి" ప్రసాద్ గట్టిగా హెచ్చరించి, ఆయన్ని వెనక్కు ఆనించి పడుకోబెట్టాడు.

"నీకు తెలియదు ప్రసాద్, నన్ను కోర్టుకి తీసుకువెళ్లండి. వెంటనే ఆ ఏర్పాటు చేయండి!"

"కోర్డుకా ! మీరు మంచం మీదనుంచి కదలటానికి వీల్లేదు అంటుంటే" ఇంజక్షన్ యిస్తూ అన్నాడు ప్రసాద్.

రాజారావుగారు దగ్గరికి వచ్చి పురుషోత్తంగారి తలమీద చేయివేశారు."

"గాభరా పడకు ! విశ్రాంతి తీసుకో ! అన్నిటికన్నా నీ ప్రాణం ముఖ్యం" అన్నారు అనునయంగా.

"లేదురా రాజా ! లేదు, నేనేమైపోయినా ఫర్వాలేదు. నాలో ఈ ఊపిరి కాస్త వుండగానే, రవి నిర్దోషి అని తెలియచేయాలి. హత్యచేసింది ఎవరో నాకు తెలుసు. నన్ను కోర్టుకి తీసుకు వెళ్లండి. నాకు బాగానే వుంది. నన్ను ఆపకండి" ఆయన వేయి ఏనుగుల బలం వున్న మనిషిలా లేచారు మంచంమీద నుంచి.

"ఆగండి ! అంబులెన్స్ తెప్పిస్తాను" ఆయన జబ్బ గట్టిగా పట్టుకుంటూ, గత్యంతరంలేని ప్రసాద్ అంగీకరించాడు.

61

కోర్టులో రవి మీద విచారణ ప్రారంభమైంది.

ప్రాసిక్యూటర్ ప్రారంభించాడు.

"రవిగారు" ఆస్థి కోసం మీ తమ్ముడు మీ మీద దావా వేశాడు కదండీ?"

"అవును ! వేశాడు, కానీ యిప్పుడు చేసింది తప్పు అని తెలుసుకున్నాడు."

"కావచ్చు ! కానీ - మీరు చెడు అలవాట్లకి గురి అయి, డబ్బు పాడు చేస్తున్నారని ఆరోపిస్తూ మీమీద కోర్టులో సాక్ష్యం చెప్పాడు, అవునా ?"

"అవును."

"ఊ ! మిమ్మల్ని ప్రేమించిన అమ్మాయికూడా మీకూ-సరోజకీ అక్రమ సంబంధం వుందని తెలియగానే మీకు దూరం అయింది కదూ ?"

"అందరిలాగానే తనూ అపోహపడింది, అందుకు బాధపడింది."

"హత్య జరిగిన తర్వాత అందరూ బాధపడవచ్చు. కానీ, ఈ హత్య జరగకముందు ఆమె మిమ్మల్ని తిరస్కరించింది. ఎంతో స్నేహంగా, ఆత్మీయంగా వున్న రాజారావుగారి కుటుంబం, ఈ సరోజ సంగతి తెలియగానే మీపట్ల పెడముఖంగా అయ్యారు అవునా !"

"అవును."

"రాజారావుగారు మీకు ఫ్యాక్టరీ విషయంలో ఎంతో సహాయం చేశారు. కన్నతండ్రిలా ఆదుకున్నారు. ఆయన మనసుకూడా మీరు నొప్పించారు."

రవి మాట్లాడలేదు.

"మీ స్వంత తమ్ముడు, మిమ్మల్ని దైవంగా ప్రేమించిన అమ్మాయి, మిమ్మల్ని ఎంతో ఆపేక్షగా చూసిన రాజారావుగారు యింత మంది దూరమైనా మీరు లెక్కచేయలేదు. మీరు సరోజనిగాని, ఆమె బిడ్డనిగాని వదులుకోటానికి సిద్ధపడలేదు."

"వదులుకోవాల్సిన అవసరం నాకు కనిపించలేదు. వాళ్లందరూ నా విషయంలో పొరబడ్డారని నాకు బాగా తెలుసు."

"సరోజ భర్తవచ్చి, అన్నిసార్లు అడిగినా, ఆమెని మీరు కాపురానికి ఎందుకు వెళ్ళనీయలేదు ? అడుగడుగునా ఎందుకు అడ్డు తగిలారు ?"

"శేషగిరి కోరినట్లుగా, అతనితో వెళ్ళనిస్తే సరోజ వెళ్లేది కాపురానికి కాదు స్మశానానికి !"

"అందుకే ఆమె భర్తని అక్కడికి సాగనంపారా మీరు ?" వెంటనే తీక్షణంగా వచ్చింది ప్రశ్న.

"అవును"

"ఆమెకోసం యిన్ని త్యాగాలు చేయటానికి, చివరికి హత్యకూడా చేయటానికి సిద్ధం అయారే మీరు ! ప్రతిమనిషి చేసే ప్రతి చిన్నపని వెనకా ఏదో ఒక ఆలోచన వుంటుంది. యింతపెద్ద విషయంలో ! మీరు యిలా చేయటానికి కారణం ఏమిటో చెప్పగలరా ?"

"చెప్పను."

"చెప్పరూ ? ఎందుకని ?"

"అది నా స్వవిషయం "

"యువరానర్, నోట్ యిట్ !" ప్రాసిక్యూటర్ రవిని నఖశిఖ పర్యంతం చూశాడు. "ఊ ! మిస్టర్ రవీ ? శేషగిరివచ్చి సరోజనిని చంపబోవటం మీకెలా తెలిసింది ?"

"అర్ధరాత్రి సరోజ గదిలోంచి కేకలు వినిపించగానే నేను పరుగెత్తాను. నేను వెళ్ళేసరికి శేషు సరోజని కత్తితో పొడవబోవటం చూశాను సహించలేక కాల్చేశాను."

"మీరు అనుకోకుండా ఆ పని చేసేసారన్న మాట."

"అవును"

"అయితే ఆ క్షణంలో మీ చేతిలోకి రివాల్వర్ ఎలా వచ్చింది ?"

"..............................."

"మాట్లాడరేమండీ ?"

రవి ముఖం నిస్తేజంగా మారింది. రాయిలాటి నిశ్చలత్వం ఏదో అతన్ని ఆవరించింది.

"చెప్పండి" ప్రాసిక్యూటర్ హెచ్చరించాడు.

"రివాల్వర్ వుంది. కాల్చేశాను. అంతకంటే నేను చెప్పగలిగిందేమీ లేదు."

"చెప్పనవసరం లేదు కూడా."

62

సరోజ-రవి యిద్దరూ బోనుల్లో నిలబడి వున్నారు.

ప్రాసిక్యూటర్ ఖంగుమనే గొంతుతో చెబుతున్నాడు.

"యువరానర్ ! సరోజ-శేషగిరుల వివాహానికి ముందే-వీళ్ళిద్దరికీ సంబంధం వుందని సరోజే ఒప్పుకుంది. అది అక్రమ సంబంధం అని వేణు దావా, శేషగిరి సాక్ష్యం, జ్యోతి ఎడబాటూ తెలుపుతున్నాయి. అమాయకుడైన శేషగిరి సరోజమీద ప్రేమని చంపుకోలేక, మూర్ఖంగా పదే పదే ఆమెని మళ్ళీ తన దగ్గరకు రమ్మనమని ప్రాధేయపడుతూ బ్రతిమలాడటానికి వెళ్ళాడు. శేషగిరి రాకపోకలు వాళ్లకి పీడగా కనిపించాయి. అతన్ని ఎలాగైనా దారికి అడ్డం తొలగించటానికి నిశ్చయించుకున్నారు. వారి ఆలోచనకి ప్రాణం పోసినట్టుగా, దురదృష్టవంతుడైన శేషగిరి ఆ రోజు సాయంత్రం వెళ్ళి సరోజనిని తనతో రమ్మనమని బలవంతం చేశాడు. రవి ఆవేశంతో అడ్డు తగిలి, అతన్ని కొట్టి చంపేశాడు. ఆయుష్షు మూడిన శేషగిరి నేను మళ్ళీ వస్తానని హెచ్చరించి వెళ్ళాడు. తప్పక వస్తాడని వారిద్దరికీ తెలుసు అందుకే ప్లాన్ వేసుకున్నారు అందుకే రవి ఆ రాత్రి ఆయుధం సిద్ధం చేసుకుని రెడీగా వున్నాడు. లేకపోతే ఆ సమయంలో అతని చేతిలో రివాల్వర్ వుండవలసిన అవసరం లేనేలేదు. వాళ్ళు అనుకున్న పథకం నరవేరింది. శేషగిరి అన్న మాట ప్రకారం రానే వచ్చాడు. రవి అతన్ని

హత్యచేశాడు, వార్డుబాయ్ అయిన గోపాలం అదృష్ట వశాత్తు రవిని పిస్టలుతో చూడనట్టయితే అతను పరుగెత్తుకు వచ్చి పోలీసుకులకి ఫోన్ చేయక పోయినట్టయితే నిందితులిద్దరూ, ఏదో విధంగా శేషగిరి శవం మాయంచేసి వుండేవాళ్ళు !

"యువరానర్ ! కాబట్టి ఇది అన్ని విధాలా ఆలోచించి చేసిన హత్య కాబట్టి హత్య చేసిన మొదటి ముద్దాయి రవికి, అతన్ని ఈ హత్యకి ప్రోత్సహించిన రెండో ముద్దాయి సరోజకు సరైన దండన విధించవలసిందిగా కోర్టు వారిని కోరుతున్నాను."

"కాదు, కాదు, ఆగండి ! రవి ఈ హత్య చేయలేదు" అప్పుడే కోర్టులో అడుగుపెట్టి, ఈ ఆఖరి వాక్యాలు విన్న పురుషోత్తం ఆవేశంగా అరిచారు. జ్యోతి-ప్రసాద్-వేణు ఆయన్ని పట్టుకుని తీసుకువస్తున్నారు.

ఆయన్ని చూడగానే కోర్టులో కలకలం బయలుదేరింది.

జడ్జిగారు ప్రశ్నార్థకంగా చూశారు.

"ఎవరు మీరు ?" ప్రాసిక్యూటర్ ప్రశ్నించాడు.

"నా పేరు పురుషోత్తం ! శేషగిరిని హత్యచేసింది నేను !"

"ఆ !" అందరూ తెల్లబోయారు.

"ఏమిటి మీరు అనేది," తీక్షణంగా అడిగాడు ప్రాసిక్యూటర్.

"అవును ఈ హత్య చేసింది నేను. కన్నబిడ్డకు జరుగుతున్న అన్యాయం చూసి సహించలేక, కసిదీరా అతన్ని కాల్చి చంపింది నేను.

"కన్న బిడ్డా ! ఎవరండీ మీ కన్నబిడ్డ ?"

"ఈ అమ్మాయి ! సరోజ నా కన్నబిడ్డ ! రవి నా రక్తం, నా స్వంత కొడుకు, వాళ్ళిద్దరి మధ్యా ఎలాటి అక్రమ సంబంధం లేదు."

పురుషోత్తంగారు చెప్పసాగారు.

"అవును బాబూ ! సరోజ నా కన్నకూతురు. నా రక్తాన్ని పంచుకుని పుట్టినా, నన్ను నాన్నా ! అని పిలవటానికి నోచుకోని అభాగ్యురాలు ! సరోజ తల్లి నా ఇంట్లో వంటమనిషిగా వుండేది. తల్లిలేని నా బిడ్డల్ని ఏ లోటూ లేకుండా, కన్న తల్లికంటె మిన్నగా వాళ్ళ ఆలనా పాలనా చూసింది. నా పిల్ల లిద్దరిమీదా ఆమె చూపే ప్రేమ వలన, క్రమంగా లక్ష్మి అంటే నాకు అభిమానం పెరిగింది. అభిమానం ఆత్మీయంగా మారింది. మా ఇద్దరి అనురాగమే సరోజ?

సరోజకి 5 సం॥ వయస్సప్పుడు విషజ్వరంవల్ల లక్ష్మి చనిపోయింది. సరోజని నా చేతులకి అప్పగించి, లక్ష్మి నిశ్చింతగా వెళ్లిపోయింది. ఆ సమయంలో సరోజకి ఏ లోటూ రానివ్వనని ఆమెకి వాగ్దానం చేశాను. కానీ పిరికివాణ్ణి ! లక్ష్మిని చేరదీసేటప్పుడు అడ్డురాని కులాలు, అంతస్థులు ఆమె బిడ్డని బహిరంగంగా నా కూతురని స్వీకరించటానికి అడ్డువచ్చాయి.

సరోజ కూతురన్న మమకారం కూడా చంపుకుని, ఈ లోకానికి భయపడి, పనిమనిషి పిల్లగానే నా ఇంట్లో పెంచాను. లోకం అంతా నా ఉదార హృదయానికి పొగడుతుంటే నేను మనసులోనే తప్పు చేసినట్టు కృంగిపోయేవాడిని.

సరోజకి నేను తండ్రినని చెప్పుకోకపోయినా, ఆమెకి ఏ లోటూ రాకుండా చూశాను. నా కొడుకులతో సమంగా పెంచాను.

కానీ వయసు గడిచినకొద్దీ నా ఆరోగ్యం దెబ్బతిని, నేను సుస్తీ మనిషిని అయిపోవటంతో, ఏ క్షణంలో ఎగిరిపోతానో అనే భయంతో, నాకేదయినా అయితే సరోజకి అన్యాయం జరుగుతుందేమోననే జంకుతో ఈ రహస్యం నా పెద్దకొడుకు అయిన రవికి చెప్పేశాను. నేనున్నా లేక పోయినా, సరోజ భవిష్యత్తు తీర్చిదిద్దే బాధ్యత అతనికి అప్పచెప్పాను. రవికూడా సరోజని స్వంత చెల్లెలుగానే చూస్తూ వచ్చాడు.

సరోజకి ఏ లోటూ వుండకూడదు. ఆమెకి నా మూలంగా జరిగిన అన్యాయం ఇంకో రకంగానైనా సరిచేయాలనే తలంపుతో, తల్లిదండ్రులు లేని ప్రసాద్‌ని చేరదీశాను. అతనికి రవితోపాటు ఉన్నత చదువులు చెప్పించి, అతనికి సరోజని ఇచ్చి పెళ్లిచేయాలని కలలుకన్నాను. కానీ దైవనిర్ణయం వేరుగా వుంది. కాలం, కన్నెతనం, అమాయకత్వం సరోజని మా ఇంటి నుండి దూరం చేశాయి. సరోజ శేషగిరిని ప్రేమించి వెళ్లి పోయింది. ఇది తన ఇష్ట ప్రకారం జరుగుతున్న పెళ్లిగాబట్టి మమ్మల్ని కలిపించుకోవద్దని, శేషగిరిని ఏమీ అనవద్దని వుత్తరం వ్రాసిపెట్టి వెళ్లింది. పోనీ అనుకున్నాను. తను ఎక్కడో అక్కడ సుఖంగా, ఆనందంగా వుంటే అంతే చాలు అనుకున్నాను. కానీ ఒక రోజు రాత్రి సరోజ మళ్లీ మా ఇంటికి వచ్చింది. తనని శేషగిరి మోసం చేశాడని, తన బ్రతుకు అధ్వాన్నం అయిపోయిందని, జీవితం మీద విరక్తి పుట్టింది కాబట్టి, ఆత్మహత్య చేసుకుంటున్నానని, తనని క్షమించమని వుత్తరం వ్రాసి, మా గ్మంలో పెట్టి మాకు కనిపించకుండా వెళ్లిపోయింది.

ఆనాడు నేను పడిన వేదన వర్ణించ నలవికానిది పైకి చెప్పుకోలేని ఈ బాధని, అనుక్షణం చిత్రహింస అనుభవిస్తూ, మూగగా భరించాను.

కానీ, కానీ, విధి ఆడించిన బొమ్మల్లా సరోజ నేను మళ్లీ కలుసుకున్నాం. చచ్చిపోయిందనుకున్న సరోజ మళ్లీ నన్ను బ్రతికించడానికే అన్నట్లు నర్సుగా నా కళ్లముందు నిలబడింది.

సరోజ జీవితం శేషగిరి మూలంగా ఛిన్నాభిన్నం అయింది. కానీ ఎంతో సహనంతో, సగం చచ్చిన మనిషిలా తన కూతురి కోసం, పది మందికీ తన జీవితం ఉపయోగపడాలని, నర్స్‌గా సేవలుచేస్తూ, బలవంతంగా బ్రతకటానికి ప్రయత్నిస్తుంటే శేషగిరి, ఆ దుర్మార్గుడు మాటిమాటికి వచ్చి ఆమె బ్రతుకు అల్లరిపాలు చేస్తూ అవమానిస్తుంటే నేను కళ్లారాచూసి భరించలేకపోయాను. ఆ రాక్షసుడు బ్రతికి వున్నంతకాలం నా బిడ్డకు రక్షణ, సుఖం రెండూ లేవనుకున్నాను.

శేషగిరి వచ్చి గొడవచేసి వెళ్ళిపోయిన ఆ సాయంత్రం నన్ను చూడటానికి నా స్నేహితుడు రాజారావు వచ్చాడు. మాటల సందర్భంలో అతనికి తెలియకుండా, అతని జేబులోనుంచి రహస్యంగా రివాల్వర్ తీసుకుని దాచాను.

నేను భయపడ్డట్టుగానే ఆ రాత్రి తిరిగి మళ్లీ శేషగిరి వచ్చాడు. మంచం మీద నిద్రపట్టక, అశాంతిగా కూర్చున్న నాకు సరోజ కేకలు వినిపించాయి. వాడే వచ్చి వుంటాడనుకున్నాను ! పిస్టల్ తీసుకుని ఆవేశంతో, గబగబా, పడుతూ లేస్తూ పరుగెత్తాను. నేను వెళ్ళేసరికి శేషగిరి సరోజని కత్తితో పొడవబోతున్నాడు నేను వెంటనే ఇంకే ఆలోచనా లేకుండా కాల్చేశాను. ఆ క్షణంలో సరోజని బ్రతికించుకోవాలని వెర్రి కోరిక తప్ప. నాకింకేం తెలియలేదు. ఇంకేం గుర్తు రాలేదు. కానీ, నా వెనకే రవి పరుగెత్తుకు రావటం నేను చూడలేదు.

"నాన్నా !" రవి చప్పున నా చేతుల్లోంచి రివాల్వర్ తీసుకున్నాడు.

"సరోజని బ్రతికించటానికి ఈ పని చేశానురా !" అన్నాను.

ఆ తర్వాత ఏమైందో నాకు తెలియదు. కళ్లముందు చీకట్లు కమ్మటంతో, నేలకి ఒరిగిపోయాను. నాకు స్పృహ తప్పిపోయింది. యువరానర్ ఇదీ జరిగిన సంగతి మృత్యు ముఖంలో వున్న నేను, ఇప్పుడో కాసేపో అనిపిస్తున్న నేను ఈ క్షణంలో అబద్ధం చెప్పటంలేదు!" ఆయన నిలబడలేనట్టుగా, రవి నిలబడిన బాక్సు పట్టుకుని కూలబడ్డాడు.

రవి చప్పున దిగివచ్చాడు.

"బాబూ, రవీ !" ఆయన చేయి జాచారు.

రవి చప్పున దగ్గరికి వచ్చాడు.

"నాన్నా"

"పిల్లలు చేసిన తప్పుల్ని తలిదండ్రులు కడుపులో పెట్టుకుని, దాచుకోవటం లోక రివాజు. కానీ అది మన విషయంలో మాత్రం వ్యతిరేకం అయింది. తండ్రిచేసిన పాపాన్ని ప్రపంచానికి తెలియకుండా కాపాడాలని ఇన్ని అవమానాలు, అభాండాలు సహించావు. బంగారంలాంటి నీ భవిష్యత్తు బలిచేసుకున్నావు. తమ్ముడు దావావేసి నానా యిబ్బందులు పెడుతుంటే, నాకు తెలిస్తే ఎంత బాధపడతానో అని, తెలియకుండా జాగ్రత్త పడ్డావు. ఇంత అగ్ని మనసులో దాచుకుని కూడా మన వూరువచ్చినప్పుడు చిరునవ్వు చెక్కు చెదరకుండానే ప్రవర్తించావు. నాన్నా యిదీ సంగతి అనలేదు. నీలాటి కొడుకుకి తండ్రినని చెప్పుకునే అర్హత కూడా నాకు లేదేమోరా !"

"అలా అనకు నాన్నా, సరోజ చూడు ఎలా నిలబడిపోయిందో."

"అమ్మా సరోజా"

బిత్తరపోయినట్టు చూస్తున్న సరోజ ఆయన పిలుపుకి మంత్రముగ్ధ అయినట్టుగా, మెల్లగా దగ్గరకు వచ్చింది. ఆమె కళ్ళలో తనని తానే నమ్మలేని ఆశ్చర్యం, సంభ్రమం కనిపిస్తోంది.

"అమ్మా సరోజా ! ఈ తండ్రిని చూస్తే అసహ్యం వేస్తోందా ? ఈ పిరికివాడిని క్షమించమ్మా !" ఆయన చేతులు జోడించబోయాడు.

"బాబుగారూ !" సరోజ చప్పున వారిస్తూ ఆయన చేతులు పట్టుకుంది.

"కాదమ్మా, నాన్నా అని పిలువు, ఒక్కసారి మనసారా పిలువు"

"నాన్నా," సరోజ పెదవులు కంపించినాయి.

"చాలమ్మా, చాలు, నీ చేత "నాన్నా" అని పిలిపించుకోవటంతో, ఈ జన్మంతా నేను పడిన వేదన దిగిపోయినట్టుందమ్మా, నాకు చాలా తేలికగా వుంది. చాలా హాయిగా వుంది."

"నాన్నా !" రవి ఆయన్ని పొదివి పట్టుకుని దగ్గరకు తీసుకున్నాడు.

ఆయన ముఖ కవళికల్లో వస్తున్న మార్పు గమనించిన ప్రసాద్, ఆయన దగ్గరికి వచ్చి, చేయిపట్టి చూశాడు.

"రవీ ! నాన్నగారిని సాధ్యమైనంత త్వరలో హాస్పిటల్‌కి తీసుకెళ్లటం మంచిది" అంటూ హెచ్చరించాడు.

"అలాగే" రవి తండ్రిని లేవదీయబోయాడు. వేణు, రాజారావుగారు కూడా సాయంకోసం దగ్గరకు వచ్చారు.

పురుషోత్తంగారి చేయి రవి చేతిని గట్టిగా పట్టుకుంది. ముఖం నిండా చిరుచెమటలు అలముకున్న ఆయన, ఒక్కసారి అందరినీ కళ్ళారా చూసుకున్నారు.

"రవీ ! యింకెందుకురా హాస్పిటల్‌కి" ఆయాసంగా అన్నారు. ఆయన కళ్లు మూతలు పడినాయి.

"నాన్నా !" సరోజ, రవి, వేణు గొల్లుమన్నారు.

పురుషోత్తంగారి అంత్యక్రియలు ముగిసినాయి.

చిదంబరానికి నాలుగు సంవత్సరాలు కఠినమైన శిక్ష పడింది.

63

రాజారావుగారు జ్యోతి - రవిల వివాహం నిరాడంబరంగా జరిపించారు. రవి-జ్యోతి వధూవరులుగా వచ్చి నమస్కరిస్తుంటే, ఆయనకి కళ్లు చెమ్మగిల్లినాయి. పురుషోత్తంగారి ఫోటో చూస్తూ, "వాడికి నమస్కరించండిరా ! ఈ క్షణంకోసం వాడు తపించిపోయాడు" అన్నారు. యిద్దరి భుజాలమీద చేతులు వేసి పట్టుకుని తనే ఫోటో దగ్గరకు తీసుకెళ్ళి, "వురేయ్ మనం కలలు కన్నట్టుగా, మన పిల్లలిద్దరికీ పెళ్లి చేశానురా ! ఈ ఆనందం నాతో పంచుకోవటానికి నా పక్కన లేకుండా నువ్వెళ్లిపోయావు !" అన్నారు.

వేణు, రాధ, ప్రసాద్ కూడా అక్కడికి వచ్చారు.

రవి జ్యోతి పురుషోత్తంగారి ఫోటోకి నమస్కరించారు.

రవీ ! మీ నాన్న అదృష్టవంతుడు ! ఆయన కోరుకున్నవన్నీ జరిగినాయి. ఆయన ఆత్మకి తప్పకుండా శాంతి కలుగుతుంది." అన్నారు రాజారావుగారు.

రవి ముఖంలో విషాదం ఆవరించుకుంది.

"లేదు అంకుల్ ! ఆయన అసంతృప్తితోనే వెళ్ళిపోయారు ఆయన బ్రతికి వున్నంతకాలం, సరోజ జీవితం చక్కచేయలేక పోయాననే వేదనతో కుమిలిపోయారు!" అన్నాడు.

అక్కడే వున్న ప్రసాద్ అన్నాడు. "రవీ ! నా జీవితానికి వెలుగు మీ నాన్న! నేను నీకో మాట చెప్పాలని అనుకుంటున్నాను. ఇన్నాళ్లూ నా వృత్తిలో భాగం పంచుకుంది సరోజ. ఆమెకు అభ్యంతరం లేకపోతే, ఆమెను నేను జీవితభాగస్వామిని చేసుకుంటాను. ఈ రూపంగానైనా మామయ్య ఆత్మకి శాంతి చేకూర్చి నా ఋణం తీర్చుకుంటాను."

"ప్రసాద్ !" రవి సంభ్రమంగా చూశాడు.

"భేష్ !" నవతరానికి ప్రతినిధి అనిపించుకున్నావు. డాక్టరుగా మనుష్యులకే కాదు. నీ యీ పనితో, సమాజానికి కూడా చికిత్స చేస్తున్నావు ! అవును రవీ ! యిదివరకల్లా, యీ సమాజం కాస్త దారితప్పిన ఆడదాన్ని చీదరించుకుని వెలివేసేది. ప్రసాద్‌లాంటి సహృదయులుంటే, సరోజలాంటి ఆడపిల్లల జీవితాలు అధ్వాన్నంగా అవవు. వెళ్లు, వెళ్లి సరోజకి యిది మన అందరి మాటగా చెప్పి. ఏమంటుందో కనుక్కుని రా !" అన్నాడు.

"కనుక్కు రావటమా ? చెప్పి ఒప్పించి తీసుకువస్తాను !" అని ఆనందంగా, వుత్సాహంగా అక్కడనుంచి వెళ్ళాడు.

"సరోజా ! సరోజా !" రవి పిలుస్తూ గదిలోకి వచ్చాడు.

అక్కడ ఉమ క్రింద కార్పెట్‌మీద కూర్చుని బొమ్మలతో ఆడుకుంటోంది.

రవి ఉమని చూడగానే "ఉమా ! ఆంటీ ఏది ?" అని అడిగాడు.

"ఊరు వెళ్లిందిగా డాడీ ! లేదు" అంది ఉమ.

"ఊరా ! ఏ వూరమ్మా ? ఎప్పుడు ?" అతను కంగారుగా అడిగాడు.

"ఏమో ! నాకు చెప్పలేదు డాడీ ! నేను పెద్దయిన తర్వాత నీతో కలిసి తన దగ్గరికి రావాలిట ! ఆ వూరు చాలా దూరమట ! ఇదుగో యీఉత్తరం నీకు యిమ్మని యిచ్చింది డాడీ !" ఉమ బొమ్మల మధ్య పెట్టిన ఉత్తరం తీసి రవికి అందించింది.

"ఉత్తరమా ! రవి పాలిపోయిన ముఖంతో ఆతురతగా ఆ వుత్తరం చదువుకున్నాడు.

అందులో యిలా వుది.

రవీ !

నీతో చెప్పకుండా వెళ్లిపోతున్నందుకు నన్ను మన్నించు ! నేను బాగా ఆలోచించే ఈ పని చేస్తున్నాను. నీ క్షేమం, ఉమ భవిష్యత్తు కోరే యిలా వెళుతున్నాను. రవీ ! మీరందరూ మంచివాళ్ళుగా, మీ హృదయంలో స్థానం యిచ్చారు. మీ యింట్లో మీతోపాటు వుండమంటున్నారు. కానీ నాకే ముఖం చెల్లటంలేదు, పాప పెరిగి పెద్దదయితే ఏం చెప్పను రవీ ! ఒక త్రాగుబోతు కూతురివి అని చెప్పనా ? లేక వివాహం కాకుండానే నాకు పుట్టిన బిడ్డ అని చెప్పుకోనా ? అట్లా చెప్పుకుంటే నేను నీతిలేనిదాన్ని అని, శీలంలేనిదాన్ని అని పాప అనుకోదా రవీ ! పాప ఎదురుగా వుంటూ, దాని మీద కన్నతల్లి మమకారం చూపించకుండా వుండగలిగే నిగ్రహం, పాషాణత్వం నాకు లేవు. నేనిలా వెళ్లిపోవటంలో పాప భవిష్యత్తేకాదు, నీ మంచికూడా వుది అని ఎందుకంటున్నానంటే, తప్పు చేయకపోయినా శీలం కోల్పోయినా ఈ సంఘం నన్ను పతిత అంది, అంటోంది. నా జీవితాంతం అంటూనే వుంటుంది. నేను మీ మధ్య ఉంటే, నా గతచరిత్ర ఏదోవిధంగా బైటికి రాకమానదు. నలుగురూ మిమ్మల్ని తలోరకంగా సూటీపోటీగా అనకమానరు గతంలో జరిగినదే మళ్లీ చర్విత చర్వణం కావచ్చు. అందుకే మీ అందరికీ దూరంగా సుదూరంగా వెళ్లిపోతున్నాను రవీ ! ఒకనాడు నాకెవరూ లేరని కుమిలి కుమిలి ఏడ్చాను. ఈనాడు యింతమంది ఆత్మీయులున్నారు నాకు. ఆ సంతృప్తితోనే, ఆ ఆనందంతోనే, ఆ బలిమితోనే వెళ్లిపోగలుగుతున్నాను. ఉమని దగ్గరకు తీయటం జ్యోతికికూడా ఇష్టమైతే మీ బిడ్డగా పెంచి పెద్దచేయండి. లేదంటే ఉమని ఏ అనాథ ఆశ్రమానికైనా యిచ్చెయ్యి. ఉమ ఎక్కడున్నా దాని భవిష్యత్తు నీ కర్తవ్యంగా నువ్వు భావిస్తావని నాకు తెలుసు. దానికి ఏ లోటూ రానివ్వవనే నమ్మకం నాకుంది ! అందుకే నిశ్చింతగా వెళ్ళిపోతున్నాను. నిన్ను బాధపెడితే నన్ను క్షమించు. నన్ను దీవించు. నా గురించి నువ్వు దిగులు పడకు ! నేను యిప్పుడు నర్సును. అది నాకు తిండికీ, బట్టకీ లోటులేకుండా గడుపుతుంది. ఇన్నేళ్ల నుంచీ కష్టాలతో, కన్నీళ్ళతో, ఎగుడు దిగుళ్లతో భారంగా గడిచిన ఈ జీవితంలో ప్రతిరోజూ, ప్రతి క్షణం, నాలో సున్నితత్వాన్ని, అమాయకత్వాన్ని హరింపచేసినాయి. నన్ను శిలలా మార్చినాయి. యింతకంటె కష్టాలు నాకేం వస్తాయి ? ఇప్పుడు నాకే కోర్కెలూ లేవు. ఈ శరీరంమీద నాకేం వ్యామోహం లేదు. అలాగని నేను విరక్తితో ఆత్మహత్య చేసుకోబోవటం లేదు. ఎందుకో తెలుసా ? నర్స్‌గా, నా యీ చేతులు ఈ ప్రపంచంలో కొంతమంది

పీడిత హృదయాలకి ఉపశమనం కలుగచేస్తాయి. శాంతిని చేకూరుస్తాయి ! వాళ్ళకోసం నేను బ్రతుకుతాను. నా ఈ శేష జీవితం నర్సుగా గడుపుతాను.

మనం మళ్ళీ కలుసుకుంటాం అనే నమ్మకం నాకుంది. ఒకవేళ ఏ పరిస్థితుల కారణం చేతయినా, ఇదే మన ఆఖరి కలయిక అయితే, రవీ ! మరుజన్మ అనేది నాకుంటే, ఆ జన్మలో తప్పకుండా, నా తోబుట్టువుగా నాకు లభించాలని ప్రతి దినం దేవుణ్ణి ప్రార్థిస్తాను.

సెలవ్

సరోజ

"డాడీ ! డాడీ ! ఎందుకు ఏడుస్తున్నావు ?" ఉమ రవి భుజం పట్టి కుదుపుతూ అంది.

రవి ఉలిక్కిపడ్డాడు, కళ్ళు తుడుచుకుని ఉమని ఎత్తుకున్నాడు.

"ఆంటీ ఎక్కడికి వెళ్ళింది డాడీ ?"

"వూరు వెళ్ళిందమ్మా !"

"మనం ఎప్పుడు అక్కడికి వెళదాం ! ఆంటీ మనల్ని రమ్మందిగా !"

"వెళదాం తల్లీ ! తప్పకుండా వెళదాం, ఇప్పుడు కాదు. నువ్వు బాగా చదువుకుని ప్రతిక్లాసూ ఫస్టున ప్యాసయి పెద్దగా అయిన తర్వాత"

ఇంతలో జ్యోతి, ప్రసాద్, వేణు, రాధ, రాజారావుగారు అందరూ అక్కడికి వచ్చారు.

"సరోజని అడిగావా రవీ !" రాజారావుగారు అడిగారు.

"సరోజ లేదు. వెళ్ళిపోయింది" రవి చేతిలో ఉత్తరం జ్యోతికి అందించాడు.

"వెళ్ళిపోయిందా ?" జ్యోతి ఆశ్చర్యంగా అని, ఆ ఉత్తరం గబగబా చదివింది.

"ఇదిగో ప్రసాద్" జ్యోతి ఉత్తరం ప్రసాద్‌కి అందించింది.

"ఈ ఆంటీ ఎవరు ?" జ్యోతిని చూస్తూ అంది ఉమ.

"ఆంటీ కాదమ్మా ! మమ్మీని ! నీ మమ్మీని నేను !" జ్యోతి చేతులు చాచింది.

ఉమ ఉరికినట్టుగా వచ్చింది.

"అవునమ్మా ! నీకు అమ్మని ! ఏది. అమ్మా అని పిలువు" ఉమని ముద్దు పెట్టుకుంటూ అంది.

"అమ్మా," ఉమ ఆనందంగా జ్యోతి మెడచుట్టూ చేతులు పెనవేసింది.

రవి వాళ్లిద్దరినీ చూస్తూ అలాగే నిలబడ్డాడు.

అతని కళ్ళు మెల్లగా చెమర్చినాయి.

✣ ✣ ✣ ✣ ✣

సూర్యుడు అస్తమిస్తున్నాడు.

సాయంత్రం అయిపోతోంది.

కెంజాయ రంగులో ప్రపంచం అంతా బహుసుందరంగా వుంది.

దూర ప్రయాణం నుంచి తిరిగి వచ్చిన పక్షుల గుంపులు, చెట్లమీద గూళ్ళలో చేరి కువకువలాడుతూ సాయంత్రపు సంగీతంలా శబ్దం చేస్తున్నాయి. ఏళ్ళ తరబడి యజమానులని నమ్ముకుని, కష్టసుఖాలు వారితోనే భరిస్తూ, బ్రతుకుతున్నట్టుగా వున్న పశువుల మందలు ఇళ్ళకి చేరుకుంటున్నాయి.

సరోజ పెట్టె పట్టుకుని నడుస్తోంది. సుందరమైన ఆ ముఖంలో నిర్లిప్తత, నిర్మలత్వం నిండుగా కనిపిస్తున్నాయి. అందమైన ఆ కనుదోయిలో నిశ్చలత, దృఢ మనస్తత్వం ప్రతిబింబిస్తున్నాయి.

దూరంగా సుదూరంగా నింగి నేలని తాకుతోందా అని భ్రమగా అనిపిస్తున్న చోట, నారింజ రంగులో సూర్యుని అంతిమ కిరణాలు సమగ్రంగా భూమి మీదికి వాలివున్నాయి వింత వెలుగుతో మెరిసిపోతూవున్న వాటిని చూస్తుంటే, ఈ జీవితంలో విసిగిపోయిన వారికి శాంతిని చేకూర్చే దివ్య సౌధానికి దారి చూపే రాచబాటల్లా విస్తృత పరుచుకుని వున్నట్లుగా వున్నాయి.

పెట్టె పట్టుకుని నడుస్తున్న సరోజ అందమైన తనూలత ఆ దివ్య కిరణాలవైపు నడుస్తు న్నట్టుగా క్రమంగా దూరమై ఆ నారింజరంగులో చుక్కలా కలిసిపోయింది.

-: సమాప్తం :-